സ്നേഹസാരം കഥകൾ

ബാലസാഹിത്യം

സ്നേഹസാരം കഥകൾ

സലാം എലിക്കോട്ടിൽ

Little Green

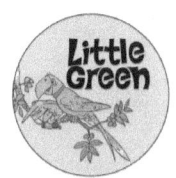

little green
an imprint of green books private limited
gb building, civil lane road, ayyanthole,
thrissur- 680 003, kerala, ph: +91 487-2381066, 2381039
website: www.greenbooksindia.com
e-mail: info@greenbooksindia.com

malayalam
snehasaram kathakal
children's story
by
salam elikottil

first published january 2019
copyright reserved

cover design : mansoor cheruppa

branches:
thrissur 0487-2422515
palakkad 0491-2546162
thiruvananthapuram 0471-2335301
calicut 0495 4854662
kannur 0497-2763038

isbn : 978-93-87357-86-0

---

no part of this publication may be reproduced,
or transmitted in any form or by any means,
without prior written permission of the publisher

LGPL/021/2019

ആമുഖം

ആദിമമനുഷ്യന്റെ സാംസ്കാരിക മുന്നേറ്റം, പാട്ട്, നൃത്തം, ചിത്രരചന, കഥപറച്ചിൽ എന്നിവയെ മുൻനിർത്തിയായിരുന്നുവല്ലോ. നാടൻ പാട്ടുകൾ, വൈജ്ഞാനിക വികാസത്തിന്റെ പല ഘട്ടങ്ങളിലായി ഗാനം, കവിത, പദ്യം, സംഗീതം, വാദ്യം എന്നിത്യാദി ശാഖകളായി പുരോഗമിച്ചു. ചിത്രരചനയാണെങ്കിൽ മ്യൂറൽ, ഗുഹാപെയ്ന്റിംഗുകൾ, കൊത്തുപണികൾ, വാസ്തുശില്പങ്ങൾ എന്നീ രൂപങ്ങളിൽ വിത്യസ്തമായി വികസിച്ചു.

പ്രാചീനയുഗങ്ങളിലെ വാമൊഴിക്കഥകളാണ് പിൽക്കാലത്ത് സാഹിത്യമായി രൂപം പ്രാപിച്ചത്. പുരാതന കാലത്ത് കവിതാരൂപത്തിലാണ് കഥ പറഞ്ഞിരുന്നതെങ്കിൽ ആധുനികയുഗത്തിൽ നോവൽ, ചെറുകഥ എന്തിന് സിനിമവരെ കഥ പറയാനുള്ള മാധ്യമമായി ഉപയോഗപ്പെടുത്തുന്നു.

മതങ്ങളുടെ ധർമസംസ്ഥാപന യത്നത്തിൽ ദേവജ്ഞരും വേദഗ്രന്ഥങ്ങളും വലിയതോതിൽ കഥകളെ ഉപയോഗപ്പെടുത്തിയിട്ടുണ്ട്. മിത്ത്, മിറാക്കിൾ, ലെജണ്ട്, ചരിത്രം എന്നീതരം കഥകൾക്കു പുറമെ സദാചാരകഥകളും സന്മാർഗകഥകളും ദൃഷ്ടാന്തകഥകളും ഏതാണ്ട് എല്ലാ വിശുദ്ധഗ്രന്ഥങ്ങളിലും പ്രവാചകന്മാരും പ്രബോധകരും അവതരിപ്പിക്കുന്നുണ്ട്. ഭാരതത്തിൽ ഉപനിഷത്തുക്കൾ, പുരാണങ്ങൾ, ഇതിഹാസങ്ങൾ എന്നിവയെല്ലാം കഥാകേന്ദ്രീയ ഗ്രന്ഥങ്ങളാണ്. യേശുവിന്റെ പാരബിളുകളും ബുദ്ധന്റെ ധർമപദ, ജാതകകഥകളും മുഹമ്മദിന്റെ പ്രവാചകകഥകളും പ്രസിദ്ധമാണല്ലോ. താൽമൂഡും തൗറാത്തും ഖുർ-ആനും അനേകം കഥകൾ പറയുന്നു.

ഇത്തരം കഥകളുടെയെല്ലാം ഉദ്ദേശ്യം ആനന്ദപ്പിക്കുക എന്നതിനേക്കാളുപരി ആത്മപ്രകാശം നൽകുക എന്നതായിരുന്നു. സുഭാഷിതങ്ങളും സദാചാര ഉദ്ബോധനങ്ങളും പ്രയോജനം ചെയ്യാത്തിടത്ത് ഗുണപാഠകഥകൾ സദ്വിചാരവും സൽക്കർമ്മവും

ജീവിതചര്യയാക്കാൻ മനുഷ്യനെ പ്രേരിപ്പിച്ചെന്നു വരും. അതിനാൽ ഈ ആധുനിക യുഗത്തിലും ആത്മീയാചാര്യന്മാരും ദിവ്യവചനപ്രഘോഷകരും അനേകം കഥകൾ ഉദ്ധരിച്ചും ഉണ്ടാക്കിയെടുത്തുമാണ് തങ്ങളുടെ ദൗത്യം പൂർത്തീകരിക്കുന്നത്.

മിസ്റ്റിക്, വേദിക്, സ്പിരിചൽ, കബാല, പുരാണിക്, സെൻ, സൂഫി, ഹസിദിക് എന്നിങ്ങനെയൊക്കെ വിശേഷിപ്പിക്കപ്പെടുന്ന സൃഷ്ടികൾക്ക് മറ്റെവിടെയുമെന്നപോലെ മലയാളത്തിലും പ്രചാരം ഏറിവരികയാണല്ലോ. കഥകളുടെ ഹ്രസ്വരൂപം, ഇവയിലടങ്ങിയിരിക്കുന്ന സറ്റയർ, ഐറണി, പാരഡോക്സ് എന്നിവയൊക്കെ ഈ ജനകീയതയ്ക്കു ഹേതുവാണ്. അനാവശ്യവിവരണങ്ങളോ പ്രകൃതിവർണ്ണനകളോ സ്ഥൂലകാരണമാവുന്ന സൂത്രങ്ങളോ ഉപയോഗിക്കാത്തതുമൂലം ദുർമേദസ്സില്ലാത്ത ഇത്തരം സൂക്ഷ്മകഥകൾ വായനക്കാരനെ മുഷിപ്പിക്കുകയോ അവന്റെ സമയവും ഊർജവും പാഴാക്കുകയോ ചെയ്യുന്നില്ല. മോട്ടിവേഷൻ, സെൽഫ് ഇംപ്രൂവ്മെന്റ്, പേഴ്സനാലിറ്റി ഡവലപ്മെന്റ് എന്നിവയ്ക്ക് ആധാരമായ പ്രചോദനകഥകൾക്കു അനുദിനം പ്രചാരമേറിവരുന്നതും ഇക്കാരണം കൊണ്ടാണ്.

അതിമനോഹരമായ നൂറു ഹ്രസ്വകഥകളാണ് ഈ ലഘുഗ്രന്ഥത്തിൽ ഉൾപ്പെടുത്തിയിട്ടുള്ളത്. ഇവയൊന്നുംതന്നെ മലയാളത്തിൽ പ്രസിദ്ധീകൃതമായവയല്ല. ആനന്ദവും അനുഭൂതിയുമാണ് ഈ കഥകൾ പ്രഥമമായും നൽകുന്നതെങ്കിലും പ്രധാനമായും അവ സത്യം, സാഹോദര്യം, സദ്ഭാവന, സഹകരണം, സഹനം, സമാദരവ്, സമത്വം, സർവോപരി സ്നേഹം എന്നീ സദാചാരമൂല്യങ്ങൾ അനുവാചകരിൽ പകർത്താനാണ് പരിശ്രമിക്കുന്നത്.

ചിരിക്കാനും ചിന്തിക്കാനും മാത്രമല്ല, ജീവിതത്തിൽ ഉൾക്കൊള്ളാനും കർമ്മപഥത്തിൽ മാതൃകയാക്കാനും ഈ വിസ്ഡം കഥകൾ ഉണർത്തുന്ന മൂല്യങ്ങൾ വായനക്കാർക്കു ഉചിതമായി തോന്നുന്നെങ്കിൽ ഈയുള്ളവൻ കൃതാർത്ഥനായി.

സലാം എലിക്കോട്ടിൽ

കഥകൾ

യാത്രയിൽ 09
ബോധം, ബോധ്യം 10
ശ്വാനശിഷ്യൻ 11
മനുഷ്യാർത്ഥം 12
ഈശ്വരധർമം 13
അധികാരികൾ 14
അറിഞ്ഞും അറിയാതെയും 15
സ്തുതി 16
അധികാരം 17
ബന്ധങ്ങൾ 18
വേട്ട 19
നോക്കുന്നതും കാണുന്നതും 20
സഹോദരൻ 21
ആചരണം 22
മണ്ഡൂകം 23
അന്നം 24
മനസ്സിൽ കാണുമ്പോൾ 25
സ്വപ്നം 26
പാപ്പിലിയോ 27
വാക്കും ചിന്തയും 28
സൗഹൃദം 29
പഹൽവാൻ 30
മനസ്സിലും മാനത്തും 31
രോദനം 32
ദൈവമനസ്സ് 33
തെണ്ടികൾ 34
ഇറക്കം 35
അറിവാണ് ദുഃഖം 36
കടലാസു പുലി 37
സത്യത്തിന്റെ മുഖം 38
അന്നും ഇന്നും 39
ആതിഥേയൻ 40
കാൺക 41
ഗുരുവന്ദനം 42
അഖിലസാരം 43
വളയം 44
ഞാനില്ല 45
മിന്നൽപ്പിണർ 46
കുഞ്ഞുമക്കൾ 47
സദ്യ 48
ജലദേവത 49
ആത്മബോധം 50
രാജാവും പ്രജയും 51
ഈസാമസീഹ് 52
ലോകം 53
ഉള്ളത്തിൽ 54
പ്രണയപുഷ്പം 55
വിലാപം 56

ദാഹജലം 58
നാദം 59
പശു 60
അകംപുറം 61
കുറ്റവും കുറവും 62
സന്നിധാനം 63
ഇരുളടഞ്ഞ് 64
പരിഹാരം 65
അദ്ഭുതം 66
ആയുഷ്മാൻ 67
കടൽക്കാക്കകൾ 68
പ്രതിഫലനം 68
പൂച്ച 70
ജീവനും സ്വത്തും 71
പൊട്ടൻ 72
കൊമ്പൻ 73
അമൂല്യരത്നം 74
അന്ധൻ 75
മനസ്സറിഞ്ഞുവേണം 76
കിളി 77
സ്നേഹശക്തി 78
സർവ്വവ്യാപി 79
ശക്തി 80
സത്യവും വിശ്വാസവും 81
മുല്ലയും കഴുതയും 82
മനംമാറ്റം 83
ദണ്ഡ് 84

സഹവാസം 86
സ്നേഹസാരം 88
മാളം 90
അതീന്ദ്രിയം 92
അകവും പുറവും 94
സൗകര്യദൈവങ്ങൾ 96
അശ്വം 98
കാള 100
കാണുന്നതും അറിയുന്നതും 102
അമിതാവേശം 104
ആർത്തി 106
സാക്ഷി 108
ഗുരുശിഷ്യം 110
അപരൻ 112
റബ്ബ് 114
രാജകർമ്മം 116
മനസ്സും കർമ്മവും 119
വസ്തുതയും വിശ്വാസവും 122
വിനാശം 124
നിനൈപ്പതെല്ലാം 126
സർവ്വാധികാരം 129
നേട്ടവും നഷ്ടവും 132
അന്ധന്മാർ 136
പാപവും പുണ്യവും 139
മാപ്പ് 142

യാത്രയിൽ

ഓരോ യാത്രയും മനുഷ്യന് ഒരു പുതിയ പാഠമാകുന്നു. പ്രത്യേകിച്ചും യാത്രകൾ തന്നിലേക്കാവുമ്പോൾ അവ വെല്ലുവിളികൾ നിറഞ്ഞതും അതികഠിനവുമായി മാറും. തലയിലിരിക്കുന്ന ഭാണ്ഡത്തിനേ ഭാരമുള്ളൂ. കിരീടത്തിനില്ല.

ഗുരുവും ശിഷ്യനും കൂടി എങ്ങോട്ടോ പോകാനിറങ്ങിയതായിരുന്നു. പതിവില്ലാത്ത വഴിയും പറഞ്ഞുറപ്പിക്കാത്ത ലക്ഷ്യവുമാണ്. അങ്ങനെ നടന്നു ചെല്ലുമ്പോൾ വഴിയിൽ സാമാന്യം വീതിയുള്ളൊരു തോട്. കുറുകെ പൊട്ടിപ്പൊളിഞ്ഞ ഒറ്റയടിപ്പാലം. തോടിന് ആവശ്യത്തിന് ആഴവും ഒഴുക്കുമുണ്ട്. ഉയിരെടുക്കാനും അതേസമയം ഉണർവേകാനും നദീജലം സമർത്ഥം. പാലം കണ്ട് ശിഷ്യൻ മടിച്ചു നിന്നു. അവന്റെ കയ്യിലാണെ ങ്കിൽ ഒരു ചെണ്ടയുമുണ്ട്. ചെണ്ട തനിക്ക് അപകടകാരണമായി മാറും എന്നവൻ ഉറച്ചു വിശ്വസിച്ചു. അതിനാൽ ഈ ബാധ്യതയൊന്ന് ഒഴിവായി ക്കിട്ടണം.

അവന്റെ മനോവ്യാപാരം മനസ്സിലാക്കാൻ ഗുരുവിനൊട്ടും പ്രയാസമുണ്ടാ യില്ല. “പേടിക്കേണ്ട. മുള ചതിക്കില്ല.” ഗുരു പാലം നോക്കി ഉറപ്പു കൊടുത്തു. ശിഷ്യന് അതു പോര. എത്രയോ അഭ്യാസികളേയും അതിസാഹസിക രേയും താഴെ വീഴ്ത്തിയിട്ടുള്ള പാലമാണ്. കുതിച്ചുചെല്ലുന്നവൻ കൂപ്പു കുത്തും. ഭയംകൊണ്ട് മടിച്ചുനിൽക്കുന്നവന്റേയും കോപംകൊണ്ട് ജ്വലിച്ചു നിൽക്കുന്നവന്റേയും മനം മാറ്റാൻ ഒരു വാക്കു മതിയല്ലോ. ആ സൂത്രം തന്നെ ആചാര്യൻ ഇവിടേയും പ്രയോഗിച്ചു.

“എങ്കിൽ ആ ചെണ്ട ഇങ്ങു താ. അതോടെ ആശ്വാസമാകും. എന്നിട്ട് കയ്യും വീശി അല്ലലേശാതെ അക്കരെ കടന്നോ.” ഉസ്താദ് ശിഷ്യനെ ഉപദേശിച്ചു. പാതി വഴിയിലെത്തിയപ്പോൾ ശിഷ്യൻ മുളമ്പാലത്തിൽ നിന്നും താഴെ വീണു. കുത്തൊഴുക്കിൽ കുറേ ദൂരം ഒഴുകിപ്പോയി അവ ശനായ അവനെ ആരോ പിടിച്ചു കയറ്റി ഗുരുവിന്റെ അടുത്തെത്തിച്ചു. അവന്റെ കിതപ്പ് അപ്പോഴും മാറിയിട്ടില്ല.

ശിഷ്യനുശേഷം പാലത്തിൽ കയറിയ ഗുരുവും വെള്ളത്തിൽ വീണി രുന്നു. പക്ഷേ പൊങ്ങിക്കിടക്കുന്ന ചെണ്ട കയ്യിലുള്ളതുകൊണ്ട് അനാ യാസം കരപറ്റി. ചെണ്ട അങ്ങനെ അദ്ദേഹത്തിന് രക്ഷാമാർഗമായി മാറി. ശിഷ്യനെ വീണ്ടും കണ്ടപ്പോൾ ഗുരു പറഞ്ഞു: “കണ്ടോ, നിനക്ക് സ്വയം രക്ഷപ്പെടാൻ പോലും കഴിഞ്ഞില്ല. എനിക്കാണെങ്കിൽ ഈ ചെണ്ടയേയും രക്ഷപ്പെടുത്തേണ്ടതുണ്ടായിരുന്നു.”

നിന്റെ വഴികൾ നീ തന്നെ കണ്ടെത്തണം. കാരണം എന്റെ വഴി യിൽ നീ കാലിടറി വീണെന്നിരിക്കും.

■

ബോധം, ബോധ്യം

ഒരുവൻ ശിഷ്യപ്പെടാനായി ഗുരുവിനെ സമീപിച്ചു. അതുകണ്ട് ഗുരു ഒരു നിമിഷം സംശയിച്ചു നിന്നു. കാഞ്ഞിരം പൂക്കുമ്പോൾ ചന്ദനം മണക്കു മത്രേ. പക്ഷേ ചുടുകാട്ടിൽ വിറകായാണ് അതവസാനം എരിഞ്ഞണഞ്ഞു തീരുന്നത്. മാരിവില്ലിൻ ചാരുതകൊണ്ടൊന്നും മഴയുടെ ആവശ്യം നടക്കു കയില്ലല്ലോ. "ജീവിതത്തെക്കുറിച്ച് നിങ്ങൾ ഇതുവരെ എന്തു പഠിച്ചു?" ഗുരു ചോദിച്ചു. മരണത്തിന്റെ മറുപുറമാണല്ലോ ജീവിതം. പക്ഷേ അത് ആനന്ദത്തിനുള്ള അവസരമായി കാണുന്നവരാണല്ലോ മിക്കവരും. കദളി ത്തോട്ടം തുടുത്തു പഴുത്തു നിൽക്കുന്നതുകണ്ട് പൂമ്പാറ്റകൾ കരയു മത്രേ. ഇന്നലെ തേൻ നുകർന്നിരുന്ന പൂക്കളാണല്ലോ ഇന്നിങ്ങനെ മധുര പ്പഴങ്ങളായി നശിച്ചുപോയത്.

"ഈ വർഷത്തിലെ ഈ മാസത്തിലെ ഇന്നത്തെ തീയതിക്കു ഞാൻ ജീവിച്ചിരിക്കുന്നു. അടുത്ത വർഷം ഈ മാസത്തിലെ ഈ ദിവസം ജീവി ച്ചിരിക്കുമോ എന്നോർത്ത് ഞാൻ പരിഭ്രമിക്കുന്നു." ശിഷ്യൻ അറിയിച്ചു. ആരോ പറഞ്ഞു പഠിപ്പിച്ചതിന്റെ ചുവ ആ വാക്കുകളിൽ കാണാമായി രുന്നു. പക്ഷേ അതൊന്നും ഗുരു കാര്യമായെടുത്തില്ല. പായ്ത്തലക്കലിരി ക്കുന്നവന് പലപ്പോഴും ഓലനെയ്ത്ത് അറിഞ്ഞെന്നിരിക്കും. പക്ഷേ സിംഹാസനത്തിലിരിക്കുന്നവൻ ഒരിക്കലും ആശാരിയും ലോഹാരുവും ആയിരുന്നിട്ടില്ലല്ലോ.

അയാൾ അനേക വർഷം അവിടെ പഠിച്ചു. ഇന്ദ്രിയങ്ങളെ സ്വയമേ അലയാൻ വിടുക എന്നു പേർത്തും പേർത്തും ഓതുന്നവനാണ് ഗുരു. അതുകേട്ട് അവയെ വരുതിയിൽ നിർത്തി നിയന്ത്രിക്കാൻ പഠിക്കേണ്ട വനാണ് ശിഷ്യൻ. അവസാനം പഠനം തീർത്ത് പോകാൻ നേരം ഗുരു വീണ്ടും ചോദിച്ചു: "ജീവിതം ഇതുവരെ നിങ്ങളെ എന്തു പഠിപ്പിച്ചു?"

"ഈ നിമിഷത്തിൽ ഞാനുണ്ട്. അടുത്ത നിമിഷം ഞാനുണ്ടാവുമോ എന്നറിയാത്തതിന്റെ പരമാനന്ദം അനുഭവിക്കുന്നു." അയാൾ പറഞ്ഞു.

അതുകേട്ടു ഗുരു നിരാശനായി. "നിങ്ങളുടെ നശ്വരബോധത്തിൽ പുരോഗതി ഉണ്ടായി എന്നതു ശരിതന്നെ. പക്ഷേ ഇനിയും അതു പൂർണ്ണ മായി നശിച്ച് അനശ്വരതയെക്കുറിച്ച ബോധം നിങ്ങളിലുദിച്ചിട്ടില്ല." ഗുരു വെളിപ്പെടുത്തി.

വിജ്ഞനെന്നാൽ അജ്ഞനേക്കാൾ അറിവുള്ളവൻ എന്നല്ല. ബോധമുള്ളവൻ എന്നാണ്. കരിവണ്ടുപോലും തേനീച്ചക്കൂട്ടിൽ കയറാ റില്ല. അത് ഈച്ചയുടെ കുത്തുകിട്ടും എന്ന അറിവുള്ളതുകൊണ്ടല്ല. അത് കൂട്ടിലെ മധു നുകർന്ന് മത്തുപിടിച്ചു മയങ്ങിവീഴും എന്ന ബോധ മുള്ളതുകൊണ്ടാണ്. ∎

ശ്വാനശിഷ്യൻ

ഗുരുവും ശിഷ്യനും എങ്ങോട്ടോ ഉള്ള വഴിയിലായിരുന്നു. താൻ വലിയൊരു പരോപകാരിയാണെന്ന് ഗുരുവിനെ കാണിക്കണമെന്ന കലശലായ മോഹം വളരെക്കാലമായി ശിഷ്യനുണ്ടായിരുന്നു. അതിനുള്ള അവസരമൊന്നും അവന് അധികം ഒത്തുവന്നിരുന്നില്ലെന്നു മാത്രം.

അപ്പോഴാണ് അവർക്കെതിരെ ഒരു പട്ടി ഓടി വരുന്നത് കണ്ടത്. അതിന്റെ ഒരു കാൽ ഒടിഞ്ഞിരിക്കുന്നത് ശിഷ്യൻ ശ്രദ്ധിച്ചു. ആതുര സേവനത്തിന് ഇതിലും വലിയൊരു സുവർണ്ണാവസരം ഇനിയെന്നു വന്നു കിട്ടാൻ, അവന് ഉത്സാഹമായി.

“ഗുരോ, ഞാൻ ഈ നായയുടെ കാലൊന്ന് കെട്ടിക്കൊടുക്കട്ടേ?” ശിഷ്യൻ പട്ടിയെ ചൂണ്ടിക്കാണിച്ച് ചോദിച്ചു. അപ്പോഴേക്കും ആ ശ്വാനൻ അവർക്കു മുന്നിലെത്തി കിതച്ചുനിന്നിരുന്നു.

ശിഷ്യന്റെ വാക്കുകൾ ശ്രദ്ധിച്ചിട്ടെന്നവിധം ആ പട്ടിയും അവരെ നോക്കി തന്റെ കൂർത്ത പല്ലുകൾ പ്രദർശിപ്പിച്ച് ഒന്നു കുരച്ചു. അത് ഗുരുവിനോട് എന്തോ ചോദിക്കാൻ ശ്രമിക്കുകയാണെന്നു വ്യക്തം. ഗുരുവിന് അത് ഏതാണ്ടൊക്കെ മനസ്സിലായി എന്നും തോന്നി.

അതോടെ ‘സമ്മതം’ എന്ന അർത്ഥത്തിൽ ദർവേശ് മറുപടി മൂളി. ആ സമയം അദ്ദേഹത്തിന്റെ ശ്രദ്ധ അതിന്റെ ചോദ്യത്തിലായിരുന്നു എന്നു തോന്നി.

അതുകേട്ട് ശിഷ്യൻ നായയുടെ കാലിൽ പിടിച്ചതും അതു തിരിഞ്ഞ് അവന്റെ കയ്യിൽ നന്നായൊന്ന് കടിച്ചതും ഒന്നിച്ചായിരുന്നു. അവന് വല്ലാതെ വേദനിച്ചു എന്നു പറയേണ്ടതില്ലല്ലോ.

“ഗുരോ, ഇതെന്തു കഥ? ഞാൻ ഈ നായയുടെ കാലൊന്നു കെട്ടിക്കൊടുക്കട്ടെ എന്ന് അങ്ങയോട് ചോദിച്ചു. അതിന് അങ്ങയുടെ സമ്മതം വാങ്ങിയിട്ടും ഈ പട്ടി എന്നെ തിരിഞ്ഞുകടിച്ചിരിക്കുന്നു.” ശിഷ്യൻ പരാതിപ്പെട്ടു.

“ശരിയാണ്. ‘ഗുരോ, ഞാൻ ഈ വിഡ്ഢിയുടെ കയ്യൊന്ന് കടിച്ചോട്ടെ’ എന്നു പട്ടി എന്നോട് ചോദിച്ചു കുരച്ചു. ഞാൻ അതിനു ‘സമ്മതം’ എന്നു മൂളുകയും ചെയ്തു.” ഗുരു പറഞ്ഞു.

എല്ലാ അറിവും ഉള്ളത് ഈശ്വരനു മാത്രം. പക്ഷേ അപൂർണ്ണമായ അറിവുകൊണ്ട് ഏതും നേടാമെന്നു കരുതി എന്തും പ്രവർത്തിക്കുന്നവരാണ് എല്ലാ ഏടാകൂടങ്ങളിലും ചെന്നുചാടുന്നത്. കൂടുണ്ടാക്കാൻ മണ്ണു തിരയുന്ന വേട്ടാളനെ ശ്രദ്ധിച്ചിട്ടില്ലേ? സ്വന്തം ശരീരത്തിൽ കൂടിനുവേണ്ട പശയുണ്ടെന്ന് അത് ആദ്യം ഉറപ്പാക്കിയിരിക്കും.

■

മനുഷ്യാർത്ഥം

നീർത്തടത്തിൽ വാസമായിരുന്നു ഒരു കൊറ്റിയും തവളയും. കുളക്കരയിൽ കൊക്ക്, കുളത്തിൽ തവള. എന്നാണ് ഈ ഇരപിടിയനാൽ തന്റെ മരണം സംഭവിക്കുക എന്ന ആധിയിൽ തവളയും എന്നാണ് ഒരു നേരത്തെ ആഹാരത്തിനായി ഇവൻ കയ്യിലെത്തുക എന്ന ആശയിൽ കൊറ്റിയും അനേകകാലം കഴിച്ചു.

ഒരു ദിവസം രണ്ടും കല്പിച്ചു തവള അക്കാര്യം കൊറ്റിയോട് ചോദിച്ചു. അവന്റെ മറുപടി: "നീയെന്നെ അത്ര ശത്രുവായി കാണുകയും ഭയപ്പെടുകയും ചെയ്യുന്നുണ്ടെങ്കിൽ നിനക്കു മനുഷ്യന്റെ മാതൃക പിന്തുടർന്നുകൂടെ? അവനാണല്ലോ ജീവികളിൽ അതിബുദ്ധിമാൻ." കൊക്ക് ഉപദേശിച്ചു. "അപ്പോൾ എന്താണ് മനുഷ്യ മാതൃക?" തവള വീണ്ടും ചോദിച്ചു.

"മരണം നിശ്ചയമായും മുന്നിൽ കാണുമ്പോൾ മനുഷ്യൻ സ്വയം മുന്നിട്ടിറങ്ങി ആക്രമണം നടത്തുന്നു. അതിലവൻ വിജയിക്കുന്നു. അങ്ങനെയാണല്ലോ മനുഷ്യൻ സിംഹത്തേയും പുലിയേയും കീഴ്പെടുത്തുന്നതും നാമാവശേഷമാക്കുന്നതും." കൊറ്റി പറഞ്ഞുകൊടുത്തു.

തന്നെ കുളത്തിനു പുറത്തെത്തിക്കാനുള്ള വേലയാണിതെന്ന് മണ്ഡൂകത്തിനു മനസ്സിലായി. അതു പറഞ്ഞു: "നീ അങ്ങനെ പറയുന്നതു മനുഷ്യന്റെ ചെയ്തികൾ മാത്രം ശ്രദ്ധിക്കുന്നത് കൊണ്ടാണ്. അവന്റെ മനസ്സ് വായിച്ചാലേ കാര്യങ്ങൾ വ്യക്തമാവൂ."

"അതെന്താണ്?" കൊറ്റിക്ക് ആകാംക്ഷയായി.

ആ സമയം അവിടെ ഒരു പാമ്പു വന്നുചേർന്നു. തവളയേയും കൊറ്റിയേയും ഒരേശ്വാസത്തിൽ വിഴുങ്ങാൻ കഴിയുന്നവൻ. കരയിലും ജലത്തിനടിയിലും ഒരേപോലെ സഞ്ചരിക്കാൻ കഴിയുന്നവൻ. അതു ശ്രദ്ധിച്ച് തവള പറഞ്ഞു:

"മരണം നിശ്ചയമായും മുന്നിൽ കാണുമ്പോൾ മനുഷ്യൻ ഒരുന്നതനെ സൃഷ്ടിച്ച് അവനെ പൂവിട്ട് പൂജിക്കുന്നു. ആ അദൃശ്യനെ സ്തുതിക്കു പാത്രമാക്കുകയും ആരാധനയ്ക്കർഹനാക്കുകയും ചെയ്യുന്നു. മരണഭയത്തെ കീഴ്പെടുത്താൻ ഇനിയൊരു ജന്മമോ ഒരനന്തരലോകമോ സങ്കൽപിച്ച് സന്തോഷം കണ്ടെത്തുകയും ചെയ്യുന്നു."

അതു മനസ്സിലാക്കിയിട്ടെന്നോ എന്നറിഞ്ഞില്ല, പാമ്പ് കൊറ്റിയെ ഒന്ന് ഒളികണ്ണിട്ടു നോക്കി. എന്നിട്ട് അവന്റെ പിന്നാലെ പോയി. തവള കുളത്തിനടിയിലേക്കും.

■

ഈശ്വരധർമ്മം

ഇക്ഷ്വാകു വംശത്തിൽ ദശരഥമഹാരാജാവിനു ജനിച്ച രാമൻ രജപുത്ര നായിരുന്നു. രാവണയുദ്ധത്തിന് സമയമാവുകയും വാനരസഹായം ആവശ്യമായി വരികയും ചെയ്തപ്പോൾ മര്യാദാപുരുഷോത്തമനായ രാമൻ അക്കാര്യം സുഗ്രീവനോടു പറഞ്ഞു.

സുഗ്രീവന്റെ മറുപടി: "എന്റെ ബദ്ധവൈരി സാക്ഷാൽ സ്വന്തം ജ്യേഷ്ഠനായ ബാലിതന്നെയാണ്. പൂർവജന്മത്തിലെ ശത്രു ഈ ജന്മ ത്തിൽ ഭ്രാതാവായി ജനിച്ചെന്നു വരും. എതിർക്കാൻ വന്നാൽ സ്വസഹോ ദരനായാലും സംഹരിക്കേണ്ട അവസ്ഥയുണ്ടാകും. അതിനാൽ അവന്റെ ജീവനെടുക്കാമെങ്കിലേ എന്റെ സഹായം പ്രതീക്ഷിക്കാവൂ."

അതുകേട്ട രാമൻ അവരെ ഒന്നിപ്പിക്കാൻ ശ്രമിക്കുന്നില്ല. അങ്ങനെ ചെയ്യേണ്ടത് മാനവധർമ്മമായിരിക്കാം. പക്ഷേ രാജധർമ്മമല്ല. ബാലി-സുഗ്രീവ യുദ്ധത്തിൽ ജയിച്ചുകൊണ്ടിരിക്കുന്ന ബാലിയെ രാമൻ ഒളി ച്ചിരുന്ന് അമ്പെയ്തു വീഴ്ത്തുന്നു. അഭയം ചോദിച്ചെത്തുന്നവന് ശരണ മേകേണ്ടതും സഖ്യത്തിലേർപ്പെട്ടവന്റെ രക്ഷയ്ക്കെത്തേണ്ടതും വാളോങ്ങിയവനെ ആരെന്നു ചോദിക്കാതെ വെട്ടിവീഴ്ത്തേണ്ടതും ഭിക്ഷാ പാത്രം നീട്ടുന്നവന്റെ മുഖം നോക്കാതെ അന്നം നൽകേണ്ടതും മൃത്യു ഭയം ഏശാതെ സത്യം പറയേണ്ടതും മാനവധർമം തന്നെ.

പക്ഷേ ശത്രുവല്ലാത്തവനെ എതിരിടുന്നതും നേരിട്ടു ചെല്ലാതെ പതി യിരുന്നാക്രമിക്കുന്നതും പിന്നിട്ട വഴികൾ മറക്കുന്നതും പിന്നിൽനിന്ന് കുത്തു ന്നതും വീണുകിടക്കുന്നവനെ ചവിട്ടിക്കടക്കുന്നതും ഒപ്പം കൂട്ടിയവനെയും ഒക്കത്തിരുത്തിയവനേയും പാതിവഴിയിൽ ഉപേക്ഷിക്കുന്നതും മാനവ ധർമ്മമല്ലെന്ന് മരണമടയവേ ബാലി ഓർമ്മപ്പെടുത്തുന്നു. മഹാവിഷ്ണു വിന്റെ അവതാരമാണ് രാമൻ. അവൻ ഈശ്വരനാണ്. അവന് മാനവധർമ്മം ബാധകമല്ല. രാജധർമ്മമാണ് ഒരു ക്ഷത്രിയന് പാലിക്കാനുള്ളത്.

സ്വഭാവവൈശിഷ്ട്യം കൊണ്ട് മനുഷ്യനായി പിറന്നവരിൽ ഒന്നാമൻ തന്നെ ആയിരുന്നല്ലോ ജാനകിയുടെ ഭർത്താവായ ആര്യപുത്രൻ. യുവത്വ ത്തിൽതന്നെ സ്വന്തക്കാരാലും സ്വജനതയാലും കൊടിയ അനീതിക്ക് പാത്രീഭൂതനായ രാമൻ അഹിതമായ പല കർമ്മങ്ങൾക്കും ഹേതുവായി എന്നത് ഈശ്വരനിശ്ചയം എന്ന നിലയ്ക്കല്ല, മർത്യജന്മം ഈശ്വരനു പോലും നിവൃത്തിക്കാനാവുന്നില്ല എന്ന രൂപത്തിലാണ് കാണേണ്ടത്. എല്ലാ ധർമ്മവും സത്യത്തിലും നീതിയിലും അധിഷ്ഠിതമല്ലെന്നു ഭഗവാൻ കാണിച്ചുതരുന്നു. അതല്ലെങ്കിൽ ശക്തി, ചൂഷണം, പീഡനം എന്നിവ യ്ക്കൊന്നും ഉപാസകരുണ്ടാകുമായിരുന്നില്ലല്ലോ. ■

അധികാരികൾ

മുല്ലാ ദോപ്യാസ ഷഹിൻഷാ അക്ബറിനെ കണ്ട് ചോദിക്കുന്നു. "അങ്ങേരുടെ ദർബാറിൽ ഏറെക്കുറെ എന്തും പറയാനുള്ള ദുഃസ്വാതന്ത്ര്യം അനുവദിക്കപ്പെട്ടിരുന്ന ചുരുക്കം ചിലരിൽപെട്ട ആളായിരുന്നല്ലോ മുല്ല. എങ്കിലും ഈ ചോദ്യം ഒരു പ്രഹേളികയായിരുന്നെന്നു തോന്നി."

"ഹൂസൂർ, അങ്ങേക്കു ജീവിതത്തെക്കുറിച്ചെന്തു തോന്നുന്നു?"

ബാദ്ഷാ: "രാത്രി ഉറങ്ങാൻ പോകുമ്പോൾ രാവിലെ ഉണർന്നെഴുന്നേൽക്കാൻ കൊക്കിൽ ജീവനുണ്ടാകുമോ എന്നറിയാത്തവനെപ്പോലെ."

അത് പ്രധാനമായും ഏകാധിപതികളുടേയും ഛത്രപതികളുടേയും അനുഭവമാണ്. സാധാരണക്കാർ പകലാണ് ഒരു കാരണവുമില്ലാതെ മരണം വരിക്കേണ്ടി വരിക. അതറിഞ്ഞുകൊണ്ട് മുല്ല ദോപ്യാസ: "രാവിലെ എഴുന്നേറ്റ് രാത്രി ശയിക്കാൻ പോകുന്നതുവരെ കഴുത്തിനു മീതെ തലയുണ്ടാകുമോ എന്നറിയാത്തവനാണ് ഞാൻ."

ചക്രവർത്തി: "ഞാൻ ദൈവ നിയോഗത്തെപ്പറ്റിയാണ് സംസാരിക്കുന്നത്. അവനാണല്ലോ ഒരു നിമിത്തവുമില്ലാതെ നമ്മെ കാലപുരിയിലേക്കയയ്ക്കുന്നത്. നിങ്ങൾ എന്താണീപ്പറയുന്നത്?"

മുല്ല: "ഞാൻ സുൽത്താന്റെ തന്നിഷ്ടത്തെക്കുറിച്ചാണ് സംസാരിക്കുന്നത്. അദ്ദേഹമാണല്ലോ കാര്യമറിയുന്നതിനു മുമ്പുതന്നെ കല്പന പുറപ്പെടുവിക്കുന്നതും ഒരുവനെ കൽത്തുറുങ്കിലേക്കും കഴുമരത്തിലേക്കും അയയ്ക്കുന്നതും."

എല്ലാ അധികാര പ്രയോഗവും അന്ധവും അനീതിപരവുംതന്നെ. പക്ഷേ കർത്താവ് ഈശ്വരനാകുമ്പോൾ അവൻ കരുണാമയൻ. കാർമ്മികൻ സാമ്രാട്ടാവുമ്പോൾ അയാൾ ക്രൂരൻ.

മുല്ലാ ദോപ്യാസ ഒരു ചായക്കടയിൽ ചെന്നു. "പാലില്ല." "സാരമില്ല, കട്ടൻമതി" എന്നു മുല്ല. "പക്ഷേ പഞ്ചസാരയുമില്ല", എന്നായി കടയുടമ. "അതു നന്നായി. പ്രമേഹം കലശലാണ്", ദോപ്യാസ പറഞ്ഞു.

"പക്ഷേ ചായപ്പൊടിയും തീർന്നു." "അതിനെന്താ ലൈറ്റ് ചായയാണ് നല്ലത്." മുല്ല വിടാൻ തയ്യാറല്ല. അടുപ്പിൽ തീയുമില്ലെന്ന് കടക്കാരൻ പറഞ്ഞു. "എങ്കിൽ ഒരു കപ്പു പച്ചവെള്ളം തന്നുകൊള്ളൂ. ചായയാണെന്നു കരുതി കുടിക്കാം." ആഗതൻ വീണ്ടും. അദ്ഭുതമായിരിക്കുന്നെന്നു കടക്കാരൻ.

"ഒരദ്ഭുതവുമില്ല. പ്രാർത്ഥനയാണെന്ന് പറഞ്ഞ് ഇതിലും എത്രയോ ബാലിശമായ കാര്യങ്ങളല്ലേ നാം അവനു മുമ്പിൽ നിത്യേന നിരത്തുന്നത്", ദോപ്യാസ.

■

അറിഞ്ഞും അറിയാതെയും

"ഗുരോ, ഈ ലോകം മായയാണെന്ന് ചിലർ. ഈശ്വരൻ നമ്മിൽ അന്തർലീനമായ ചൈതന്യമാണെന്നും ഏകനോ ബഹുരൂപിയോ ആകട്ടെ, അവൻ മാത്രമാണ് യാഥാർത്ഥ്യമെന്നും അതിനാൽ ഫലേച്ഛയില്ലാതെ കർമം ചെയ്യണമെന്നും അവർ. അതല്ല, ഈ ലോകം ഹ്രസ്വകാലത്തേക്കുള്ള വാസസ്ഥലമാണെന്ന് മറ്റു ചിലർ. പരലോകമാണ് സ്ഥിരതാമസകേന്ദ്രമെന്നും അതിനാൽ ഈശ്വരപ്രീതി മാത്രം ലാക്കാക്കി കർമം ചെയ്യണമെന്നും അവർ. സൃഷ്ടാവ് സൃഷ്ടികളിൽനിന്നും വ്യതിരിക്തനായ ശക്തിയത്രേ. അപ്പോൾ എന്താണ് സത്യം?"

"മുറ്റത്തു കിടക്കുന്ന ആ കല്ലെടുത്ത് മരക്കൊമ്പിലിരിക്കുന്ന ആ കാക്കയെ ഒന്നെറിഞ്ഞുനോക്കൂ. അതു പറന്നെന്നിരിക്കും. ഇല്ലെങ്കിൽ അതിനു പരിക്കുപറ്റിയെന്നിരിക്കും. ചിലപ്പോൾ ചത്തുവീണെന്നുമിരിക്കും. അപ്പോൾ ഇവിടെ സത്യം കല്ലും കാക്കയുമാണോ? ഏറ് എന്ന ക്രിയയില്ലായിരുന്നെങ്കിൽ കാക്കയ്ക്ക് കല്ല് ഒന്നുമല്ല. കല്ലിന് കാക്ക ആരുമല്ല."

"അപ്പോൾ കാക്ക ഒരു യാഥാർത്ഥ്യമല്ലേ?"

"പക്ഷേ കല്ല് ഹിംസയുടെ ഒരു പര്യായമല്ലേ? കല്ലെറിഞ്ഞുടയ്ക്കുന്നതും കല്ലെറിഞ്ഞു വീഴ്ത്തുന്നതും കല്ലെറിഞ്ഞു കൊല്ലുന്നതുമായിരുന്നല്ലോ പ്രാകൃതമനുഷ്യന്റെ ക്രൂരകൃത്യങ്ങളിൽ പ്രധാനം."

"പക്ഷേ കല്ലിനെവിടെ അസ്തിത്വം? കല്ലുപൊടിച്ചു മൺതരിയാക്കി തലയിൽ തൂവിനോക്കൂ. കുളിരു കോരും, അല്ലെങ്കിൽ ഇക്കിളി കൂട്ടും. ആ പൊടി വെള്ളത്തിൽ കുഴച്ച് മൺകട്ടയാക്കിയുണക്കി ആ ഉരുളകൊണ്ടൊരേറു കൊടുത്തുനോക്കൂ. വ്യത്യാസം കണ്ടില്ലേ. പദാർത്ഥം മാത്രം പരമാർത്ഥമാകുന്നില്ല എന്നും മനസ്സിലായില്ലേ? ഇനി ആ സഞ്ചിയിലിരിക്കുന്ന കോഴിമുട്ട ഒന്ന് നോക്കൂ. അതിന് തോടില്ലെങ്കിൽ ആ കോഴിമുട്ട ആർക്കെങ്കിലും കിട്ടുമോ? തന്റെ അകത്ത് മുട്ടയില്ലെങ്കിൽ ആ തോടിനെ ആർക്കെങ്കിലും വേണമോ?"

നാം കാണുന്ന വസ്തുക്കൾ മായതന്നെ. നാം കാണാത്ത ബന്ധങ്ങളാണ് അവയെ യാഥാർത്ഥ്യമാക്കുന്നത്. ചിന്തയിൽ വിടരുന്ന പൂക്കൾക്കാണ് മണ്ണിൽ വിരിയുന്ന പൂക്കളേക്കാൾ കൂടുതൽ ചന്തമുള്ളത്. കാരണം അവയെ ചാഞ്ഞും ചെരിഞ്ഞും നിരൂപിക്കാം. കണ്ണടച്ചാലും ഖൽബിൽ കാണാം. അറുത്തു മുറിച്ചു കളഞ്ഞാലും ആ വാടാമലരും വാസനപ്പൂക്കളും അകത്തുകയറി വാസമുറപ്പിച്ചെന്നുമിരിക്കും.

■

സ്തുതി

സൂഫിയുടെ ശിഷ്യത്വം ആശിച്ച് സുൽത്താൻ അദ്ദേഹത്തെ സമീപിച്ചു. രംഗം കടൽത്തീരം. ഗുരു: "താങ്കൾ ഭരണാധികാരിയാണല്ലോ. ആ നിലയ്ക്ക് പൊതുതാത്പര്യം സംരക്ഷിക്കുന്നതിൽ താങ്കൾ വിജയിക്കുകയും ജനഹിതം മാനിക്കുന്നതിൽ ഔത്സുക്യം കാണിക്കുകയും ചെയ്തിട്ടുണ്ടോ?"

സുൽത്താൻ: "അതിലെന്താണ് സംശയം? നമുക്ക് ഇക്കാര്യം ഈ കടപ്പുറത്തെ മുക്കുവന്മാരോടുതന്നെ ചോദിക്കാം."

എന്നിട്ട് അദ്ദേഹം അവിടെ കൂട്ടംകൂടി നിൽക്കുന്നതു കണ്ട നാലഞ്ചു മുക്കുവന്മാരെ തന്റെ ഭടന്മാരെ അയച്ചു വരുത്തി അവരോടു ചോദിച്ചു: "നാം നിങ്ങളുടെ കാര്യങ്ങൾ ശ്രദ്ധിക്കാതിരുന്നിട്ടുണ്ടോ? ഗുരുവിന് പറഞ്ഞു കൊടുക്കൂ."

"ഒരിക്കലുമില്ല." അവർ ഗുരുവിനോട് പറഞ്ഞു. "ഈ കടലിൽ ഇത്രയും മീനുണ്ടായതുതന്നെ തിരുമനസ്സിന്റെ കൃപയാലാണ്. അവിടുന്ന് തിരമാലകളെ ശാന്തമായും കൊലയാളി സ്രാവുകളെ ദുർബലരായും നിർത്തിയിരിക്കുന്നു."

അവർ സുൽത്താനെ സ്തുതിച്ച് പിരിഞ്ഞപ്പോൾ സൂഫി പറഞ്ഞു, "നമുക്ക് രണ്ട് മീൻകച്ചവടക്കാരായി വേഷം മാറാം. എന്നിട്ട് ഇതേ ചോദ്യം അവരോട് ചോദിക്കാം."

അടുത്തൊരു ദിവസം വേഷപ്രച്ഛന്നരായെത്തിയ രണ്ടുപേരും അതേ മുക്കുവക്കൂട്ടത്തെ സമീപിച്ചു. വ്യാപാരിയായി വേഷം മാറിയിരുന്ന സൂഫി മത്സ്യം മൊത്തമായെടുക്കാൻ താത്പര്യം പ്രകടിപ്പിച്ചു.

"മീനിനൊക്കെ വലിയ വിലയാണ്. കിട്ടാനില്ല," അവർ പറഞ്ഞു. എന്തുപറ്റിയെന്നായി കച്ചവടക്കാരൻ സൂഫി.

"എന്തു പറയാൻ? കടലിൽ മീനുണ്ടാകണമെങ്കിൽ തിരമാലകളെ ശാന്തരാക്കി നിർത്തണം. കൊലയാളി മത്സ്യങ്ങളെ കടലു കടത്തണം. സമുദ്രത്തിലെ മീനുകൾക്ക് പശുവിനും പോത്തിനുമെന്നവണ്ണം നല്ല തീറ്റ കൊടുക്കണം. ചുരുങ്ങിയത് കടലിൽ പതിക്കുന്ന നദികളെ നിരോധിക്കുകയെങ്കിലും വേണം. ഇതൊന്നും നമ്മുടെ സുൽത്താൻ ചെയ്യുന്നില്ല." അവർ ക്രുദ്ധരായി പറഞ്ഞു.

"ഇതാണ് ആത്മാന്വേഷികളുടെ സ്ഥിതിയും. അവർ അവൻ കേൾക്കാനായി പ്രാർത്ഥനയും കീർത്തനവും നടത്തുന്നു. സ്തുതിഗീതം പാടുന്നു. പിന്നീട് തങ്ങളുടെ ദുര്യോഗമോർത്ത് രഹസ്യമായി അവനെ പഴിക്കുന്നു", സൂഫി പറഞ്ഞു.

∎

അധികാരം

തന്റെ പിതാവിനെപ്പോലെത്തന്നെ ഗായകനായിരുന്ന ഒരു യുവാവ് അങ്ങാടിയിലെ നാൽക്കവലയിലിരുന്ന് പാടാൻ തുടങ്ങി. കുറേ കഴിഞ്ഞപ്പോൾ ഒരു വണ്ടിക്കാരൻ വന്നു പറഞ്ഞു: “നിങ്ങളുടെ പാട്ട് ഒട്ടും ശരിയല്ല. കാരണം നിങ്ങൾ സംഗീതത്തിന്റെ ഒരു നിയമവും പാലിക്കുന്നില്ല.” അതൊന്നും ശ്രദ്ധിക്കാതെ യുവാവ് ഗാനാലാപനം തുടർന്നു. പിന്നീട് വന്നത് ധനികനായ ഒരു വ്യാപാരിയായിരുന്നു. അയാൾ പറഞ്ഞു, “നിങ്ങളുടെ ഗാനത്തിൽ സംഗതിയൊന്നുമില്ല. പുറമെ ഈണവും ശ്രുതിയും മോശം.”

യുവാവ് അതിനൊന്നും ചെവികൊടുക്കാതെ തന്റെ പ്രകടനം തുടർന്നു. അവസാനം അവിടെ കുതിരപ്പുറത്ത് വന്നിറങ്ങിയത് വൃദ്ധനായ മന്ത്രിയായിരുന്നു.

“നിങ്ങളുടെ പിതാവ് നിപുണനായ ഒരു ഗായകനായിരുന്നല്ലോ. രാജസദസ്സിൽ അദ്ദേഹം പാടിയ ഇമ്പമാർന്ന പല ഗാനങ്ങളും ഞാനിപ്പോഴും ഓർക്കുന്നു. പക്ഷേ നിങ്ങൾ അച്ഛനേയും കവച്ചുവെക്കുമെന്നു തോന്നുന്നു.” അവിടെ തടിച്ചു കൂടിയ ജനം കേൾക്കേ മന്ത്രി പറഞ്ഞു.

“ശരിയാണ്. ഇദ്ദേഹം പഴകിയ ചിട്ടകളൊന്നും പിന്തുടരുന്നില്ല. എല്ലാം സ്വയംകൃതമാണ്. അത്തരം ആവിഷ്ക്കാരത്തിന്റെ മെച്ചം ഇദ്ദേഹത്തിന്റെ പ്രകടനത്തിലും ദൃശ്യമാണ്.” അതു പറഞ്ഞത് ആദ്യം വന്ന വണ്ടിക്കാരനായിരുന്നു. “വലിയ വണ്ടിക്കാരനായ ഞാൻപോലും ഇതൊന്നും പഠിച്ചിട്ടില്ല.”

അതുകേട്ടു കഴിഞ്ഞപ്പോൾ ധനികനായ വ്യാപാരിയും മുന്നോട്ട് വന്നു. “അതേയതേ. ഇദ്ദേഹം മഹാപണ്ഡിതനായ ഒരു സംഗീതകാരൻതന്നെ. കാരണം ഇദ്ദേഹം ഉപയോഗിക്കുന്ന രാഗവും താളവും അതിസമ്പന്നമായിട്ടുപോലും എനിക്കു മനസ്സിലാകുന്നില്ല.”

“നിങ്ങൾ പറയുന്നതൊന്നും എനിക്കും മനസ്സിലാകുന്നില്ല.” അവരുടെ വാക്കുകൾ കേട്ടു മന്ത്രി നിരാശനായി. എന്നിട്ട് തുടർന്നു: “ഇരുവരേയും കുറിച്ച് അഭിപ്രായം ഞാനല്ല പറഞ്ഞത്. അതു അല്പം മുമ്പേ ഇതുവഴി പോയ ചക്രവർത്തി പ്രകടിപ്പിച്ചതാണ്. ഏതുകാര്യത്തിലും തിരുമനസ്സിന്റെ വീക്ഷണം തന്നെയാണ് ഞങ്ങൾ ദർബാരികൾക്കും. പക്ഷേ നിങ്ങൾക്ക് എന്നെ അനുകരിക്കാതെ സത്യം പറയാൻ അവകാശമുണ്ട്. കാരണം നിങ്ങൾ ദർബാരികളല്ല, സ്വതന്ത്ര പ്രജകളാണ്.”

അധികാരം ദുഷിപ്പിക്കുകയും പരമാധികാരം അമിതമായി ദുഷിപ്പിക്കുകയും ചെയ്യുന്നു.

■

ബന്ധങ്ങൾ

കീഴ്ചുണ്ടിനു താഴെനിന്നുള്ള നീണ്ടൊരു താടിയുമായിട്ടായിരുന്നു ഷൈഖ് ചില്ലിയുടെ നടപ്പ്. ഗോട്ടി എന്ന പേരുള്ള ആട്ടിൻതാടി.

"ശൈഖിന്റെ താടിയും സൂഫിചിന്തയുമായി അഭേദ്യബന്ധമാണു ള്ളത്." ശിഷ്യന്മാർ ഒളിഞ്ഞും തെളിഞ്ഞും പറയുന്നത് ഗുരുവും പലവുരു കേട്ടിരുന്നു.

ഒരു ദിവസം താടി വടിച്ചുകൊണ്ടാണ് ചില്ലി ക്ലാസിലെത്തിയത്. കൂടെ നീണ്ട താടിയുള്ള ഒരു ചെമ്മരിയാടുമുണ്ടായിരുന്നു. "ഇന്നു മുതൽ ഇവൻ നിങ്ങളെ സൂഫിസിദ്ധാന്തം പഠിപ്പിക്കും. അതിനുവേണ്ട താടിയൊക്കെ ഇവനുണ്ട്." അതു പറഞ്ഞ് ആടിനെ മേശക്കാലിൽ കെട്ടി അദ്ദേഹം സ്ഥലംവിട്ടു.

ശ്മശാനത്തിലെ ഒരു കുഴിമാടത്തിനരികെനിന്ന് ചില്ലി യശശ്ശരീരന്റെ അനുഗ്രഹം തേടുന്നു. "ആരാണ് താങ്കൾ വന്ദിക്കുന്ന മഹാൻ?" അതു കണ്ട് ഒരാൾ ചോദിച്ചു. "അതെനിക്കറിയില്ല. പക്ഷേ അദ്ദേഹം മഹാനായ ഒരു ദിവ്യനായിരിക്കണം. കണ്ടില്ലേ, ഇതിലും വലിയ ഒരു കല്ലറ ഈ ശ്മശാനത്തിലില്ല." ശൈഖ് ചില്ലി മറുപടി നൽകി.

മനസ്സുകൊണ്ട് അറിയുന്നതല്ല, കണ്ണുകൊണ്ട് കാണുന്നതും കാതു കൊണ്ട് കേൾക്കുന്നതുമാണ് ഏവർക്കും മഹത്ത്വം. അല്ലെങ്കിൽ സൂര്യനെ ക്കണ്ട് ആര് നമസ്ക്കരിക്കും? ചന്ദ്രനെക്കണ്ട് ആര് നോമ്പെടുക്കും?

ആളുകൾ കുളിക്കുകയും അലക്കുകയും കടവു കടക്കുകയും ചെയ്യുന്ന അവിടെയെങ്ങും മുതലകളുണ്ടായിരുന്നില്ല. ഒരു ദിവസം ശൈഖ് ചില്ലി കടവു കടക്കവേ അദ്ദേഹത്തിന്റെ കാലിൽ ഒരു മുതല പിടുത്ത മിട്ടു. അതുകണ്ടു ചില്ലി ആത്മഗതം ചെയ്തു:

"അദ്ഭുതംതന്നെ. ഇതെവിടെനിന്നു വന്നു? ഇവിടെയെങ്ങും ഒരു മുതല യുണ്ടായിരുന്നില്ലല്ലോ."

അതുകേട്ടു കടി വിട്ടുകൊണ്ടു മുതല പറഞ്ഞു: "നിങ്ങളാണ് എവിടെ നിന്നോ വരുന്നത്. ഞാനെന്നും ഇവിടെത്തന്നെ ഉണ്ടായിരുന്നു, ഈ പുഴ യിൽ."

മുതലയ്ക്ക് കാടു മുതൽ കടലുവരെയുള്ള മുഴുവൻ പുഴയാണ് ഇവിടം. വഴിപോക്കനു കടവും പാടവും പറമ്പും അടങ്ങുന്ന സ്വന്തം നാടാണ് ഇവിടം. പരിവ്രാജകനു ഈ ലോകം സമസ്തമാണ് ഇവിടം. ഈ ലോകം മുഴുവൻ സ്വന്തമാകുന്നവന് സ്നേഹിക്കാനല്ലാതെ വെറു ക്കാനായി ഒരിടവും ബാക്കി കാണില്ല.

■

വേട്ട

കാട്ടിൽവെച്ച് ഒരു പക്ഷിവേട്ടക്കാരനും ഒരു സന്ന്യാസിയും തമ്മിൽ കണ്ടുമുട്ടി. വേടന്റെ കൈയിലേന്തിയ ചാപവും ആവനാഴിയിലെ അസ്ത്രങ്ങളും കണ്ടാൽത്തന്നെ അവൻ നടത്താനുദ്ദേശിക്കുന്ന ഹിംസയുടെ വ്യാപ്തി ബോധ്യമാകും. ആ അഭിശപ്തയത്നത്തിൽ നിന്നും അവനെ പിന്തിരിപ്പിക്കാനായാൽ അതു അനേകം ജീവികൾക്ക് പ്രാണരക്ഷയാകും. അതു കരുതി സന്ന്യാസി മേൽപ്പോട്ട് നോക്കി പക്ഷിയും കുഞ്ഞുങ്ങളുമിരിക്കുന്ന കൂടും കൊമ്പും ചൂണ്ടിക്കാണിച്ചുകൊണ്ട് അവനോട് പറഞ്ഞു: "പക്ഷികളെ കൊല്ലരുത്. ജീവനെടുക്കുന്നത് പാപമാണ്. ഉയിരേകാൻ ആവതില്ലാത്തവന് അത് ഊതിക്കെടുത്താൻ അധികാരമെന്ത്?" ആരുമെന്നും പറയുന്ന അർത്ഥം മങ്ങിയ ആപ്തവാക്യം.

അതുകേട്ടു വേടനും മേൽപ്പോട്ടു നോക്കി. കൂട്ടിൽ ഒരു പരുന്ത് അതിന്റെ കുഞ്ഞുങ്ങൾക്ക് തീറ്റ കൊടുക്കുകയാണ്. ആ ഭീമാകാരന്റെ രൗദ്രഭാവമൊന്നും ആ കൊച്ചുകിടാങ്ങളിൽ ഇനിയും ഊറിക്കൂടിയിട്ടില്ല. അജ്ഞനും അശക്തനുമാണല്ലോ നിഷ്കളങ്കനായും സത്യസന്ധനായും അറിയപ്പെടുന്നത്. എങ്കിലും അവയുടെ ഭക്ഷണത്തിൽ കോഴിയും താറാവും മീനും തവളയുമെല്ലാമുണ്ട്. നാളെ വേട്ടയാടാനുള്ള കൗശലവും ക്രൗര്യവും ഇങ്ങനെയാണവയ്ക്കു ലഭിക്കുന്നത്. പക്ഷിയായാലും രാജാവാകുന്നത് ഏറ്റവും വലിയ പരോപകാരിയല്ല, ഏറ്റവും കൊടിയ പരാക്രമിയാണ്. വണങ്ങുന്നവനെ വാക്കുകൊണ്ട് വരുതിയിലാക്കാനുള്ള വഴക്കവും വെല്ലുന്നവനെ വാളുകൊണ്ട് വീഴ്ത്താനുള്ള വീറുമാണ് അവന് വേണ്ടത്.

പിന്നെ ശിക്കാരി മണ്ണിലേക്ക് നോക്കി. അവിടെ അനേകം സുന്ദരപ്പറവകളുടെ തൂവൽ ചിതറിക്കിടക്കുന്നു. അവ പല കുഞ്ഞുകിളികളുടേതുമാണെന്നു വ്യക്തം. അതുകണ്ട് അവൻ ചോദിച്ചു: "ഇവയെല്ലാം ഗരുഡൻ ഇരയാക്കിയ കുരുവികളുടേതല്ലേ? കൊന്നു തിന്നുന്നവന് കരുണയർത്ഥിക്കാൻ എന്തവകാശം? ദുർബലനെ ശക്തൻ ഇരയാക്കുമ്പോൾ അവനെ അതിശക്തൻ ഇല്ലായ്മ ചെയ്യുന്നതല്ലേ പ്രകൃതിനിയമം. അതിവിടെയും പാലിക്കപ്പെടേണ്ടതല്ലേ. നാം നൽകാത്ത സൗജന്യം നമുക്കെങ്ങനെ ലഭിക്കും?"

സന്ന്യാസി: "കാട്ടുനീതിയും മനുഷ്യധർമ്മവും രണ്ടാണ്. പ്രതികാരത്തിനായുള്ള ഒഴിവുകഴിവുകൾ കണ്ടുപിടിക്കുകയല്ല, സ്നേഹിക്കാനായി കാരണം തേടുകയാണ് മാനവലക്ഷ്യം. കത്തിച്ചൊരു ചൂട്ടുകറ്റ കയ്യിലുള്ളവന് പലർക്കും നേർവഴി കാണിക്കാം. അല്ലെങ്കിൽ ആ തീകൊണ്ട് പല കൂരകൾ ചുട്ടു ചാമ്പലാക്കാം. വെറുക്കാൻ ഏവർക്കും ആയിരം അസത്യങ്ങൾ കാണും. സ്നേഹിക്കാൻ എല്ലാവർക്കുമായി ഒരു സത്യമേയുള്ളൂ."

■

നോക്കുന്നതും കാണുന്നതും

കാഴ്ചശക്തി കുറഞ്ഞ മൂന്നുപേർ ഒരു പാതയിലൂടെ എങ്ങോട്ടോ പോവുകയാണ്. അവർക്ക് മുന്നിലായി തെല്ലുദൂരെ കൂട്ടം തെറ്റിയ ഒരു ആടും നടക്കുന്നുണ്ട്. കുറേസമയമായി അവർ മൂവരും ആ നാഥനില്ലാത്ത നാൽക്കാലിയെ ഉറ്റുനോക്കുകയാണ്. പക്ഷേ നേത്രവൈകല്യം കാരണം അതവർക്ക് വ്യക്തമല്ല. മൂന്നുപേർക്കും പിന്നിലായി ഒരു ഭിക്ഷുവും അയാളുടെ കൂടെ ഒരു ബാലനുമുണ്ട്.

"ചേട്ടാ, ആ പോകുന്നത് കൂറ്റനൊരു കാളയല്ലേ? അതിന്റെ കൊമ്പുകൾ കണ്ടാൽതന്നെ മനസ്സിലാകും ആരെയും കുത്തിമലർത്താൻ പോന്ന ഒരു സർവ്വശക്തനാണ് അവനെന്ന്." ഒന്നാമത്തെ ദൃഷ്ടിഹീനൻ പറയുകയായിരുന്നു. കണ്ടതിനേക്കാൾ കൂടുതൽ പലതും ഊഹിച്ചെടുത്തായിരുന്നു അയാളുടെ സംസാരം.

"എടോ, തനിക്കെന്തറിയാം. ഒന്നാമതായി അതൊരു എരുമയാണെന്ന് അതിന്റെ വീർത്ത അകിടു കണ്ടാൽതന്നെ മനസ്സിലാകില്ലേ? മാലോകർക്കെല്ലാം പാലും വെണ്ണയും നൽകുന്ന പരമകാരുണികനായ ഒരു സാധു മൃഗം." രണ്ടാമൻ തിരുത്തി.

അതുകേട്ട് മൂന്നാമൻ അവർ രണ്ടുപേരോടും കലഹിക്കാൻ വന്നു. "നിങ്ങൾ രണ്ടുപേർക്കും ഒരു ചുക്കുമറിയില്ല. അവ ഒന്നല്ല, രണ്ടു മൃഗങ്ങളാണ്. അമ്മയും കുഞ്ഞും. എരുമയുടെ മകനാണ് കാള. അതിനാൽ നിങ്ങൾ സത്യം കാണുന്നെങ്കിലും കള്ളം പറയുന്നു." മൂന്നാമൻ ആദ്യത്തെ രണ്ടുപേരേയും ചോദ്യം ചെയ്തു.

ഇതെല്ലാം കേട്ട് ഭിക്ഷുവിന്റെ കൂടെ നടക്കുന്ന ബാലന് ആശയക്കുഴപ്പമായി.

"യഥാർത്ഥത്തിൽ മുന്നിൽ പോകുന്നത് ഒരു പാവം ആട്ടിൻകുട്ടിയല്ലേ? പിന്നെന്താണവർ കാളയെന്നും പോത്തെന്നും പറഞ്ഞ് നടക്കുന്നത്? അവർക്കെന്താ കണ്ണു കണ്ടുകൂടെ?" അവൻ ഭിക്ഷുവിനോട് ചോദിച്ചു.

"അവർ പറയുന്നതിൽ തെറ്റൊന്നുമില്ല. അതെല്ലാം സംഭവ്യമാണു താനും. കാരണം അവർ നോക്കുന്നത് ആടിനേയും പോത്തിനേയും കാളയേയുമായിരിക്കും. പക്ഷേ കാണുന്നത് ഈശ്വരനെയാണ്." ഭിക്ഷു പറഞ്ഞുകൊടുത്തു. "ഒരുത്തനെത്തന്നെ ഭയന്നിരുന്നാൽ വരുന്നതെല്ലാം അവനെന്നു തോന്നും. ഒരുത്തനെത്തന്നെ സ്നേഹിച്ചിരുന്നാൽ വരുന്ന തൊന്നും അവനല്ലെന്നും. നാം ഈശ്വരനെ ഇരുഗണത്തിലും പെടുത്തുന്നതാണു പ്രശ്നം."

∎

സഹോദരൻ

പണ്ട് തിബത്തിലെ ഒരു കുഗ്രാമത്തിൽ ഒരു ബുദ്ധഗുരുവുണ്ടായിരുന്നു. ശിഷ്യന്മാരുടെ പഠനം പുരോഗമിക്കുന്ന മുറയ്ക്ക് അദ്ദേഹം അവരിലാരെയെങ്കിലും ഇടയ്ക്കിടെ രഹസ്യമായി വിളിച്ച് ഒരു ദൗത്യമേൽപ്പിക്കും. "ഇരുപത്തിനാലു മണിക്കൂർ ദേശീയപാതയ്ക്കരികിൽ പോയിനിൽക്കുക. നിന്റെ സഹോദരനെ യാത്രക്കാർക്കിടയിലെങ്ങാനും കണ്ടാൽ വിളിച്ച് കൊണ്ടുവരിക, അല്ലെങ്കിൽ ആ വിവരം തിരിച്ചുവന്ന് അറിയിക്കുക", എന്നിങ്ങനെയൊക്കെയായിരിക്കും കല്പനകൾ.

ഈ പതിവ് കൂടപ്പിറപ്പുകൾ ഇല്ലാത്തവർക്കും വിദൂരസ്ഥലങ്ങളിൽ നിന്ന് വരുന്നവർക്കും ഗുരു ബാധകമാക്കിയിരുന്നു. അതിനാൽ വളരെ വിരളമായേ മേൽദൗത്യത്തിൽ ശിഷ്യന്മാർ വിജയിച്ചിരുന്നുള്ളൂ. വിജയിച്ചവരെയാകട്ടെ പിന്നീട് ഗുരുമന്ദിരത്തിൽ കാണാറുമില്ലായിരുന്നു. ഇതെല്ലാം രഹസ്യമായി നടന്നിരുന്ന കാര്യങ്ങളായിരുന്നതിനാൽ കൂടുതൽ വിവരമൊന്നും ഒരു ശിഷ്യനും കൃത്യമായി അറിവുണ്ടായിരുന്നില്ല.

അങ്ങനെയിരിക്കെ കൂട്ടത്തിൽ കൂടുതൽ യോഗ്യനെന്നു അംഗീകരിക്കപ്പെട്ടിരുന്ന ഒരു ശിഷ്യനെ ഗുരു ദേശീയപാതയിലേക്കയച്ചു. "അര മണിക്കൂർ നേരം അവിടെ നിന്ന് ആ വഴി കടന്നുപോകുന്നവരിൽ തന്റെ സഹോദരനുണ്ടെങ്കിൽ അയാളുമായി വരിക." അതായിരുന്നു ഗുരുവിന്റെ നിർദേശം.

ആ ശിഷ്യന് ജ്യേഷ്ഠാനുജന്മാരൊന്നുമില്ലാത്തതിനാൽ ആ വിവരം അറിയാമായിരുന്ന മറ്റുള്ളവരെല്ലാം അയാളുടെ പ്രയത്നം വിഫലമാകുമെന്ന് കണ്ട് അയാളോട് സഹതപിച്ചു. പക്ഷേ സംഭവിച്ചത് മറ്റൊന്നായിരുന്നു. അല്പം കഴിഞ്ഞപ്പോൾ അയാൾ പത്തുമുപ്പതു പേരുമായി തിരിച്ചെത്തി. അവരിൽ സ്ത്രീകളും കുട്ടികളുമുണ്ടായിരുന്നു.

"പത്തിരുപതു സഹോദരന്മാർ കൂടെവരാൻ കൂട്ടാക്കിയില്ല. അവർക്ക് ധൃതിയിൽ പലയിടത്തും എത്താനുള്ളതിനാൽ തിരിച്ചു വരുമ്പോൾ ഇവിടെ വരാമെന്നേറ്റിട്ടുണ്ട്." ശിഷ്യൻ ഗുരുവിനോട് പറയുന്നത് കേട്ട് മറ്റു ശിഷ്യന്മാർ മൂക്കത്തു വിരൽ വെച്ചു. രണ്ടുപേർക്കും കിറുക്കായെന്നു വരെ അവർ സംശയിക്കാതിരുന്നില്ല.

ആ സമയം കൂടെവന്ന അപരിചിതരോടായി ഗുരു പറയുകയായിരുന്നു: "അജ്ഞാതനെ അപരിചിതനായി കാണുന്നവൻ പാമരൻ. അവനെ ഇരയായി കാണുന്നവൻ ചൂഷകൻ. അവനെ ശത്രുവായി കാണുന്നവൻ രാജാവ്. എന്നാൽ അപരിചിത മുഖങ്ങളിലേക്ക് നോക്കുമ്പോൾ സ്വസഹോദരനെ കാണുന്നവനാണ് ആത്മബോധം പ്രാപ്തനായവൻ. അവൻ അവർക്ക് ഗുരുവാകുന്നു. അതിനാൽ അവനിവിടെ ഇനിയും സ്ഥാനമില്ല." ഗുരു ആ ശിഷ്യനെ ആഗതരോടൊപ്പം യാത്രയാക്കി. ■

ആചരണം

തന്റെ യജമാനന്റെ കല്പന ശിരസ്സാ വഹിച്ച് ലങ്കയിലേക്കു പോയ വീര ഹനുമാൻ രാവണന്റെ തടവിൽ കഴിയുന്ന സീതയുടെ ആഭരണവുമായി അവിടെനിന്നും തിരിച്ചെത്തുന്നു. ലങ്കാധീശന്റെ തടവിലിരിക്കുന്നത് സീതാ ദേവിയാണെന്നതിനുള്ള തെളിവാണല്ലോ അത്. തന്റെ കയ്യിലിരിക്കുന്ന ആ സ്വർണ്ണ ഉരുപ്പടികൾ കൂലങ്കഷമായി പരിശോധിച്ചിട്ടും അവ ജാനകി യുടേതുതന്നെയാണോ എന്ന സംശയം ബാക്കി നിൽക്കുന്ന രാമൻ അനിയൻ ലക്ഷ്മണനോട് അവ സീതയുടേത് തന്നെയാണോ എന്നു ചോദിക്കുന്നു. സ്വന്തം പ്രാണപ്രേയസിയുടെ പൊൻപണ്ടങ്ങൾപോലും തിരിച്ചറിയാനവസരം ലഭിക്കാത്തവിധം വ്യാകുലചിത്തനായാണല്ലോ ദശരഥപുത്രൻ എന്നും ജീവിച്ചത്.

തന്റെ വരിഷ്ഠസഹോദരനുള്ള മറുപടിയായി ലക്ഷ്മണൻ പറയുന്നു: "അല്ലയോ ജ്യേഷ്ഠാ, സീതാദേവിയുടെ മുഖത്തും മാറത്തും കഴുത്തിലും കയ്യിലും അരയിലും അണിഞ്ഞിരുന്ന ആഭരണങ്ങളാണ് ഇവയെങ്കിൽ ഞാനെങ്ങനെ തിരിച്ചറിയും? അവരുടെ പാദസരങ്ങളോ കാൽതളകളോ കാണിക്കൂ. നിത്യവുമുള്ള പാദസേവയിൽനിന്നും അവയെ എനിക്കു തിരിച്ചറിയാനാകും."

സ്വന്തം ജ്യേഷ്ഠസഹോദരന്റെ പ്രിയതമയുടെ മുഖത്തു മാത്രമല്ല ശരീരത്തിൽപോലും ഒന്നു കണ്ണുയർത്തിനോക്കാത്ത ലക്ഷ്മണൻ മാനവ കുലം ഉള്ളിടത്തോളം കാലം സദ്ചരർക്കു മാതൃകയായി വിലസുമല്ലോ.

പ്രവാചകനായ മുഹമ്മദിന്റെ രണ്ട് ഭാര്യമാർ ഒരു വീട്ടിലായിരുന്നു താമസം. അക്കാലത്ത് അറേബ്യയിൽ പല കുടുംബങ്ങളിലേയും സ്ത്രീകൾ ഒന്നിച്ചു വസിക്കുമായിരുന്നു. അവരുടെയൊക്കെ ഭർത്താക്കന്മാരും സഹോ ദരന്മാരും വർഷത്തിൽ ദീർഘസമയവും വ്യാപാരാർത്ഥവും മറ്റും ശ്യാമിലും ലെവന്തിലുമൊക്കെയായിരിക്കും. അതിനാൽ അബലകളുടെ സമൂഹജീവിതം അവർക്ക് വലിയ സുരക്ഷിതത്വബോധം നൽകിയിരുന്നു. ഒരിക്കൽ തന്റെ അനുയായികളോടൊപ്പം എവിടെയോ ഇരിക്കുകയായി രുന്ന മുഹമ്മദ് ഒരു സഹാബിയെ ആരോ ആവശ്യപ്പെട്ടതുപ്രകാരം അല്പം വെണ്ണ കൊണ്ടുവരാനായി തന്റെ വീട്ടിലേക്കയയ്ക്കുന്നു. ഏതു ഭാര്യ യോടാണ് വെണ്ണ ചോദിക്കേണ്ടതെന്നും റസൂൽ പറഞ്ഞു കൊടുക്കുന്നു.

വെണ്ണയുമായി തിരിച്ചെത്തിയ അനുചരനോട് ഏതു ഭാര്യയാണ് വെണ്ണ തന്നതെന്ന് ചോദിക്കുന്നു. "അതെനിക്കറിയില്ല, ഞാൻ അവരുടെ മുഖങ്ങൾ ഇന്നുവരെ കണ്ടിട്ടില്ല, അവരുടെ ശബ്ദം ഇതുവരെ കേട്ടിട്ടില്ല, ആ പേരുകൾ ഒരിക്കലും ചോദിച്ചിട്ടില്ല." ശിഷ്യൻ.

രാമനും മുഹമ്മദും ലക്ഷ്മണനും ഒന്നുതന്നെ. കാരണം സത്യവും നീതിയും ധർമ്മവും ഒന്നുതന്നെ. ഹെ റാം, യാ റഹീം.

■

മണ്ഡൂകം

ഒരു പോക്കാച്ചിത്തവള പാറപ്പുറത്തിരുന്ന് തന്റെ അനന്തരാവകാശികളോട് വീമ്പു പറയുകയായിരുന്നു. വീരശൂരപരാക്രമികളും മഹത്തുക്കളുമായ പൂർവികരെക്കുറിച്ചായിരുന്നു ഏറെയും സംസാരം. അവരൊന്നും ശത്രുക്കളെ ഭയപ്പെട്ടില്ല. തോറ്റോടിയുമില്ല. ശത്രുവിന്റെ തത്ത്വദീക്ഷയില്ലായ്മ മൂലം പലരും രക്തസാക്ഷികളായി എന്നതു പരമാർത്ഥം. അതിൽ അഭിമാനംകൊള്ളുന്നു, എന്നിങ്ങനെ പോയി പോക്കാച്ചിയുടെ വീരവാദങ്ങൾ.

ആ സമയത്ത് പെട്ടെന്ന് അവിടെ ഒരു സർപ്പമെത്തി. ആ ഉഗ്രനെക്കണ്ട് പോക്കാച്ചിത്തവള ഒന്നു ഞെട്ടിയെങ്കിലും അതു അധികനേരം നീണ്ടുനിന്നില്ല. അവന് സുരക്ഷാതാവളത്തിലേക്ക് ചാടിമറയേണ്ടിയും വന്നില്ല. കാരണം നേർക്കുനേരെനിന്ന് കൊത്താനാഞ്ഞ പാമ്പ് ഉടനെ പത്തിതാഴ്ത്തി എങ്ങോട്ടോ അപ്രത്യക്ഷമായി. അപൂർവമായിപ്പോലും സംഭവിക്കാത്ത ഒരു പ്രതിഭാസം.

ആ നടപടിയുടെ പൊരുൾ തേടാൻ മെനക്കെടാതെ പാമ്പുകളെ തനിക്കൊരു പേടിയുമില്ലെന്ന് അപ്പൂപ്പൻ തവള പ്രസംഗിക്കാൻ തുടങ്ങി. നാഗങ്ങളെ മാത്രമല്ല, മണ്ണിലും വിണ്ണിലുമുള്ള ഒരു ജീവിയേയും താൻ വകവെക്കുന്നില്ല. എത്രയോ കാലമായി താൻ ഈ വെല്ലുവിളിയുമായി ഇവിടെ പാറപ്പുറത്തിരിക്കുന്നു. പക്ഷേ അതു സ്വീകരിച്ച് ഒരുത്തനും ഇന്നുവരെ ഇവിടെ വരാൻ ധൈര്യപ്പെട്ടിട്ടില്ല. കണ്ടില്ലേ, പടംവിടർത്തി പാഞ്ഞുവന്ന പാമ്പ് വാലുചുരുട്ടി ഇഴഞ്ഞു മറഞ്ഞത്.

അതിനിടയിൽ പാമ്പു തിരിച്ചു വന്നു പോക്കാച്ചിയോട് പറഞ്ഞു: "എനിക്കു കലശലായ വിശപ്പുണ്ട്. അതിനാൽ നിന്നെ തിന്നാനാണ് ഞാൻ മടങ്ങിവന്നത്."

അതുകേട്ട് തവള വല്യപ്പൻ ഞെട്ടിപ്പോയി. താൻ വീമ്പു പറഞ്ഞതും വാസ്തവത്തിൽ വിശ്വസിച്ചതുമെല്ലാം വെറുതെയായി. അതോർത്തു തവള ചോദിച്ചു: "പക്ഷേ അൽപം മുമ്പ് നീ എന്നെപ്പേടിച്ച് ഇവിടെനിന്നും രക്ഷപ്പെട്ടപ്പോൾ നിനക്കു വിശപ്പുണ്ടായിരുന്നില്ലേ?"

സർപ്പം: "നിന്നെ പേടിക്കുകയോ? അന്നേരം നീ ശ്രദ്ധിക്കാതെ എന്നെ ഒരു കീരി പിന്തുടർന്നിരുന്നു. അവനെ ഭയന്നാണ് ഞാൻ ഓടിയത്. ഇപ്പോൾ അവൻ പോയപ്പോൾ എന്റെ വിശപ്പു തിരിച്ചുവന്നു. ഭയവും വിശപ്പും ഒന്നിച്ചു വസിക്കുകയില്ല."

നാം ആഗ്രഹിക്കുന്നതാണ് നമുക്ക് സത്യം. എന്റെ വീട്ടിൽ കള്ളൻ കടന്നപ്പോൾ ഒരു ജന്മത്തെ കഠിനാധ്വാനമെല്ലാം കശ്മലൻ കവർന്നെന്നു ഞാൻ കരഞ്ഞു. എന്റെ വീട്ടിൽ കള്ളൻ കടന്നപ്പോൾ പൂത്തപണമെല്ലാം ഒരു സത്യസന്ധൻ കൊണ്ടുപോയെന്നു നിങ്ങൾ ചിരിച്ചു. മറിച്ചും. ■

അന്നം

ഗുരു രാംദാസിന്റെ വിശാലമായ മുറ്റത്ത് അവിടെയവിടെയായി വാരി വിതറിയ ധാന്യമണികൾ കൊത്തിത്തിന്നാൻ എപ്പോഴും അരയന്നങ്ങൾ തിങ്ങിക്കൂടിയിരിപ്പുണ്ടാകും. ഒരു വർഷം പഞ്ചാബിൽ വലിയൊരു വറുതി കടന്നുവന്നു. തിന്നാനും കുടിക്കാനും കിട്ടാതെ മൃഗങ്ങൾ മാത്രമല്ല മനുഷ്യർവരെ മരണമടയാൻ തുടങ്ങി. ഗുരുവിന്റെ ആശ്രമത്തിലും ആഹാരത്തിനു ബുദ്ധിമുട്ടു വന്നു. എങ്കിലും അരയന്നങ്ങൾക്കുള്ള തീറ്റയിൽ ഒരു കുറവും ഗുരു വരുത്തിയില്ല. ഗുരുവിന്റെ അസ്വാഭാവിക നടപടിയിൽ അനുചരർക്കും ആശ്രിതർക്കും മാത്രമല്ല, സന്ദർശകർക്കും വരെ നീരസം തോന്നായ്കയല്ല. എങ്കിലും ആ പ്രവർത്തിയിലെന്തെങ്കിലും പൊരുൾ കാണുമെന്നോർത്ത് അവർ ആശ്വസിച്ചു.

വൈകാതെ മഴ പെയ്തു നാടു പച്ചയണിഞ്ഞു. കൊയ്തുകൂട്ടിയ കറ്റകൾകൊണ്ട് കൊയ്ത്തരിവാളുകൾക്കു മൂർച്ച കുറഞ്ഞു. പാടത്തും പറമ്പിലും കൊഴിഞ്ഞുപോയ ധാന്യമണികൾ നിറഞ്ഞപ്പോൾ ഗുരു മുറ്റത്തെ അരയന്നങ്ങളെ ഓടിച്ചുവിട്ടു.

ഗുരുവിന്റെ വിചിത്രമായ പെരുമാറ്റം വീണ്ടും കണ്ട ശിഷ്യന്മാർക്ക് അദ്ഭുതമായി. "നെന്മണിയൊന്ന് കൊറിക്കാനില്ലാതിരുന്നപ്പോഴും അങ്ങ് അവയെ തീറ്റിപ്പോറ്റി. ഇപ്പോൾ പ്രശ്നം തീർന്നല്ലോ? പിന്നെയെന്തിന് അവയെ ആട്ടിയകറ്റുന്നു?" അവർ ചോദിച്ചു.

"അതെനിക്കു പറ്റിയ തെറ്റാണ്. കാറ്റുള്ളപ്പോൾ തൂവണം, കാറ്റടങ്ങുമ്പോൾ വഞ്ചിയിറക്കണം എന്നാണല്ലോ. ഇപ്പോൾ അവ സ്വയം അന്നം തേടട്ടെ. എങ്കിലേ ക്ഷാമകാലത്ത് സ്വന്തം വഴി കണ്ടുപിടിക്കാൻ ശക്തി നേടൂ." ഗുരു പറഞ്ഞു.

മനസ്സിൽ നിറയെ വിഷവുമായി മനുഷ്യർ നടക്കുന്ന ഇക്കാലത്ത് സ്വാമി വിവേകാനന്ദൻ പറഞ്ഞ ഒരു മനോഹര കഥയുണ്ട്. തന്റെ കാളകൂട വിഷവുമേന്തി ജനങ്ങളെ ആട്ടിപ്പായിച്ചും കടിക്കാനാഞ്ഞും ഭീകരാന്തരീക്ഷം സൃഷ്ടിച്ചുകൊണ്ടിരുന്ന ഒരു സർപ്പം സ്വാമിജിയെ സമീപിച്ച് തന്നെ മനുഷ്യർ വെറുക്കുകയും അക്രമത്തിനാഹ്വാനം നടത്തുകയും ചെയ്യുന്നതിനെക്കുറിച്ച് പരാതിപ്പെട്ടു. "ഈശ്വരൻ നൽകിയതാണെനിക്ക് വിഷം. ഞാനെന്തു ചെയ്യും?" സർപ്പം. സ്വാമിജി: "നിന്റെ ശരീരത്തിലെ വിഷമല്ല പ്രശ്നം. മനസ്സിലെ വിഷമാണ്. നീ ഭീകരത നിർത്തി മനുഷ്യനെ സ്നേഹിക്കുക. മനുഷ്യർ നിന്നെയും സ്നേഹിക്കും."

ഗുരു രാംദാസ്(എ.ഡി.1534–1581): നാലാമത്തെ സിഖ് ഗുരു (1574–1581) സിഖ് മതാനുയായികളുടെ പവിത്രനഗരമായ അമൃതസർ സ്ഥാപിച്ചത് ഇദ്ദേഹമാണ്. അഞ്ച് മുതൽ പത്തുവരെയുള്ള സിഖ് ഗുരുവര്യന്മാർ ഇദ്ദേഹത്തിന്റെ പിൻഗാമികളാണ്. ■

മനസ്സിൽ കാണുമ്പോൾ

തന്റെ യൗവനം മുഴുവൻ കുപ്രസിദ്ധനായി ജീവിതം നയിച്ച ഒരു സമുറായി വയസ്സേറെ ചെന്നപ്പോൾ മനംമാറി ഒരു ബുദ്ധഭിക്ഷുവായിത്തീർന്നു. പ്രകൃതം തുടർന്നാലും പ്രായം പലതും മാറ്റുമല്ലോ. കാലം കവരാത്ത കലവറയില്ല. എങ്കിലും എപ്പോഴും കയ്യിൽ മൂർച്ചയുള്ളൊരു വാൾ കരുതാൻ അയാൾ മറന്നിരുന്നില്ല. ജാത്യാലുള്ളത് തൂത്താൽ പോകില്ലല്ലോ. താൻ ജീവിതത്തിൽ പലരേയും ഉപദ്രവിച്ചിട്ടുണ്ടെന്നും തദ്വാരാ അനേകം ശത്രുക്കളെ നേടിയിട്ടുണ്ടെന്നും അവരെ ചെറുക്കാനാണ് ഖഡ്ഗമെന്നും അയാൾ പറയുമായിരുന്നു.

ഒരു ദിവസം ക്യോട്ടോയിലെ അതിപുരാതനമായ ഒരു ആശ്രമത്തിലേക്ക് അയാൾ കയറിച്ചെന്നു. വാളേന്തിയ ഭിക്ഷുവിനെ കണ്ട് അതിശയിച്ച മഠാധിപതി കാരണമന്വേഷിച്ചു. ശാന്തിദൂതരായ ബുദ്ധോപാസകർക്ക് ഉടവാളെന്ന ആ ഭൂഷണം ഭൂഷണമല്ല.

“ഞാൻ ഒരു പഴയ സമുറായി ആണ്. അതിനാൽ അനേകം ശത്രുക്കളുണ്ട്. അവരിൽനിന്നും രക്ഷ നേടാൻ ഇതല്ലാതെ മാർഗമില്ല.” ആഗതൻ വിശദീകരിച്ചു. “നന്മ നേരുന്നവനും നമിച്ചു നിൽക്കുന്നവനും ശാന്തിപ്രേമം കൊണ്ടല്ല, ശക്തിഭയം കാരണമാണല്ലോ അങ്ങനെ ചെയ്യുന്നത്.”

“അദ്ഭുതകരംതന്നെ. ഒരു ഖഡ്ഗം നിങ്ങളെ രക്ഷിക്കുമെന്നുറച്ച് ജീവിക്കുന്ന കാലത്തോളം പരമാനന്ദം നിങ്ങൾക്ക് അപ്രാപ്യമായിരിക്കും. അതു വലിച്ചെറിഞ്ഞു തിരിച്ചുവരൂ.” ഗുരു അയാളെ ഉപദേശിച്ചു.

അയാൾ പോയി അനേകം നാളുകൾ കഴിഞ്ഞ് മടങ്ങി വന്നു. അപ്പോൾ സമുറായി തികച്ചും നിരായുധനും പ്രസന്നവദനനുമായിരുന്നു. ലൗകികാഭിനിവേശം വെടിഞ്ഞും ഹിംസയുപേക്ഷിച്ചും ജീവിക്കുന്ന ഒരു ഭിക്ഷുവിന്റെ എല്ലാ ലക്ഷണങ്ങളും അയാളിലിപ്പോൾ കാണാനുണ്ട്. അതു കണ്ടു ഗുരു സന്തോഷിച്ചു. എന്നിട്ട് ആ മാറ്റത്തിന്റെ രഹസ്യമറിയാനായി കഴിഞ്ഞ കാലത്തെക്കുറിച്ചന്വേഷിച്ചു.

“ഗുരോ, ആ വാൾ എന്നെ രക്ഷിച്ചു. ഇപ്പോൾ ഞാൻ തികഞ്ഞ സുരക്ഷിതത്വം അനുഭവിക്കുന്നു. എന്തെന്നാൽ എനിക്കു പ്രധാനമായും മൂന്നു ബദ്ധവൈരികളാണ് ഭൂമുഖത്തുണ്ടായിരുന്നത്. ഇന്ന് അവർ ജീവിച്ചിരിക്കുന്നില്ല. എല്ലാം ഖഡ്ഗത്തിന്റെ കൃപ.” അയാൾ അടിയറവു പറഞ്ഞു.

“ശ്രീമാൻ, താങ്കൾക്കു തെറ്റിയിരിക്കുന്നു. താങ്കളുടെ മൂന്ന് ആജന്മശത്രുക്കൾ ഇന്നും ജീവിച്ചിരിക്കുന്നു, മനസ്സിൽ. വിദ്വേഷം, ശത്രുത, പ്രതികാരം. ആരേയും ഭസ്മമാക്കാൻ പോന്ന അവ അന്തരംഗത്തു കുടികൊള്ളുന്ന കാലത്തോളം സന്തോഷം നിങ്ങൾ അനുഭവിക്കുകയില്ല.” ഗുരു മറുപടി പറഞ്ഞു.

■

സ്വപ്നം

പട്ടാപ്പകൽ തന്റെ അടിമ ആധിയന്യേ കിടന്നുറങ്ങുന്നതു കണ്ട് യജമാനൻ ഭാര്യയെ വിളിച്ചുകൊണ്ടുവന്നു. “നോക്കൂ, ഇവൻ ഭക്ഷണം പാകം ചെയ്തു നമുക്കു രണ്ടുപേർക്കും വിളമ്പേണ്ടുന്ന സമയമാണിത്. എന്നിട്ടും ഈ കുശിനിക്കാരൻ ഒന്നും കൂസാതെ കൂർക്കംവലിച്ചു കിടക്കുന്നതു കണ്ടില്ലേ?” മുതലാളി കോപിച്ചു. “താൻ ഒരടിമയാണെന്നും ഒന്നുമാഗ്രഹിക്കാൻ അർഹനല്ലെന്നും ഇവൻ മറക്കുന്നു. നീയാണ് ഈ ഗുലാമിനെ വഷളാക്കുന്നത്. തറയിൽ ഇരിക്കേണ്ടത് തലയിൽ വെച്ചാൽ ഇങ്ങനെയിരിക്കും.” അയാൾ ഭാര്യയെ കുറ്റപ്പെടുത്തി. ദുഃസ്വാതന്ത്ര്യമെടുക്കുകയും അച്ചടക്കരാഹിത്യം കാണിക്കുകയും ചെയ്യുന്നുവന് കനത്ത ശിക്ഷ കൊടുക്കുകതന്നെ വേണം.

എന്നിട്ടയാൾ ആ കിടപ്പിൽ നിന്നും ആ മഹാപാവത്തെ ചവിട്ടിയുണർത്താൻ ആഞ്ഞു. ആ അത്യാചാരം കണ്ടുനിൽക്കാൻ ആ മഹിളയ്ക്കായില്ല. “അയ്യോ, വേണ്ട. അവന്റെ മുഖത്തെ ആ വിടർന്ന പുഞ്ചിരി നോക്കൂ. അവൻ സ്വർഗവാതിൽക്കൽ നിന്നുകൊണ്ട് ഒരു സ്വപ്നം കാണുന്നുണ്ട്, തീർച്ചയായും ദുനിയാവിലെല്ലാവർക്കുമായുള്ള ഒരു മനോഹര സ്വപ്നം.” യജമാനത്തി ഭർത്താവിനെ തടഞ്ഞുകൊണ്ടു പറഞ്ഞു.

“അതെന്താണ്?” ഭാര്യ പറഞ്ഞതു കേട്ടപ്പോൾ മാലിക് അല്പം സൗമ്യനായി.

“അവനിപ്പോൾ നമ്മുടെ യജമാനനാണ്. നാം രണ്ടുപേരും ആ ഹതഭാഗ്യന് ഭക്ഷണം വെച്ചു വിളമ്പിക്കൊടുക്കുകയാണ്. അവൻ രത്നഖചിതമായ തീൻമേശയ്ക്കു മുന്നിലിരുന്ന് ആഹാരം ആർത്തിയോടെ കഴിക്കുന്നു. അപ്പുറമിപ്പുറമായി ഖാൻസാമയായി നിങ്ങളും ബാവർച്ചിയായി ഞാനും അവനെ ഉത്സാഹത്തോടെ ഊട്ടുന്നുണ്ട്. സുന്ദരമായ ഒരു സ്വപ്നമല്ലേ അത്?” ആ സ്ത്രീ തുടർന്ന് ചോദിച്ചു.

“ശരിയാണ്, ഭൂമിയിലെ എല്ലാ യജമാനന്മാരും ഈ സ്വപ്നം കണ്ടിരുന്നെങ്കിൽ ഈ ലോകം എത്ര ചേതോഹരമാകുമായിരുന്നു.” ക്ഷീണിച്ചവശനായിക്കിടക്കുന്നവനെ തഴുകിത്തലോടിക്കൊണ്ട് മാലിക് വിതുമ്പി.

അത്രേയുള്ളൂ. നിങ്ങളുടെ മനസ്സ് നിങ്ങളുടേതാണ്. അവിടെ നിങ്ങൾക്ക് ഒരു വിജയസ്തംഭം സ്ഥാപിക്കാം. അല്ലെങ്കിൽ ഒരു ദീപസ്തംഭം നിർമ്മിക്കാം. ആയിരം ആളുകളെ കൊല്ലുന്നവനാണ് വിജയസ്തംഭം പണിയുന്നത്. ദീപസ്തംഭം ഉണ്ടാക്കുന്നവൻ സമസ്തലോകത്തേയും സ്നേഹിക്കുന്നവനാകുന്നു. അവൻ വഴികാട്ടുന്നവനാകുന്നു. എന്തെന്നാൽ അവൻ രാമനും റഹിമാനും ശ്രീയേശുവും ആകുന്നു. ■

പാപ്പിലിയോ

ബോധിധർമ്മനെ കാണാനായി ഒരു അപരിഷ്കൃതൻ വന്നു. കാലം മാറിയതും ദേശം തെറ്റിയതുമൊന്നും അയാൾക്കു പ്രശ്നമായിരുന്നില്ലെന്നു തോന്നി. "മഹാത്മാവേ, എനിക്കു ബുദ്ധനെ കാണണം. അതിനായി ധ്യാനം പഠിക്കണം." അവൻ പറഞ്ഞു. "കഴിഞ്ഞകാലമെല്ലാം തെറ്റു മാത്രം ചെയ്താണ് ജീവിച്ചതെന്ന് ഇപ്പോൾ തോന്നുന്നു. അതിനെല്ലാം പ്രായശ്ചിത്തം ചെയ്യണം."

"നീ എന്തു ചെയ്യുന്നു?" ബോധിധർമ്മൻ. "ഏതു ക്രൂരകൃത്യവും കൃപാകരന്റെ ഇംഗിതമാണല്ലോ. അതിനാൽ പശ്ചാത്താപം തന്നെയാണ് ഏറ്റവും വലിയ പ്രായശ്ചിത്തമെന്നോർക്കുക."

"ഞാനൊരു വേടനാണ്. പക്ഷികളെ അമ്പെയ്ത് കൊന്നുതിന്നു ജീവിക്കുന്നു." കാടൻ കരഞ്ഞു. "ഞാൻ കൊന്നവയുടെ കരച്ചിൽ എന്റെ കാതിൽനിന്നും മായുന്നില്ല. അവ ഒന്നിച്ചാർത്തുവന്ന് എന്റെ കരൾ കൊത്തിക്കീറുന്നതുപോലെ."

"പക്ഷികളെ അമ്പെയ്തു കൊന്ന്തിന്നു ജീവിക്കുന്നതാണ് ശരിയായ ധ്യാനം. പക്ഷേ ശരം തൊടുത്തുവിടുമ്പോൾ ബുദ്ധനെ മനസ്സിൽ ഇരുത്തുക. അതുമതി." ബോധിധർമ്മൻ ഉപദേശിച്ചു.

അതുകേട്ട് അവൻ പോയി. പിന്നീട് ഗൗതമനെ മനസ്സിൽ ഓർത്തായിരുന്നു അവന്റെ അമ്പെയ്ത്ത്. ക്രമേണ അവന് ഉന്നം പിഴയ്ക്കാൻ തുടങ്ങി. പിന്നീട് ഉന്നം ഒരിക്കലും കിട്ടിയില്ല. ശേഷം അസ്ത്രം വില്ലിൽ വെച്ച് കുലയ്ക്കാൻപോലും കഴിയാതെയായി. പിന്നെപ്പിന്നെ ധനുസ്സ് പോയിട്ട് ആവനാഴിയും അസ്ത്രവുംപോലും പൊക്കാൻവരെ അവന് ആവതില്ലാതായി. അവസാനം ശരവും ചാപവും കാണുന്നതുതന്നെ അവന് ഭയമായി. പക്ഷികളെ കാണുമ്പോൾതന്നെ അവന്റെ മനസ്സ് കിടിലം കൊണ്ടു. അവൻ മഹാഗുരുവിനെ ചെന്നു കണ്ടു കാര്യം പറഞ്ഞു.

"പക്ഷികളേയും കിളികളേയും കാണുമ്പോൾ എനിക്ക് വല്ലാത്തൊരു വിഭ്രാന്തി തോന്നുന്നു. ഭയമോ ഭക്തിയോ ആരാധനയോ മറ്റോ. ഒരു ശലഭത്തെപ്പോലും നോവിക്കാൻ എനിക്കാവുന്നില്ല. അതിനാൽ എനിക്കിനിയും ധ്യാനം പഠിക്കണം. തഥാഗതനെ കാണണം." വേടൻ വീണ്ടും അപേക്ഷിച്ചു. "ആ തൃപ്പാദങ്ങൾ കണ്ണീർകൊണ്ട് കഴുകി ശേഷിക്കുന്നകാലം കഴിക്കണം."

"അതെല്ലാം നടന്നിരിക്കുന്നു. നീ കാണുന്ന ബുദ്ധൻ പറവകളുടേയും കുരുവികളുടേയും മാത്രമല്ല ശലഭങ്ങളുടേയും രൂപത്തിലാണെന്നു മാത്രം." ബോധിധർമ്മൻ മൊഴിഞ്ഞു.

■

വാക്കും ചിന്തയും

അങ്ങാടിയിലെ ചത്വരമധ്യത്തിലുള്ള നെടുനീളൻ വിളക്കുകാലിൽ തളപ്പിട്ടു കയറി താഴേക്കു ചാടിച്ചാകുമെന്നൊരു യുവാവ് ഭീഷണി മുഴക്കുന്നു. അതോടെ വലിയൊരു ജനാവലി അവിടെ തടിച്ചുകൂടി അവനെ പിന്തിരിപ്പിക്കാൻ ശ്രമിക്കുന്നു. നിനക്കെന്തു വേണമെങ്കിലും ഞങ്ങൾ സാധിച്ചു തരാം. നീ താഴെയിറങ്ങ്. അരുതാത്തതൊന്നും ചെയ്യരുത് എന്ന് അവർ യാചിക്കുന്നു. പതിവു കാഴ്ച.

"എനിക്ക് രാജാവിന്റെ ഏകമകളെ വിവാഹം കഴിക്കണം. അവളാണല്ലോ അടുത്ത ഭരണാധികാരി." അവൻ ആ ഉന്നതങ്ങളിലിരുന്ന് തൊള്ളയിടുന്നു. അതല്പം കടന്നുപോയില്ലേ എന്നു അവിടെ കൂടിയവർക്കൊക്കെ തോന്നി. വിറ്റു പോകാത്തതിന് വിലപേശിയിട്ടെന്തുകാര്യം.

"അതുമാത്രം നടപ്പില്ല. കാരണം കുമാരിയെ കെട്ടേണ്ടവൻ രാജകീയ രക്തമുള്ളവനായിരിക്കണം. നീയേതു തെണ്ടിയാണെന്നാർക്കറിയാം," ഒരു രാജഭക്തൻ. അതുകേട്ട് മറ്റൊരാൾ ഖണ്ഡിച്ചു. "നടക്കും. ഇത്രയും ഉയരത്തിൽ കയറാമെങ്കിൽ ഇവൻ പരമശക്തൻ തന്നെ. വിളക്കുകാലിന്മേലിരുന്ന് പ്രകാശം പരത്തുന്ന ആൺകുട്ടി. അതിനാൽ ഇവൻതന്നെ കുമാരിയെ വേൾക്കും," രാജാവിനെ ഉള്ളാലെ ഇഷ്ടപ്പെടാത്ത ഒരു പ്രഭുവായിരുന്നു അത്.

അങ്ങനെ ഓടിക്കൂടിയവർ തമ്മിൽ അടികൂടുന്നു. അവനെ രാജാവാക്കി മദിരയാലും മദിരാക്ഷിയാലും മയക്കിക്കിടത്തി സ്വയം മന്ത്രിയായി ഭരണം നടത്താമെന്നു മോഹിച്ചവനും ആ മന്ത്രിക്ക് കൈക്കൂലി കൊടുത്തു രാജപുരോഹിതനാകാമെന്നു കരുതിയവനും ആ പുരോഹിതനു പെണ്ണു കൊടുത്തു മന്ത്രവാദിയാകാമെന്നു നിനച്ചവനും ആ മന്ത്രവാദിക്കു കള്ളു കൊടുത്തു ജ്യോത്സ്യനാകാമെന്നു കിനാവു കണ്ടവനും എല്ലാം യുവാവിനെ പിന്തുണയ്ക്കുന്നു. ഈ ഇബ്‌ലീസ് രാജാവായാൽ സമാധാനം തകരുമെന്നും അരിക്കു തീവിലയാകുമെന്നും കയ്യൂക്കുള്ളവൻ കാര്യക്കാരനാകുമെന്നും അതിനാൽ രാജഭരണംതന്നെ വേണ്ട എന്നും കരുതുന്നവർ മറുഭാഗത്തും.

അവരുടെ അങ്കം മുറുകിയപ്പോൾ രാജാവ് സ്വയം അങ്ങോട്ട് എഴുന്നെള്ളുന്നു. "നിങ്ങൾക്കു തെറ്റി. ഞാനാണിവനെ നിങ്ങൾക്കിടയിലേക്ക് അയച്ചത്. അവൻ പറഞ്ഞതും ചെയ്യുന്നതുമെല്ലാം നമ്മുടെ നിർദ്ദേശപ്രകാരമാണ്. അതിനുള്ള പ്രതികരണമായി നിങ്ങളുടെ വാക്കുകൾ കേൾക്കാൻ."

അതുകേട്ട് കാണികൾ നിശ്ശബ്ദരായി. അപ്പോൾ ഏഴാകാശം മുട്ടുന്ന ആ വിളക്കുകാലിന്മേലിരുന്ന് അവൻ വിളിച്ചു പറഞ്ഞു "നാമാണ് ഇദ്ദേഹത്തിന് ഇങ്ങനെ തോന്നിപ്പിച്ചയച്ചത്. നിങ്ങളുടെ മനസ്സുകൾ വായിക്കാൻ വേണ്ടി."

■

സൗഹൃദം

ആ ചെറിയ ഗ്രാമത്തിൽ അൻപതോ അറുപതോ വീടുകളേ ഉണ്ടായിരുന്നുള്ളൂ. അതിനാൽ ഗ്രാമവാസികളെല്ലാം തമ്മിൽത്തമ്മിൽ അറിയുന്നവരും അന്യോന്യം സ്നേഹത്തോടെ കഴിയുന്നവരുമായിരുന്നു. അതിനാൽ കള്ളവും ചതിയും അവിടെ കേട്ടുകേൾവി മാത്രമായിരുന്നു. പകരം സമാധാനവും സന്തോഷവും നാട്ടിൽ കളിയാടി. അതുകൊണ്ടു തന്നെ പാവങ്ങളായിരുന്നിട്ടുപോലും ആനയൂട്ടും ഗജപൂജയുംവരെ അവിടെ സാധാരണവുമായിരുന്നു.

അങ്ങനെയിരിക്കെ അവിടെ ഒരു സന്ന്യാസി വന്നു. ഗ്രാമത്തിലെ ചൗപ്പാളിൽ പുല്ലുകൊണ്ടു മേഞ്ഞൊരു കുടിലുണ്ടാക്കി അവിടെ താമസവും തുടങ്ങി. മഹർഷിയുടേത് ലളിതമായൊരു ഭക്തിജീവിതം എന്നല്ലാതെ സ്വാമിയെപ്പറ്റി കൂടുതലൊന്നും നാട്ടുകാർക്കറിയാമായിരുന്നില്ല. അദ്ദേഹം ഓരോ വീട്ടിലും ഭിക്ഷയെടുക്കാൻ പോകുമ്പോൾ ഇവിടുത്തെ സ്വന്തം നാട്ടുകാരെക്കുറിച്ച് അവരോരുത്തരോടും ചോദിക്കും.

"ഞങ്ങളുടെ ഈ ഗ്രാമത്തിൽ എല്ലാവരും സമാധാനപ്രിയരും ദൈവഭക്തരും സത്യസന്ധരുമാണ്. എള്ളോളമില്ല പൊളിവചനം." അവരെല്ലാം ആണയിട്ടു പറയും. ഗ്രാമത്തിലെ ചെറുഅങ്ങാടിയിൽ അഞ്ചാറു കുഞ്ഞു കടകളുണ്ട്. അവിടുത്തെ വ്യാപാരികളെല്ലാം ഗ്രാമത്തിലുള്ളവർതന്നെ. ഉപഭോക്താക്കളും നാട്ടുകാർ മാത്രം.

ഒരിക്കൽ രാജാവ് തന്റെ നികുതി പിരിവുകാരനെ അങ്ങോട്ടയച്ചു. വലിയ പരാതിയൊന്നുമില്ലാതെ ജീവിക്കുന്നു എന്നതിനാൽ അവർ തികഞ്ഞ സമ്പന്നരായിരിക്കണമെന്ന് കൊട്ടാരത്തിൽ എങ്ങനെയോ വിവരം ലഭിച്ചിരുന്നു. അതിനാൽ ചുങ്കക്കാരൻ ഓരോ കടയിലും കയറി വരുമാനത്തെക്കുറിച്ചും ലാഭത്തെപ്പറ്റിയും അന്വേഷിച്ചു.

കച്ചവടക്കാരെല്ലാം പരസ്പരം സുഹൃത്തുക്കളും ബന്ധുക്കളുമൊക്കെയാകയാൽ അപരനെക്കുറിച്ച് ഒരു രഹസ്യവും അവരാരും പങ്കുവെക്കുകയില്ല എന്നയാൾക്കുറപ്പായിരുന്നു. "എന്തു വരുമാനം? എന്തുലാഭം? സത്യസന്ധമായും ദൈവഭക്തിയോടെയും ജീവിക്കുന്നതിനാൽ എനിക്കെന്നും നഷ്ടംതന്നെ. പിന്നെ ഒരു തൊഴിൽ ചെയ്യേണ്ടേ എന്നു കരുതി കട തുറന്നു വെക്കുന്നു എന്നുമാത്രം. പക്ഷേ മറ്റുള്ളവരുടെ കാര്യം അങ്ങനെയല്ല. അവർ കള്ളപ്പറയുടേയും ചെറുനാഴിയുടേയും മുത്തപ്പന്മാരാണ്. അവരെ പിടിക്കുക." പിരിവുകാരനെ അദ്ഭുതപ്പെടുത്തി വ്യാപാരികൾ ഓരോരുത്തരും പരസ്പരം ഒറ്റുകൊടുത്തു.

ചേതമില്ലാത്ത ചൊല്ല് മാത്രമാണ് ചേതോഹരം. ആസ്തിയുള്ളത് എന്നും അന്യനാണ്, താനെന്നും നിസ്വനും.

■

പഹൽവാൻ

പണ്ട് പേർഷ്യയിൽ വെച്ച് കിംഗ്കോങ്ങും ധാരാസിംഗും ഗുസ്തിമത്സരം നടത്തി. ഒന്നാമത്തെ ദിവസം കിംഗ്കോങ്ങ് ധാരാസിംഗിനെ മൂക്കത്തടിച്ചു വീഴ്ത്തി.

"യാതൊരു തത്ത്വദീക്ഷയുമില്ലാത്ത മല്ലനാണ് കിംഗ്കോങ്ങ്. എതിരാളിയെ ശത്രുവായിക്കണ്ട് നശിപ്പിക്കാൻ ശ്രമിക്കുന്ന കാപാലികൻ. അതിനാൽ അയാളെ കൈകാര്യംചെയ്യാൻ ഞങ്ങൾക്കു വിട്ടുതരണം. അല്ലെങ്കിൽ അയാൾക്കെതിരെ കർശന നടപടി വേണം." ഇന്ത്യക്കാർ ആക്രോശിച്ചു.

"ദുർബലനായ ധാരാസിംഗിന്റെ മൂക്കിടിച്ചു കിംഗ്കോങ്ങ് പപ്പടമാക്കി." ഹോങ്കോങ്ങുകാർ ആഘോഷിച്ചു. "മലയുടെ മുന്നിൽ അകപ്പെട്ട എലിയെപ്പോലെയായി ധാരാസിംഗ്. അയാളുടെ തലതല്ലിപ്പൊളിക്കുകയായിരുന്നു വേണ്ടിയിരുന്നത്." സംഗതി വിവാദമായപ്പോൾ ഫലപ്രഖ്യാപനം റദ്ദ് ചെയ്തു വീണ്ടും മത്സരം നടത്താൻ അധികൃതർ തീരുമാനിച്ചു.

അടുത്ത മത്സരത്തിൽ ധാരാസിംഗ് കിംഗ്കോങ്ങിന്റെ കണ്ണടിച്ചു പൊട്ടിച്ചു ജയിച്ചു. അതുകേട്ട് "ആ കടലാസു പുലിയുടെ കണ്ണ് ചമ്മന്തിയാക്കി നമ്മുടെ റസ്തമേഹിന്ദ് ജയിച്ചിരിക്കുന്നു." എന്നു ഇന്ത്യക്കാർ. ഇന്ത്യക്കാരുടെ അനീതിക്കെതിരെ ചൈനയിലുടനീളം പ്രതിഷേധ പ്രകടനങ്ങൾ അരങ്ങേറി. കിംഗ്കോങ്ങിന്റെ പരാജയം നീതിയുടെ വിജയമാണെന്നവർ പറഞ്ഞുനടന്നു.

അന്നേരം ഗ്രീൻറൂമിലെ ബെഞ്ചിലിരുന്ന് സിംഗും കോങ്ങും അന്യോന്യം വിയർപ്പു തുടച്ചു കൊടുക്കുകയായിരുന്നു. "വിവാദം വന്നതിനാൽ രണ്ടു ദിവസത്തെ കാശുകിട്ടി." ഒരാൾ പറഞ്ഞു. "ശരിയാ, അതിനാൽ ഇരട്ടി പബ്ലിസിറ്റിയും കിട്ടി." രണ്ടാമൻ. "ഈ വിവാദം ഒന്നുകൂടി കൊഴുത്താൽ മൂന്നാം ദിവസവും കളിക്കാമായിരുന്നു." ഒരുത്തൻ ചിരിച്ചു.

"അങ്ങനെ ചിരിക്കേണ്ട. നമ്മുടെ ആരാധകർ ഗോദയ്ക്കു പുറത്തു തമ്മിലടിച്ചു ചാകുന്നുണ്ട്. അതിനാൽ ഈ സ്നേഹവും സൗഹൃദവും മറച്ചുപിടിച്ച് മുഖത്തു ഗൗരവം വരുത്തി വെറുപ്പും വിദ്വേഷവും സ്ഫുരിക്കുന്ന ഭാവത്തോടെവേണം സ്റ്റേഡിയത്തിനു പുറത്തുകടക്കാൻ. അതു മാത്രമാണവർക്കു സ്വീകാര്യം. അല്ലെങ്കിൽ അവരൊന്നിച്ച് നമ്മെ കടിച്ചു കീറും." മറ്റൊരാൾ.

ഞാൻ നേടുന്നതൊക്കെ നിന്റെ ചെലവിലാകുമ്പോൾ എനിക്കു സന്തോഷം കൂടും. തേനീച്ചയ്ക്കു നുകരാൻ മധു നൽകുന്ന മോഹനകുസുമങ്ങളല്ലല്ലോ മനുഷ്യർ. അതിനാൽ ത്യാഗജന്യവും സ്നേഹമസൃണവുമായ ആ നിർവൃതി അവർക്കന്യമാണ്. ■

മനസ്സിലും മാനത്തും

ഒരിക്കൽ മുല്ലാ നസ്റുദ്ദീനും ഒരു സുഹൃത്തുംകൂടി ഒരു പണക്കാരന്റെ തോട്ടത്തിൽ മോഷ്ടിക്കാൻ കയറി. ഓറഞ്ചും മുന്തിരിയും മാത്രമല്ല, ആപ്പിളും അഫ്രൂട്ടും വിളഞ്ഞു പാകമായി നിൽക്കുന്ന കാലമാണ്. പക്ഷേ അതെല്ലാം അവഗണിച്ച് മുല്ല ഒരു അത്തിമരത്തിൽ വലിഞ്ഞുകയറി മൂക്കാത്ത ഒരു പഴക്കുലയുമായി ഇറങ്ങി വന്നു. നല്ലൊരു തസ്കരൻ പോലുമല്ലാത്ത നസ്റുദ്ദീൻ ഹോജയ്ക്ക് ഇളയതും വിളഞ്ഞതും തമ്മിൽ കണ്ടാലറിയുകയില്ല. കുല പരിശോധിച്ച സുഹൃത്തു പറഞ്ഞു: "എന്റെ മുല്ലാ, നിങ്ങൾ മരത്തിൽനിന്നും പൊട്ടിച്ച ഇത് ഒന്നിനും കൊള്ളാത്ത ഇളംകുലയാണ്. ഇത് വാടി ഉണങ്ങിപ്പോവുകയേയുള്ളൂ." അയാൾ അത് അവജ്ഞയോടെ അപ്പുറത്തെ കുഴിയിലേക്കു വലിച്ചെറിഞ്ഞു.

അതുകണ്ടു അപമാനിതനായ മുല്ലയ്ക്കു ദേഷ്യം വന്നു. "എടോ, ചങ്ങാതി നിനക്കൊട്ടും ശുഭാപ്തി വിശ്വാസമില്ല. ഈ കുല മരത്തിൽ തന്നെ നിന്നിരുന്നെങ്കിൽ പഴുത്തു തുടുത്തു മധുരമേറി സുഗന്ധം വമിക്കുമായിരുന്നു എന്നു പറയാമായിരുന്നില്ലേ?" നാം ചെയ്ത തെറ്റിനെയല്ല, നാം ചെയ്യേണ്ടിയിരുന്ന ശരിയെയാണ് അവനവൻ എപ്പോഴും ഓർക്കുന്നത്.

വീട്ടിനകത്ത് സ്വത്തും സ്വർണ്ണവും ഉള്ളവർ മോഷണം ഭയന്ന് രാത്രിയിൽ പുറത്ത് പട്ടിയെ അഴിച്ചു വിടാറുണ്ടല്ലോ. കാലങ്ങളായുള്ള പതിവാണ്. അദ്ധ്വാനിച്ചും വഞ്ചിച്ചും ഭീഷണിപ്പെടുത്തിയും ഒരുക്കൂട്ടിയതൊക്കെ ഒരൊറ്റരാത്രികൊണ്ട് ഒന്നുപോലുമില്ലാതാകരുതല്ലോ. തന്റെ അയൽവാസികളായ സമ്പന്നരൊക്കെ അതുതന്നെ ചെയ്യുന്നതുകണ്ട് മുല്ലാ നസ്റുദ്ദീനും ഒരു നായയെ വാങ്ങി രാത്രി അഴിച്ചുവിടാൻ തുടങ്ങി. അതുകണ്ട് അദ്ഭുതപ്പെട്ട ഒരു സുഹൃത്ത് ചോദിച്ചു: "എന്താ ചേട്ടാ, വല്ല നിധിയും കിട്ടിയോ? കള്ളന്മാരെ പേടിയുണ്ടല്ലോ?" കാലണയ്ക്കു വകയില്ലാത്തവനായിരുന്നു അന്നുവരേയും നസ്റുദ്ദീൻ ഹോജ എന്നറിയാത്തവരില്ല.

"നിന്റെ ഈ ചോദ്യം തന്നെയാണ് ചുറ്റുമുള്ള പണക്കാരുടേയും മനസ്സിലെല്ലാം. അഴിച്ചുവിട്ട പട്ടിയെ കണ്ട് അവർ എനിക്ക് നിധി കിട്ടിയെന്ന് തീരുമാനിക്കുന്നു. സുൽത്താൻ എനിക്കെന്തോ വിലയേറിയ തൊഹഫ നൽകിയെന്ന കിംവദന്തി പ്രചരിപ്പിക്കുന്നു. ഉറക്കം വരാതെ അസൂയകൊണ്ട് കട്ടിലിൽകിടന്നു തിരിഞ്ഞു മറിയുന്നു. പക്ഷേ കള്ളന്മാർ ഈ വഴിക്കൊന്നും വരാറില്ല. കാരണം സത്യമറിയുന്നവൻ കള്ളൻ മാത്രമാണ്." പാവം മുല്ല പറഞ്ഞു.

ഈശ്വരൻ നിങ്ങൾ പുറത്തഴിച്ചുവിട്ട പട്ടിയെ കാണുന്നില്ല. കാരണം നിങ്ങൾ അകത്തുവെച്ചു പൂട്ടിയ പെട്ടിയിൽ മാത്രമാണ് അവന്റെ ശ്രദ്ധ. ■

രോദനം

ഒരു യുവതിയും അവരുടെ പിഞ്ചുകുഞ്ഞും മാത്രം താമസിക്കുന്ന വീട്ടിലേക്ക് അകന്നൊരു പരിചയക്കാരൻ വിരുന്നു വന്നു. ആരും ക്ഷണിക്കാതെ ഓർക്കാപ്പുറത്ത് അയാൾതന്നെ പരിചയം പറഞ്ഞും പുഞ്ചിരിച്ചും എത്തിയതാണ്. അയാൾക്ക് അവൾ അത്താഴം വിളമ്പുമ്പോൾ കുഞ്ഞ് അതിശക്തമായി കരഞ്ഞുകൊണ്ടിരുന്നു.

"ഇങ്ങനെ കരച്ചിലും സഹിച്ച് ഈ കുഞ്ഞിനോടൊപ്പം നീ എങ്ങനെ ജീവിക്കുന്നു. ഇതു കേൾക്കുമ്പോൾ എനിക്ക് ഓക്കാനം വരുന്നു," അയാൾ പരാതിപ്പെട്ടു. ശത്രുവിന് ഇടം നേടണമെങ്കിൽ സ്വന്തക്കാരെ തമ്മിലകറ്റണം.

സന്ദർശകന്റെ വാക്കുകൾ കേട്ട് ആ യുവതിയുടെ മനം വല്ലാതെ നൊന്തു. എങ്കിലും അതിനു മറുപടിയായി ഒന്നും പറയാതെ അവൾ അകത്തുപോയി കുഞ്ഞിനെ മുലയൂട്ടിയുറക്കി. എന്നിട്ട് അവളും കതകടച്ചു കിടന്നുറങ്ങി. പല കണക്കു കൂട്ടലുകളും നടത്തിവന്ന ആ നികൃഷ്ടന്റെ വലയിൽ വീഴരുതല്ലോ. തന്റെ തന്ത്രം വിജയിച്ചില്ല എന്ന് അതോടെ ആഗതനുറപ്പായി. പൂട്ടിൽ താക്കോലിടണമെങ്കിൽ താഴുവീഴണമല്ലോ. അതേക്കുറിച്ചായി തുടർന്ന് അയാളുടെ ചിന്ത.

അർദ്ധരാത്രിയായപ്പോൾ വിശന്ന കുഞ്ഞ് ഉണർന്നു വീണ്ടും കരയാൻ തുടങ്ങി. അതു പ്രതീക്ഷിച്ചു ഉറങ്ങാതെ കിടക്കുകയായിരുന്നു അത്രയും നേരം വിരുന്നുകാരൻ. കരച്ചിൽ കേട്ടതും അയാൾ ചെന്ന് അവളുടെ കതകിൽ മുട്ടി. ഈ അവസാന അവസരം നഷ്ടപ്പെടുത്താൻ പാടില്ല.

"ഈ കുഞ്ഞിന്റെ കരച്ചിൽ കേട്ടിരിക്കാൻ എന്തൊരു ആഹ്ലാദമാണ്. നീ ഭാഗ്യവതി തന്നെ. എനിക്കും അതൊന്നു കേട്ടുകൊണ്ടിരിക്കണം." അവളോട് കതകു തുറക്കാൻ ആവശ്യപ്പെട്ടുകൊണ്ടു അയാൾ പറഞ്ഞു. ആ വാക്കുകളിൽ അവൾ മയങ്ങുമെന്ന് അയാൾക്കുറപ്പുണ്ടായിരുന്നു. പക്ഷേ അതല്ല സംഭവിച്ചത്.

പകരം അവൾ അകത്തുനിന്നും വിളിച്ചു പറഞ്ഞു. "മനുഷ്യാ, നിങ്ങൾ അന്യന്റെ ആകുലതയിൽ ആനന്ദം അന്വേഷിക്കുന്നു. അതിനാൽ ഒരു വിലാപം നിങ്ങൾക്ക് അരോചകമോ ആഘോഷമോ ആയി അനുഭവപ്പെടുന്നു. ഞാൻ സത്യത്തിന്റെ കൂടെ ജീവിക്കുന്നു. അതിനാൽ ഒരു നിലവിളിയിൽ ഞാൻ കേൾക്കുന്നത് ഏതോ ഒരു സങ്കടമാണ്."

ആരുമില്ലാത്തവരായി ആരുമില്ല. എങ്കിലും അവരെയും ഇരകളായി കാണുന്ന കഴുകന്മാർ ചുറ്റും വട്ടമിട്ടു പറക്കുന്നതു കാണുന്നില്ലേ? ആർത്തനാദവും അവർക്കു അർമാദമാണ്.

■

ദൈവമനസ്സ്

മുല്ലാ ദോപ്യാസ ക്ഷണിക്കപ്പെടാത്ത ഒരു വിവാഹസദ്യയിലേക്ക് കയറി ച്ചെന്നു. അതു മനസ്സിലാക്കിയ ആതിഥേയൻ മുല്ലയെ ഒരു മൂലയിൽ കൊണ്ടുചെന്നിരുത്തി ഭക്ഷണം കൊടുത്തു.

"മുല്ലാ, നിങ്ങൾ ഇവിടെ ക്ഷണിക്കപ്പെടാതെ എത്തിയതാണ്. വന്നതു കൊണ്ട് ആഹാരം തരുന്നു എന്നേയുള്ളൂ." അയാൾ കനിഞ്ഞു.

"ഹേ സുഹൃത്തേ, ആ ഇരിക്കുന്നവരൊക്കെ ഇവിടെ ക്ഷണിക്ക പ്പെടാതെ എത്തിയവരാണ്. വന്നതുകൊണ്ടു മാത്രം ഭക്ഷണം കഴിക്കുന്നു എന്നേയുള്ളൂ." കരുണാമയനെ ഓർത്തുകൊണ്ട് മുല്ലാ ദോപ്യാസ പറഞ്ഞു.

"നിങ്ങൾ മുകളിലേക്ക് ഒരു വിരൽ ചൂണ്ടൂ... ഒരുത്തൻ മരം കാണും, മറ്റൊരുത്തൻ മാനം കാണും. ഇനിയുമൊരുത്തൻ മാളിക കാണും. അവരി ലെത്ര പേർ സ്വർഗവും നരകവും കാണും."

മുല്ലാ ദോപ്യാസ ഒമ്പതു സുഹൃത്തുക്കളോടൊപ്പം ഹോട്ടലിൽ കയറി. സപ്ലയർ വന്നപ്പോൾ ഒന്നാം സുഹൃത്ത് പറഞ്ഞു: "കടുപ്പത്തിലൊരു ചായ." രണ്ടാമൻ: "പാലു കുറച്ചു മതി." മൂന്നാമൻ: "പഞ്ചസാര കൂടി ക്കോട്ടെ." അവർ അങ്ങനെ പലതരം ചായകൾക്ക് ഓർഡർ നൽകി ക്കൊണ്ടിരുന്നു. അതൊക്കെ ജോലിക്കാരൻ കൃത്യമായി ശ്രദ്ധിച്ചുകൊണ്ടു മിരുന്നു. അവസാനം തന്റെ ഊഴമെത്തിയപ്പോൾ മുല്ല പറഞ്ഞു: "ഒരു ചായ."

അതുകേട്ടപ്പോൾ സുഹൃത്തുക്കൾക്ക് അതിശയമായി. "എന്താണ് മുല്ല നിങ്ങൾ തനിക്കു വേണ്ടതരം ചായ ഓർഡർ ചെയ്യാത്തത്?" അവർ ചോദിച്ചു.

"നിങ്ങൾ ആ സപ്ലയർ ചായയുണ്ടാക്കുന്നവനോട് പറയുന്നത് ശ്രദ്ധി ക്കുക." ദോപ്യാസ പറഞ്ഞു.

അപ്പോൾ ബെയറർ അടുക്കളയിലുള്ള ടീമേക്കറോട് വിളിച്ചുപറയു ന്നത് അവരും കേട്ടു. "പത്തു ചായ." മറ്റു വിശേഷണങ്ങളൊന്നുമില്ല.

അത്രയേയുള്ളൂ മനുഷ്യന്റെ കാര്യവും. നാം സ്വർഗത്തിൽ എ.സി. വില്ല പ്രതീക്ഷിച്ചു പലതരം പർദ്ദയും പ്രാർത്ഥനയും നോയമ്പും ദാനവും ധർമ്മവും തീർത്ഥാടനവുമായി കഴിയുന്നു. എച്ചിലിലുരുണ്ടും ഇഹ്റാം കെട്ടിയും അഗ്നിയിൽ ഹോമിച്ചും ആടിനെയറുത്തും നാമം ജപിച്ചും നമ സ്കരിച്ചും കാലം കഴിക്കുന്നു. പക്ഷേ ആ ആരതിയിലും ആരാധനയിലും അവൻ കാണുന്നത് നമ്മുടെ നാട്യമാകരുത്. എന്തെന്നാൽ അവന്റെ യടുത്ത് ഒരു അപേക്ഷയേ എത്തുന്നുള്ളൂ, ഒരുവന്റെ സന്മനസ്സ്. ∎

തെണ്ടികൾ

മരണം മുൻകൂട്ടിക്കണ്ട ഒരു ധനാഢ്യൻ തന്റെ മൂന്നുമക്കളേയും വിളിച്ചു കൂട്ടി വിൽപത്രമെഴുതുന്ന കാര്യം പറഞ്ഞു: "സ്വത്തിന്റെ കാര്യത്തിൽ നിങ്ങൾ ഒന്നിച്ച് ഒരു തീരുമാനത്തിലെത്തുക. അതുപോലെ എഴുതി ത്തരാം. അപ്പോൾ ശണ്ഠയ്ക്കും ശകാരത്തിനും ഇടമുണ്ടാവുകയില്ലല്ലോ." ഒരു ജന്മംകൊണ്ട് സ്വരൂപിച്ചതും പല പൂർവികരിൽനിന്നും അവകാശ മായിക്കിട്ടിയതുമാണിതെല്ലാം.

"അച്ഛന്റെ ഇഷ്ടപ്രകാരം ചെയ്താൽ മതി." ഒന്നാമൻ നിസ്സംഗത യോടെ പറഞ്ഞു. "എങ്കിൽ നീ പശ്ചാത്തപിക്കും." പിതാവ് മറുപടി കൊടുത്തു.

"എനിക്കൊന്നും വേണമെന്നില്ല." രണ്ടാമൻ പറഞ്ഞു. "എങ്കിൽ നീ പ്രതികാരം ചെയ്യും," അച്ഛൻ.

"അച്ഛൻ എല്ലാം ദാനം ചെയ്തോളൂ," എന്നു നിർന്നിമേഷനായി മൂന്നാ മൻ. അതുകേട്ട് ആ പിതാവ് ഖിന്നനായി. വെറുതെ കിട്ടുന്നവന് വില യറിയില്ല. തണൽ കൊടുത്തതിനാൽ വെയിലറിയാതെ വളർന്ന മക്കൾ.

"ഇങ്ങനെയാണ് നിങ്ങളുടെ തീരുമാനമെങ്കിൽ ശിഷ്ടകാലം കൊണ്ട് ഞാനിതെല്ലാം ചീട്ടുകളിച്ചും കള്ളുകുടിച്ചും തീർക്കും." അച്ഛൻ കുപിത നായി. "മറ്റു കാമനകൾക്കായി കിഴങ്ങാംകുണ്ടിൽ ലീലാവിലാസിനിയുടെ കോത്തയിലേക്ക് ഞാൻ ഇപ്പോൾതന്നെ താമസം മാറ്റുകയാണ്."

"അപ്പോൾ ഞങ്ങൾ തെണ്ടികളാവില്ലേ?" മക്കൾ.

"തീർച്ചയായും. അല്ലെങ്കിലും നിങ്ങൾ തെണ്ടികളാവും. ഒസ്യത്ത് എന്റെ ഇഷ്ടത്തിനു വിട്ട ഒന്നാമൻ തനിക്കു കിട്ടുന്നതൊക്കെ ഇഷ്ടപ്രകാരം ചെലവഴിച്ച് തെണ്ടിയാവും. എന്നിട്ടു തന്റെ വിഡ്ഢിത്തമോർത്ത് പാശ്ചാ ത്തപിക്കും. തനിക്കൊന്നും വേണ്ട എന്നു പറഞ്ഞു തെണ്ടിയാവുന്ന രണ്ടാ മൻ സമ്പത്തുള്ള മറ്റു രണ്ടുപേരെ കണ്ട് പ്രതികാരം ചെയ്യാനൊരുങ്ങും. പാവങ്ങൾക്ക് ദാനം ചെയ്താൽമതി എന്നാവശ്യപ്പെടുന്ന മൂന്നാമൻ അതു ലഭിക്കുന്ന തെമ്മാടികൾ പണക്കാരായി അഹങ്കരിക്കുന്നതു കണ്ടു ഹതാശനാകും. അവരാൽ നിന്ദിക്കപ്പെടും." അച്ഛൻ അവരെ ഉണർത്തി.

"പക്ഷേ അങ്ങു എല്ലാം ധൂർത്തടിച്ചാലും ഇതല്ലേ ഫലം?" അവർ വീണ്ടും ചോദിച്ചു.

"അല്ല. ഞാൻതന്നെ എല്ലാം നശിപ്പിച്ചാൽ ഒന്നാംതെണ്ടിക്കു പാശ്ചാ ത്തപിക്കാൻ അവസരം കിട്ടില്ല. രണ്ടാംതെണ്ടിക്കു പ്രതികാരം ചെയ്യാനും മൂന്നാംതെണ്ടിക്കു അഹങ്കാരികളാൽ അപമാനിക്കപ്പെടാനും കാരണ മുണ്ടാകില്ല." അച്ഛൻ അവരെ പറഞ്ഞു മനസ്സിലാക്കി. ■

ഇറക്കം

കാട്ടിൽ ഉയരമുള്ളൊരു കിഴുക്കാംതൂക്കുപാറയുണ്ടെന്നറിഞ്ഞ് പല വില്ലന്മാരും വിക്രസുകാരും ആ വഴി വന്നു പാറ കീഴടക്കാൻ നോക്കി. നൂറ്റാണ്ടുകളായി അന്നാട്ടിൽ ജനിച്ചുമരിച്ചവരെയൊക്കെ വെല്ലുവിളിച്ച് ആ ശിലാഭീമൻ അങ്ങനെ ശിരസ്സുയർത്തി നിൽപ്പാണ്. ഇപ്പോഴെത്തിയവരുടെ സ്ഥിതിയും വിഭിന്നമല്ല. ആ ഹറാമികളുടെ സാഹസമൊന്നും ആ അജയ്യശക്തൻപാറയുടെ മുമ്പിൽ വിലപ്പോയില്ല. അതിനാൽ താഴെ വെച്ചുതന്നെ വീണു അവരുടെയൊക്കെ കയ്യും കാലുമൊടിഞ്ഞു.

അങ്ങനെ അവർ പാറത്തലപ്പും നോക്കി അന്തിച്ചു നിൽക്കെ ഒരു വില്ലാളി അതുവഴി വന്നു. അവൻ കടക്കാത്ത കടലും കയറാത്ത മലയും അവൻ താണ്ടാത്ത മരുവനവും ഭൂമിയിലില്ലത്രേ. കിഴുക്കാംതൂക്കു പാറയുടെ വിവരമറിഞ്ഞ് കൂടുതലൊന്നും ചിന്തിക്കാൻ നിൽക്കാതെ അവൻ ഒറ്റക്കുതിപ്പിനു പാറമുകളിലെത്തി. ആ ഉയരം അവനെ ഭയപ്പെടുത്തിയില്ല. അതുകണ്ട് വില്ലന്മാരും വിക്രസുകാരും അമ്പരന്നു.

“ഈ കയറ്റത്തെയാണോ നിങ്ങൾ ഭയപ്പെട്ടത്?” ശിലാശീർഷത്തിൽ നിന്ന് വില്ലാളി പുച്ഛത്തോടെ ചോദിച്ചു. “അല്ല. കയറ്റം കഴിഞ്ഞുള്ള ഇറക്കത്തെയാണ്. ഒന്നും കൂസാതെ കയറിയ അങ്ങേക്ക് പാട്ടുംപാടി ഈ ഉത്തുംഗശൃംഗം ഇറങ്ങാനും കഴിയുമായിരിക്കുമല്ലോ.” വില്ലന്മാരും വിക്രസുകാരും ചോദിച്ചു. ഉയർച്ചയെ കാമിക്കുന്നവന് താഴ്ചയെക്കുറിച്ച് കരുതൽ കാണുമല്ലോ. ഭീരുക്കൾ പലവട്ടം തോൽക്കുന്നിടത്താണ് ധൈര്യവാന് ഒരുവട്ടം ജയിക്കേണ്ടത്.

അപ്പോഴാണ് വില്ലാളി ഇറക്കത്തെക്കുറിച്ച് ബോധവാനായത്. ഇന്നു പിടിച്ചുകയറുന്നിടമാണല്ലോ നാളെ ഇടിഞ്ഞുവീഴുന്നത്. പിന്നിട്ട വഴിയാണല്ലോ എന്നും ദുർഘടമായനുഭവപ്പെടുക. ആ തിരിച്ചുപോക്കിനെക്കുറിച്ച് ഓർത്തതോടെ അവന്റെ സപ്തനാഡികൾ തളർന്നു. അവർക്കു മറുപടി നൽകാനാവാതെ അവന്റെ നാവു വരണ്ടു. ആ താഴ്ച അവനെ ഭയപ്പെടുത്തി.

ആ മടക്കം ഒടുക്കമായിരിക്കുമെന്നവനുറപ്പായിരുന്നു. കാരണം ആ അത്യഗാധതയിൽ എവിടെയോ പൊട്ടുപോലെയേ അവരെയൊക്കെ ഇപ്പോൾ കാണാനാകുന്നുള്ളൂ. താനോ ഈ ശിഖരത്തിലെ ഏകാന്തതയിൽ ഒറ്റയ്ക്കും. ചുറ്റുമാരുമില്ലാത്തതുകൊണ്ടല്ല ഒരുവൻ ഒറ്റയ്ക്കാകുന്നത്. കടവുളിന്റെ കൂട്ടുവിടുമ്പോൾ കരൾ പതറുന്നത് സ്വാഭാവികം.

മനസ്സുകൊണ്ട് കാണുന്നതല്ല കർമ്മം. കർമ്മത്തിൽ കാണുന്നതാണ് മനസ്സ്. ആകാശത്തിന്റെ ഉയരങ്ങളിലിരുന്ന് അഹങ്കരിക്കുന്നവനല്ല ഈശ്വരൻ. ഭൂമിയിലേക്ക് കനിവിറക്കി കണ്ണീരൊപ്പി ആഹ്ലാദിക്കുന്നവനാണവൻ.

■

അറിവാണ് ദുഃഖം

ഒരേ പുസ്തകമെടുത്ത് എതിരെയിരുന്ന് രണ്ട് ഭിക്ഷുക്കൾ വായിക്കുകയായിരുന്നു. ആശ്രമത്തിലെ പതിവിന്റെ ഭാഗമായിരുന്നു ആ യാന്ത്രിക അഭ്യാസം. അറിഞ്ഞു പഠിക്കുന്നതും പഠിച്ചറിയുന്നതും തമ്മിലുള്ള വ്യത്യാസവും അതാണ്. പുസ്തകം ഒന്നേയുള്ളൂ. അതിനാൽ ഒരുവൻ വായിക്കുന്നത് താളിന്റെ ഇപ്പുറത്തെ മുപ്പതാം പേജ്. മറ്റേയാൾ അപ്പുറത്തെ മുപ്പത്തൊന്നാം പേജ്.

ഒന്നാമൻ വായിച്ചു: "വിശക്കുമ്പോൾ ഭക്ഷണം കഴിക്കുക." അപ്പുറത്തു രണ്ടാമൻ: "ക്ഷീണിക്കുമ്പോൾ കിടന്നുറങ്ങുക." അതോർത്തപ്പോൾ അവർക്ക് അത്ഭുതമായി. ഇത്രയും ലളിതമായ ഒരു പ്രാപഞ്ചിക സത്യം ഇങ്ങനെ പറഞ്ഞറിയിക്കേണ്ടതുണ്ടോ? അന്തസ്സാരശൂന്യമായ ജല്പനങ്ങളാൽ നിബിഡമാകുന്ന മനസ്സാണല്ലോ ജഡമായ് പരിണമിക്കുന്നത്.

അതോർത്തതോടെ തങ്ങൾക്കിടയിൽനിന്നും അവർ ഗ്രന്ഥം എടുത്തു മാറ്റി. "ഇതെന്തു സെൻ? ഏതു പൊട്ടക്കണ്ണനും ഇതല്ലേ ചെയ്യുന്നത്?" അവർ തമ്മിൽ പറഞ്ഞു ചിരിച്ചു. തങ്ങളുടെ മഹാഗുരു പറഞ്ഞ കഥയില്ലായ്മയാണത്. പ്രസിദ്ധം.

മനസ്സിന്റെ കാമനകൾ നിറവേറ്റാനും ശരീരത്തിന്റെ തൃഷ്ണകൾ പൂർത്തീകരിക്കാനും അനവരതം അക്ഷീണം അബോധപൂർവ്വം യത്നിക്കുന്നവനാണല്ലോ മനുഷ്യൻ. അതവനെ പ്രത്യേകം പറഞ്ഞു പഠിപ്പിക്കേണ്ട.

ശിഷ്യന്മാരുടെ നിരീക്ഷണങ്ങൾ കേട്ടാണ് ഗുരു അങ്ങോട്ടെത്തിയത്. അവിടെ നടന്നതൊക്കെ അദ്ദേഹം ഗ്രഹിച്ചിട്ടുണ്ടെന്നു തോന്നി. അല്പജ്ഞൻ എന്നും അപകടകാരിയാണല്ലോ. വാനരന്റെ കയ്യിലെ പുഷ്പഹാരം പോലെയാണ് അവന് ജ്ഞാനം. "ശരിയാണ്. പൊട്ടക്കണ്ണന്മാരല്ലാത്തവർ ആ താളെടുത്തു സൂര്യന് നേരെ പിടിച്ചു വായിക്കണം." ഗുരു ശാസിച്ചു. അപ്പോഴേ വ്യക്തവും വ്യംഗ്യവുമായതു തമ്മിലുള്ള വ്യത്യാസമറിയൂ. അക്ഷരങ്ങൾ പ്രതിഫലിപ്പിക്കുന്നതല്ലല്ലോ അർത്ഥം. അതുകൊണ്ടാണ് വരികൾ മറന്നാലെ വിവരം വരൂ എന്നു പറയുന്നത്.

ആചാര്യന്റെ നിർദ്ദേശാനുസാരം ഇരുവരും മുറ്റത്തേക്കിറങ്ങി വെയിലിൽ നിലകൊണ്ടു. "വിശക്കുമ്പോൾ ഉറങ്ങുക. ക്ഷീണിക്കുമ്പോൾ ആഹാരം കഴിക്കുക." അപ്പോൾ ഗുരു തുടർന്നു: "ഇരുപുറവും ഒന്നിച്ചു കാണുന്നവൻ സത്യം അറിയുന്നു. ഇടയിലെ മറ നീക്കുന്നവൻ അറിവു നേടുന്നു."

"ഇലപൊഴിയും കാട്, ഇല പൊഴിഞ്ഞാൽ കാടില്ല.

ഇല പൊഴിയാത്തതു കാട്, ഇല പൊഴിഞ്ഞതു നാട്." എന്നു ഹൈക്കു.

■

കടലാസുപുലി

പഴയൊരു ശിഷ്യൻ ഗുരുവിനെ കാണാനായി കാട്ടിന് നടുവിലെ കുടിലിലെത്തി. പഠനകാലത്ത് അയാൾ ഒരു ഭീരുവായാണ് കണക്കാക്കപ്പെട്ടിരുന്നത്. അതിനാൽ മിക്കപ്പോഴും അയാൾ സഹപാഠികളുടെ പരിഹാസത്തിനും പീഡനത്തിനുംവരെ വിധേയനാക്കപ്പെട്ടിരുന്നു. പക്ഷേ പഠനം തീർന്നതോടെ അയാൾക്കു ആത്മധൈര്യം ലഭിച്ചിരിക്കണം. കാലം കഴിഞ്ഞതോടെ മനസ്സിനു പക്വതയും.

"ഗുരോ, ഇന്നലെ രാത്രി ഇങ്ങോട്ടു പുറപ്പെടും മുമ്പ് ഞാനൊരു ഭയാനക സ്വപ്നം കണ്ടു. ഭീകരനായ ഒരു പുലി എന്നെ ഓടിച്ചിട്ടു പിടിക്കുന്നു." എത്തിയപാടേ അയാൾ കിതച്ചുകൊണ്ടു പറഞ്ഞു. അതുകേട്ടതോടെ ആ ലോലഹൃദയന് ഇക്കാലത്തിനിടയ്ക്കു വലിയ മാറ്റമൊന്നും വന്നിട്ടില്ലെന്നു ഗുരുവിനുറപ്പായി. ഇരുളും വെളിച്ചവും പോലെ, കറുപ്പും വെളുപ്പും പോലെ ഇഴയണഞ്ഞു കിടക്കുന്നതാണ് തഥ്യയും മിഥ്യയും. അവയെ വേർപ്പെടുത്തി കാണുന്നത് മനസ്സിന്റെ വിവേചന ശക്തിയാണ്.

"നിനക്കെപ്പോഴും സത്യവും യാഥാർത്ഥ്യവും തമ്മിൽ വേർതിരിച്ചു കാണാനാവുന്നില്ല." ഗുരു അയാളെ സമാധാനിപ്പിക്കാൻ ശ്രമിച്ചു. എങ്കിലും വനമധ്യത്തിലേക്കുള്ള വഴിയിൽ തന്നെ ഓടിച്ചിട്ടു പിടിച്ച പുലി തിരിച്ചുള്ള യാത്രയിൽ വകവരുത്തുകയില്ലെന്നാരു കണ്ടു?

കിനാവിലെ നരിയുമായി അന്നു രാത്രി പൂർവ്വശിഷ്യൻ അവിടെ തങ്ങി. അയാൾ ഒന്നു കണ്ണടച്ചോ എന്നു സംശയം. അതെന്തായാലും ഭയഗ്രസ്തനായവൻ രക്ഷാമാർഗം തേടുകയാണ് വേണ്ടത്. അല്ലാതെ ആപത്തിനെ അവഗണിക്കുകയല്ല. പനമ്പുകൊണ്ടു മറച്ചും പുല്ലുകൊണ്ടു മേഞ്ഞും കെട്ടിയ ഈ കുടിലിനകത്തു എന്തു സുരക്ഷ? ഇങ്ങനെയൊക്കെ ആലോചിച്ച് അർധരാത്രിയായപ്പോൾ കുടിലിനു പിന്നിൽനിന്നും പുലി ഗർജ്ജനം. താൻ ഭയപ്പെട്ടതുപോലെത്തന്നെ. അതുകേട്ടു ഞെട്ടിവിറച്ചു അയാൾ ദൂരേക്കോടി അർദ്ധബോധാവസ്ഥയിൽ ഒരു മരത്തിൽ കയറി ആ രാത്രി ചെലവഴിച്ചു.

അടുത്ത പ്രഭാതത്തിൽ വൃക്ഷച്ചുവട്ടിൽ ഗുരു അയാളെ തേടിയെത്തി. കഴിഞ്ഞ രാത്രിയിൽ നടന്നതൊന്നും ആചാര്യൻ അറിഞ്ഞിട്ടില്ലെന്നു തോന്നി. പുലിയുടെ ഗർജനം കേട്ടിട്ടില്ലെന്നും. "ഗുരോ, ഇന്നലെ രാത്രിയും ഭീകരനായ ഒരു പുലി എന്നെ ഓടിച്ചു." മരത്തിൽ നിന്നും ഇറങ്ങിവരവേ ശിഷ്യൻ ആവർത്തിച്ചു.

"നിനക്കിപ്പോഴും സ്വപ്നവും യാഥാർഥ്യവും തമ്മിൽ വേർതിരിച്ചു കാണാനാവുന്നില്ല." ഗുരു അയാളെ തിരിച്ചയച്ചു.

■

സത്യത്തിന്റെ മുഖം

ബോധിധർമ്മൻ വൂ ചക്രവർത്തിയെ കാണാനെത്തി. ആ സമയം ചക്രവർത്തിക്കു മുമ്പാകെ ഒരാൾ ഒരു ഛായാചിത്രവുമായി നിൽപുണ്ടായിരുന്നു. ഗുരുവിനെ കണ്ടതും ആഗതനെ ചൂണ്ടിക്കാട്ടി ചക്രവർത്തി പറഞ്ഞു: "ഇയാൾ വെയ് ചക്രവർത്തിയുടെ ദൂതനാണ്. അദ്ദേഹത്തിന്റെ മകളുടെ പടമാണിത്. നമ്മുടെ കുമാരന് ഇവൾ ചേരുമോ എന്നു പരിശോധിക്കുകയാണ്. അങ്ങയുടെ അഭിപ്രായം അറിഞ്ഞാൽ കൊള്ളാം."

ബോധിധർമ്മൻ ആ ചിത്രഫലകം തന്റെ കയ്യിലെടുത്തു നോക്കി. ചിത്രത്തിൽ രാജകുമാരിയുടെ മുടി നെറ്റിയിൽ വളരെ താഴ്ത്തിയിട്ടിരിക്കുന്നു. അതിനൊരു ചന്തമുണ്ടെങ്കിലും ഉന്നതകുലജാതർ മുതൽ പച്ചപ്പരിഷ്കാരികൾ വരെ ഇക്കാലത്ത് അങ്ങനെ ചെയ്യാറില്ലായിരുന്നു. ആഭിജാതരും അഭിസാരികകളും തമ്മിലുള്ള പ്രധാനവ്യത്യാസവും അതുതന്നെയായിരുന്നു. അതിനാൽ ഗുരു സന്ദർശകനോട് മുടി ഇറക്കിയിട്ടതിന്റെ കാരണം ചോദിച്ചു.

"ആ കേശാലങ്കാരമാണ് കുമാരിയെ അതീവ സുന്ദരിയാക്കുന്നത്," വെയ് ചക്രവർത്തിയുടെ ദൂതൻ പറഞ്ഞു. തങ്ങളുടെ രാജ്യത്ത് അതാണിപ്പോൾ ഫാഷൻ എന്നുവരെ പറയാനും അയാൾ തുനിഞ്ഞു. അതുകേട്ട് അതിലെന്തോ ദുഷ്ടലാക്കുണ്ടെന്നും അയാളെന്തോ മറക്കാൻ ശ്രമിക്കുന്നുണ്ടെന്നും ചക്രവർത്തിക്കു തോന്നായ്കയല്ല.

അതു ശ്രദ്ധിക്കാതെ ബോധിധർമ്മൻ ചിത്രത്തിലേക്കുറ്റു നോക്കി. എന്നിട്ട് തന്റെ കൈകൊണ്ട് ചിത്രത്തിലെ മുടി വകഞ്ഞുമാറ്റി. അപ്പോഴതാ നെറ്റിയിലെ വലിയൊരു കറുത്തമറുക് പുറത്തു കാണുന്നു. വൂ ചക്രവർത്തിയും വിദേശ ദൂതനും അതു ശ്രദ്ധിക്കുന്നതിനു മുമ്പുതന്നെ ഗുരു ചിത്രത്തിലെ മുടി പൂർവ്വസ്ഥിതിയിലാക്കി.

"ആ കറുത്ത മറുകാണ് കുമാരിയെ അതീവ സുന്ദരിയാക്കുന്നത്," ബോധിധർമ്മൻ മൊഴിഞ്ഞു. അതുകേട്ട് സാമ്രാട്ടും സന്ദർശകനും ഒരുപോലെ അമ്പരന്നു. അങ്ങ് അതെങ്ങനെ കണ്ടു എന്ന് അതിഥി ഗുരുവിനോട്. ഞാനതെന്തുകൊണ്ടു കാണുന്നില്ല എന്ന് ചക്രവർത്തി ഗുരുവിനോട്.

"കറുത്ത മറുക് ഒരു വൈരൂപ്യമാണെന്ന് അങ്ങ് കരുതുന്നതുകൊണ്ട്. അല്ലെങ്കിൽ നേരിന്റെ മുഖം വികൃതമാണെന്നു ചിന്തിക്കുന്നതുകൊണ്ട്. പകരം മറുകൊരു സത്യമാണെന്നും അത് അതീവസൗന്ദര്യമാണെന്നും നിനച്ചു ചിത്രത്തിലേക്കു നോക്കൂ. അപ്പോൾ കാണും," ബോധിധർമ്മൻ.

പല പരമാർത്ഥങ്ങളും പലർക്കും പ്രാപ്തമല്ല. മിഥ്യയാൽ ലഭിക്കുന്ന ആനന്ദംതന്നെ അവർക്കു സാർത്ഥകം. ■

അന്നും ഇന്നും

ദിവസങ്ങൾ മാത്രം പ്രായമായ ഒരു സിംഹക്കുഞ്ഞുമായി ഒരുവൻ ഗുരുവിനെ കാണാനെത്തി. പാവം, അതിന്റെ അമ്മ മനുഷ്യരാൽ കൊല്ലപ്പെടുകയോ, അവൾ എന്തോ കാരണത്താൽ കുഞ്ഞിനെ ഉപേക്ഷിച്ചു പോവുകയോ ചെയ്തതായിരിക്കണം. ഗുരുവിനെ കാണിച്ച് അനുഗ്രഹം വാങ്ങി വേണം ഇതിനെ വീട്ടിൽ കൊണ്ടുപോയി വളർത്താൻ. ഇവൻ കുഞ്ഞുങ്ങളുടെ കൂട്ടുകാരനും കള്ളന്മാരുടെ കശാപ്പുകാരനും ആയിരിക്കും.

"ഗുരോ, ഇവനെ ഇന്നലെ കാട്ടുപാതയുടെ മധ്യത്തിൽനിന്നും കണ്ടുകിട്ടിയതാണ്. അതുമുതൽ ഇവൻ എന്റെ കൈകളിൽനിന്നും ഇറങ്ങാൻ കൂട്ടാക്കുന്നില്ല. സിംഹങ്ങൾ എത്രമാത്രം സൗമ്യരും വിനയാന്വിതരുമാണെന്ന് മനുഷ്യർ ഇനിയും മനസ്സിലാക്കിയിട്ടില്ല. പകരം അവയുടെ ക്രൂരതയേയും ഹിംസയേയും കുറിച്ചാണ് നാമെപ്പോഴും പറയുന്നത്." ആഗതൻ പരാതിപ്പെട്ടു.

"ശരിയാണ്. ഇവന്റെ അമ്മയെ മുമ്പു പലരും കാട്ടുപാതയുടെ മധ്യത്തിൽ വെച്ചു കണ്ടുമുട്ടിയതാണ്. പക്ഷേ അവളുടെ ക്രൂരതയേയും ഹിംസയേയും കുറിച്ചു പറയാൻ അവരാരും ഇവിടെ വന്നിട്ടില്ലെന്നു മാത്രം," ഗുരു മറുപടി പറഞ്ഞു.

മുട്ടയിടാറായപ്പോൾ ഒരു മരംകൊത്തി ഒരു പച്ചമരത്തിൽ ഒരു പൊത്ത് കൊത്തിയുണ്ടാക്കാൻ തുടങ്ങി. ആ ഉദ്യമം ദുഷ്കരമായിരുന്നു. "നാശം, പച്ചമരം ഒന്നിനും കൊള്ളില്ല." അത് പഴിച്ചു.

തന്റെ സൃഷ്ടികളുടെ സങ്കടം ഈശ്വരനേയും നൊമ്പരപ്പെടുത്തും. ഒരു രോദനമുയരുന്നതും കാതോർത്തിരിപ്പാണല്ലോ അവൻ. അതിനാൽ പ്രശ്നപരിഹാരവും ഉടനുണ്ടായി. പെട്ടെന്ന് ഒരു ഇടിവെട്ടി. അതിന്റെ ആഘാതത്തിൽ വൃക്ഷം കരിഞ്ഞുണങ്ങി. മരംകൊത്തി അനായാസം ഉണക്കമരത്തിൽ പൊത്തുണ്ടാക്കി മുട്ടയിട്ട് കുഞ്ഞുങ്ങളെ വിരിയിച്ചെടുത്തു. അതുകണ്ടു സർവശക്തൻ ഏറെ സന്തോഷിച്ചു.

"അമ്മേ, ഇലയില്ലാത്ത ഈ മരത്തിൽ തണലില്ലാതെ ഞങ്ങൾ കഷ്ടപ്പെടുന്നു." കുഞ്ഞുപക്ഷികൾ കരഞ്ഞു പറഞ്ഞു.

"നാശം, ഉണക്കമരം ഒന്നിനും കൊള്ളില്ല." അമ്മക്കിളി വീണ്ടും പഴിപറഞ്ഞു. അതുകേട്ട് പരമകാരുണികൻ ഏറെ കരഞ്ഞിരിക്കണം.

നിനക്കു ആശ്രയിക്കാവുന്നവരേ ലോകത്തിൽ ആശാസ്യരായുള്ളൂ. സ്വന്തം വിശപ്പടക്കാനായി പശുപ്പുറത്തിരുന്ന് ചെള്ള് കൊത്തുന്ന കാക്കയാണല്ലോ അവളുടെ കടുത്തകൂട്ട്.

■

ആതിഥേയൻ

തന്റെ വീടിന്റെ കോലായയിലിരുന്ന് അത്രയൊന്നും കാഴ്ചശക്തി യില്ലാത്ത ഒരു വൃദ്ധൻ മൂവന്തിക്ക് മുന്നിലെ വഴിയിലൂടെ പോകുന്നവരെ ശ്രദ്ധിക്കുമായിരുന്നു. അവരിൽ പലരോടും പരിചിതഭാവം തോന്നി അയാൾ വിളിച്ചുചോദിക്കും:

“നിങ്ങളാണോ എന്റെ കൊച്ചുമകൻ?” വാസ്തവത്തിൽ അന്നാട്ടിലെ ചെറുപ്പക്കാരെല്ലാം ഒരു വിധത്തിൽ അയാളുടെ കൊച്ചുമക്കളായിരുന്നു. പക്ഷേ ആ യുവാക്കളിൽ ചുരുക്കം പേർക്കേ ആ വിവരം അറിയാമായി രുന്നുള്ളൂ. അവരിൽത്തന്നെ ചിലർ മാത്രമേ തങ്ങളുടെ ദാദയെ ഓർത്തി രുന്നുള്ളൂതാനും. അതിനാൽ വയോധികന്റെ ചോദ്യത്തിനുത്തരം നൽകാൻ അവരിലധികമാരും താത്പര്യം കാണിച്ചിരുന്നില്ല. മറുപടി കൊടുത്താൽ തന്നെ അതു പരുഷമായിരിക്കും.

“അല്ല. എനിക്കു നിങ്ങളുമായി ഒരു ബന്ധവുമില്ല.” വഴിപോക്കൻ പുച്ഛത്തോടെ മറുപടി നൽകി കടന്നുപോകും. വീട്ടിൽ വന്നു താമസി ക്കാനുള്ള ക്ഷണം പോലും അയാൾ നിരസിക്കും. അതുകഴിഞ്ഞ് മറ്റൊ രാൾ ആ വഴിക്കു വരവായി.

“താങ്കളാണോ എന്റെ ആശ്രിതൻ?” വയസ്സൻ പ്രതീക്ഷയോടെ അയാ ളോടും ചോദിക്കും. അയാൾക്കുവേണ്ടി ഭക്ഷണം വിളമ്പിയും കിടക്ക വിരിച്ചും കാത്തിരിക്കുകയാണ് വയസ്സൻ.

“ഞാനാരുടേയും അടിമയല്ല. എനിക്കു സ്വന്തം ഇടപാടുകളുണ്ട്.” അയാളും ഔദ്ധത്യം പ്രദർശിപ്പിക്കും. “ഞാനൊരുത്തന്റേയും ദയകൊണ്ടല്ല ജീവിക്കുന്നതും.”

മൂന്നാമനും നാലാമനുമെല്ലാം അങ്ങനെ വൃദ്ധന്റെ സ്നേഹമസൃണ മായ അന്വേഷണങ്ങളെ അവഗണിച്ചും വാത്സല്യപൂർവമായ ആഹ്വാന ങ്ങളെ അധിക്ഷേപിച്ചും അവരുടെ മഹത്വം പ്രഖ്യാപിച്ചുകൊണ്ട് കടന്നു പോകും. വല്ലപ്പോഴും പിച്ച ചോദിച്ചെത്തുന്ന അശരണരും അഗതികളും മാത്രമായിരുന്നു കിഴവനു കൂട്ട്. അവർക്കു മാത്രമായിരുന്നു അയാളുടെ ബന്ധുക്കളായി അറിയപ്പെടുന്നതിനു അഭിമാനക്ഷതമില്ലാതിരുന്നതും. അവർ കഞ്ഞി കുടിക്കാനും കേറിക്കിടക്കാനും അവിടെയെത്തുമായിരുന്നു.

പാവം ഈശ്വരൻ. അവൻ തുടർന്നും കോലായയിലിരുന്ന് തന്റെ സൃഷ്ടികളെ സ്നേഹപൂർവ്വം സ്വന്തം ഗേഹത്തിലേക്കു ക്ഷണിച്ചുകൊണ്ടി രുന്നു. പക്ഷേ ആരു കേൾക്കാൻ? അവർക്കെല്ലാം സ്വന്തം സമ്പത്തും സന്താനസൗഭാഗ്യവും ആരോഗ്യവും അധികാരവും ഉണ്ടായിരുന്നല്ലോ. അത് അവൻ നൽകിയതാണെന്ന് അറിയില്ലായിരുന്നെങ്കിലും. ■

കാൺക

എവിടേക്കോ പോവുകയായിരുന്ന സൂഫിയും ശിഷ്യനും നടന്നു നടന്ന് ഒരു പുഴക്കരയിലെത്തി. അവിടത്തെ പഴകിദ്രവിച്ച മരപ്പാലം കണ്ട് അതത്ര സുരക്ഷിതമാണോ എന്നു പരിശോധിക്കാൻ ഗുരു അനുയായിയോട് പറഞ്ഞു.

അയാൾ പാലത്തിൽ കയറി രണ്ടുമൂന്നടി മുന്നോട്ടു നടന്നതും പുഴക്കരയിലെ ഞാവൽ മരത്തിലുള്ള വവ്വാലുകൾ ചിറകടിച്ച് കൂട്ടമായി കരയാൻ തുടങ്ങി. അതു കേട്ടു പരിഭ്രമിച്ച ശിഷ്യൻ കരയിലേക്ക് തിരിച്ചു വന്നു.

"പാലം കണ്ടിട്ട് അത്ര ശക്തമാണെന്ന് തോന്നുന്നില്ല. എവിടെയോ അതിനൊരു പൊട്ടുണ്ട്," ശിഷ്യൻ നടന്നു നീങ്ങിയപ്പോൾ കേട്ട അപശബ്ദം ശ്രദ്ധിച്ച ഉസ്താദ് പറഞ്ഞു.

"ശരിയാണ്. കേട്ടില്ലേ, വവ്വാലുകൾ നമ്മെ താക്കീതു ചെയ്തത്. എല്ലാമറിയുന്ന അവൻ എപ്പോഴും നമ്മുടെ കൂടെയുണ്ട്." ശിഷ്യൻ പറഞ്ഞു. "പകലുറങ്ങുന്ന അവ ഈ വെളിച്ചത്തിലും അവനുവേണ്ടി കണ്ണു തുറന്നു ഇരിക്കുന്നു."

"വിഡ്ഢിത്തം വിളമ്പാതെ. ഒന്നുമറിയാതെ എന്തിനും ഏതിനും അവനെ വലിച്ചിഴക്കരുത്." ഗുരു ഉപദേശിച്ചു. എന്നിട്ട് പുഴയിലെ ചുഴിയിലേക്ക് വിരൽ ചൂണ്ടി. അവിടെയതാ രണ്ടു ചീങ്കണ്ണികൾ അവരേയും നോക്കി തലയുയർത്തി പ്രതീക്ഷയോടെ കറങ്ങുന്നു. അതുകണ്ടു ശിഷ്യന്റെ പാതിജീവൻ പോയി.

"ചീങ്കണ്ണികളെ കണ്ടിട്ടാണ് വവ്വാലുകൾ പേടിച്ചു കരഞ്ഞത്. അവയ്ക്കു മനുഷ്യനെ ഭയമില്ല. പാലത്തെക്കുറച്ച് ബോധവുമില്ല." ഗുരു പറഞ്ഞു. "പക്ഷേ മുതലകൾ വേട്ടക്കാരാണെന്നവക്കറിയാം."

"അപ്പോൾ ചീങ്കണ്ണികളുടെ കാര്യമോ?"

"അവ നിന്റെ നിഴൽ കണ്ടാണ് പൊങ്ങിവന്നത്. അവ പാലത്തേയോ പക്ഷിയേയോ കുറിച്ചൊന്നും ശ്രദ്ധിക്കുന്നേയില്ല." ദർവേശ് വിശദീകരിച്ചു. 'പക്ഷേ മനുഷ്യർ ഇരകളാണെന്നവക്കറിയാം.'

"അദ്ഭുതം. അങ്ങേക്കു ഈ പരസ്പര ബന്ധങ്ങൾ കണ്ടെത്താനായല്ലോ." ശിഷ്യൻ.

"ഇവ തമ്മിൽ പരസ്പരബന്ധമൊന്നുമില്ല. ഇവയെ തമ്മിൽ കൂട്ടിക്കെട്ടുന്നതും അവന്റെ മേൽ കെട്ടിയേൽപ്പിക്കുന്നതുമാണ് മനുഷ്യന്റെ സദാവിനോദം." ഗുരു അവസാനിപ്പിച്ചു.

ഈശ്വരൻ പ്രതീക്ഷിക്കാത്തതും നാം അവനു പതിച്ചു നൽകുന്നു. അതില്ലാതെ അവൻ പരിപൂർണ്ണനായ അജയ്യശക്തനും പരമകാരുണികനും ആയില്ലെങ്കിലോ! ■

ഗുരുവന്ദനം

തൊണ്ണൂറു വയസ്സു കഴിഞ്ഞ ഒരു ഭക്തൻ മരണാസന്നനായി കിടക്കുന്നു ണ്ടെന്നു കേട്ടു മഹാനായ ഗുരു ഹർകിഷൻ സാഹിബ് അയാളെ കാണാൻ ചെന്നു. "എനിക്കിനി അധികം നാളുകളില്ല. എനിക്കു വേണ്ടി അന്ത്യ പ്രാർത്ഥന നടത്തണം." വസൂരി വന്ന് കിടപ്പിലായ ഭക്തൻ പറഞ്ഞു.

അതിനു മറുപടിയൊന്നും പറയാതെ മഹാഗുരു പുറത്തു കടന്നു. അതുകണ്ട് ഭക്തന്റെ ആശങ്കാഭരിതരായ ബന്ധുക്കൾ ഗുരുവിനു ചുറ്റും കൂടി. "അങ്ങു അദ്ദേഹത്തിനായി പ്രാർത്ഥിക്കണം. കണ്ടില്ലേ, ദാദയ്ക്ക് ഇനി അധികം ദിവസങ്ങളില്ല."

അവർ പറഞ്ഞതും ഹർകിഷൻ ശ്രദ്ധിച്ചില്ല. ഗുരു തിരിച്ചു വന്നപ്പോൾ ശിഷ്യന്മാരും ഇതേ വിഷയം ആചാര്യനു മുന്നിൽ ഉന്നയിച്ചു.

"ഒരാൾക്ക് മരണം വിധിക്കാൻ ഞാനാര്? ആര് എപ്പോൾ വരുന്നു, ആര് എപ്പോൾ പോകുന്നു എന്നാരു നിശ്ചയിക്കുന്നു?" അന്ത്യകുദാശയെ പരാമർശിച്ച് ഗുരു അവർ കേൾക്കേ സ്വയം ചോദിച്ചു. എന്നിട്ട് ആരും കാണാതെ രോഗിക്കുവേണ്ടി പ്രാർത്ഥിക്കാൻ പൂജാമുറിയിലേക്കു പോയി.

ഗുരു ദെഹ്‌ലിയിലെ ദേഹാത്ത് ബാലാസാഹെബിൽ തന്റെ താമസം തുടർന്നു. അല്പദിവസത്തിനകം തൊണ്ണൂറു കഴിഞ്ഞ ഭക്തൻ മരണ വക്രത്തിൽനിന്നും അദ്ഭുതകരമായി രക്ഷപ്പെട്ട് വസൂരി ഭേദമായി എഴു ന്നേറ്റു. എങ്കിലും മഹാമാരികാരണം അയാൾ അന്ധനായി മാറിയിരുന്നു. അതിനിടയിൽതന്നെ അയാളുടെ അസുഖം സ്വയം ഏറ്റെടുത്ത ഗുരുവിന് വസൂരി വന്നു. എന്തിനധികം, വൈകാതെ ഗുരു അന്തരിച്ചു.

മരിക്കുമ്പോൾ ഗുരു ഹർകിഷൻ സാഹിബിന് ഏഴു വയസ്സേ പ്രായ മുണ്ടായിരുന്നുള്ളൂ. വന്ദ്യഗുരുവിന്റെ ദേഹവിയോഗവിവരം കുടുംബാംഗ ങ്ങൾ വൃദ്ധനെ അറിയിച്ചു. എന്നിട്ട് ഇങ്ങനെ അപേക്ഷിച്ചു:

"ദാദ ഗുരുവിന്റെ പുണ്യശരീരം സന്ദർശിക്കാൻ ഞങ്ങളുടെ കൂടെ വരണം. തന്റെ പ്രാണൻ അങ്ങേക്കു നൽകിയിട്ടാണല്ലോ മഹാശയൻ മറഞ്ഞുപോയത്."

"അക്കാര്യമൊന്നും എനിക്കറിയില്ല. പക്ഷേ ഒന്നറിയാം." കിളവൻ കാർക്കശ്യത്തോടെ തിരിച്ചടിച്ചു: "എന്റെ നേത്രങ്ങളിലെ പ്രകാശവും കൊണ്ടാണ് അയാൾ മടങ്ങിയത്."

പട്ടികളെ കൂടുതൽക്കൂടുതൽ കാണുംതോറും മനുഷ്യരെ അതിൽ ക്കൂടുതൽ ഞാൻ വെറുക്കുന്നു എന്നാണല്ലോ മദാം ദസ്തീൽ പറഞ്ഞി ട്ടുള്ളത്.

■

അഖിലസാരം

മുറ്റത്തു കുറേ നെല്ലു വിതറി അതിനു മുകളിൽ വല കൊണ്ടൊരു കെണിയും വെച്ച് ഗൃഹനാഥൻ അകത്തേക്കു കയറി. അയാളുടെ ഭാര്യയുടെ ഉത്തരവു പ്രകാരമാണ് ആ നീചകൃത്യത്തിനയാൾ തുനിഞ്ഞത്. സ്വന്തം വീട്ടിലടക്കം എല്ലാ അയൽവീടുകളിലും അനേകം കോഴികളുണ്ട്. ഉറങ്ങാൻ മാത്രം സ്വന്തം കൂടണയുമെങ്കിലും പകൽ മുഴുവൻ മനുഷ്യൻ വരച്ച അതിർത്തികളൊന്നും മാനിക്കാതെ അവ ഉലകം മുഴുക്കെ ചുറ്റി നടക്കും. തിന്നും, രമിക്കും, ഇടയ്ക്കു കൂവും.

പക്ഷേ അന്യരുടെ കോഴികൾ മാത്രമാണ് തന്റെ വളപ്പ് ചിക്കിച്ചി നക്കുന്നതെന്നും തന്റെ മുറ്റത്തു കാഷ്ഠിക്കുന്നതെന്നും തന്റെ കോലായിൽ കേറിക്കിടക്കുന്നതെന്നുമാണ് വീട്ടുകാരിയുടെ പക്ഷം. നമ്മുടെ കോഴികൾ ഇതിലും നികൃഷ്ടമായ കാര്യങ്ങൾപോലും ചെയ്യുന്നത് അപ്പുറത്തെ വീടുകളിലായതിനാൽ പ്രശ്നമില്ല.

അതുകൊണ്ടാണ് അവയെ പിടികൂടി ഒന്നു പ്രഹരിച്ചു വിടാനായി വലവിരിക്കാൻ തീരുമാനിച്ചത്. ഇനിയൊരിക്കലും ഇങ്ങോട്ടുവരാൻ അവ ധൈര്യപ്പെടരുത്.

അല്പസമയം കഴിഞ്ഞ് നെല്ലു തിന്നാനെത്തിയ സ്വന്തം വീട്ടിലെ പൂവൻകോഴിയും അവന്റെ കാമുകിയായ അയൽവീട്ടിലെ പിടക്കോഴിയും കെണിയിൽപെട്ടു. അതു കണ്ടു ഗൃഹനാഥ ഓടിവന്നു: "കണ്ടില്ലേ, ഈ തീറ്റപ്പണ്ടാരം പിട എന്റെ പാവം പൂവനെ കണ്ണും കലാശവും കാട്ടി വഴി തെറ്റിക്കുന്നത്."

സത്യത്തിൽ വലയിൽപ്പെട്ട കോഴികളെ ഒട്ടും ശ്രദ്ധിക്കാതെയായിരുന്നു അവരുടെ ആക്രോശം. ആ പിടയ്ക്കു നല്ലൊരു താഡനം കൊടുക്കാനായി ആ സ്ത്രീ ചിരവയോ ഉലക്കയോ അന്വേഷിച്ച് അകത്തേക്കു പോയപ്പോൾ ഗൃഹനാഥൻ സംശയനിവൃത്തിക്കായി മുറ്റത്തു വന്നു നോക്കി. "എടീ, ഇതു നമ്മുടെ പൂവനല്ല, അവരുടേതാണ്. പിടയാണ് നമ്മുടേത്." വലയിലെ ആപത്തിൽ ഒരുമിച്ചുകിടക്കുന്ന കോഴികളെ ചൂണ്ടി അയാൾ ഭാര്യയോട് പറഞ്ഞു.

"എങ്കിൽ അവൻ അവളെ പീഡിപ്പിക്കാൻ വന്ന അക്രമിയാണ്. അവനു പിടയല്ല, നല്ല പെട കൊടുക്കണം." അവർ ആക്രോശിച്ചു.

അതുകേട്ടു സ്നേഹമാണഖിലസാരം എന്ന് ഒന്നിച്ചു ഉരുവിട്ടുകൊണ്ടു കിടന്ന ആ കുക്കുടമിഥുനങ്ങൾ കണ്ണീർവാർത്തു. "കേട്ടില്ലേ, അവരുടെ വിദ്വേഷപ്രസംഗം. ഈശ്വരൻ ഒന്നാക്കിയതിനെ സ്വന്തം, അന്യം എന്നു പറഞ്ഞാണ് അവർ രണ്ടാക്കുന്നത്."

■

വളയം

ഒരു രാജാവിനു തന്റെ പ്രജകളെ മുഴുവൻ സംശയമായിരുന്നു. മന്ത്രിമാർ ഒരിക്കൽ തന്നെ വഞ്ചിക്കുമെന്നും ഉപദേശകർ വഴിതെറ്റിക്കുമെന്നും എന്തിന് അംഗരക്ഷകർ അവസരം ഒത്തു വന്നാൽ തന്നെ വകവരുത്തു മെന്നും വരെ അദ്ദേഹം ഉറച്ചു വിശ്വസിച്ചു. അതിനാൽ രാജാവിന് ഉറക്കം തന്നെ ഇല്ലാതായി. അങ്ങനെയിരിക്കെ ആരോ പറഞ്ഞു, അങ്ങു ദൂരെ മലയിടുക്കിൽ താമസിക്കുന്ന ഒരു താപസനുണ്ട്. അദ്ദേഹത്തിന്റെ ദിവ്യ ദൃഷ്ടിയിൽ കാണാത്തതായി ഒന്നുമില്ല. ഈ പ്രശ്നത്തിനും അദ്ദേഹം പരിഹാരം നിർദേശിച്ചേക്കും.

അതനുസരിച്ച് രാജാവ് ദിവ്യനെ പോയിക്കണ്ടു. കാര്യങ്ങളെല്ലാം വിശദ മായി കേട്ടപ്പോൾ യോഗി പറഞ്ഞു: "രാജസ്നേഹം ഉള്ളവരെ കണ്ടെത്താൻ ഒരു വഴിയുണ്ട്. ഞാൻ ഒരു വളയം തരാം. അതു കൊട്ടാരമൈതാനത്ത് സ്ഥാപിക്കുക. സംശയമുള്ള പ്രജകളെ വളയത്തിലൂടെ കടത്തി വിടുക. അതിനകത്തു ഒതുങ്ങാത്ത തടിയന്മാർക്കു ശത്രുരാജാവിനോടാണ് കൂടു തൽ അടുപ്പമെന്നും അനുമാനിക്കണം. അവർ കടുത്ത ശിക്ഷ അർഹി ക്കുന്നു."

സംതൃപ്തനായ രാജാവ് ചക്രവും വാങ്ങി തിരിച്ചെത്തി. വൈകാതെ അതു കൊട്ടാരമൈതാനത്ത് സ്ഥാപിച്ച് പ്രജകളെ വളയത്തിനകത്തു കൂടി കടത്തി വിട്ടുകൊണ്ടിരുന്നു. അതു പ്രവേശിപ്പിക്കാത്ത വ്യക്തികൾക്കു രാജഭക്തിയില്ല, അതിനാൽ അവരെ അടിച്ചും പൊട്ടിച്ചും കാരാഗൃഹ ത്തിലേക്കെറിയുക, രാജാവ് ഉത്തരവിട്ടു. മാസങ്ങൾ പലതു കഴിയുന്ന തിനകം ഭടന്മാർ പിടിച്ചുകൊണ്ടു വന്നവരിൽ ആയിരങ്ങൾ തടവിലായി. പലരും തൂക്കിലേറി, എത്രയോ പേർക്ക് ചാട്ടവാറടി കിട്ടി.

അർത്ഥശൂന്യമായ ഈ നടപടി ഭയപ്പെട്ട് അനേകർ കാട്ടിലേക്ക് പലാ യനം ചെയ്തു. അവർ ദിവ്യാത്മാവിനെ ചെന്നു കണ്ട് കാര്യം പറഞ്ഞു. അദ്ദേഹം രാജാവിന് ഒരു കത്തു കൊടുത്തയച്ചു. "ആയിരങ്ങളുടെ രാജ ഭക്തി ഇതിനകം പരീക്ഷിച്ചു കഴിഞ്ഞല്ലോ. അങ്ങയുടെ രാജഭക്തിയും പരീക്ഷിക്കപ്പെടേണ്ടതാണല്ലോ."

ഉടനെ രാജാവ് വളയം കടക്കാൻ തയ്യാറായി. പക്ഷേ ആ തടിയ നുണ്ടോ അതിനു സാധിക്കുന്നു. അദ്ദേഹം കല്പന പുറപ്പെടുവിച്ചു. "നമ്മെ പ്രവേശിപ്പിക്കാത്ത ഈ കുന്ത്രാണ്ടത്തിനു രാജഭക്തിയില്ല. അതിനെ അടിച്ചു പൊട്ടിച്ചു കാട്ടിലേക്കെറിയുക."

അങ്ങനെ ജനങ്ങൾ രക്ഷപ്പെട്ടു.

സത്യം ഒരിക്കൽ ജയിക്കണമെങ്കിൽ അതു പലവട്ടം തോൽക്കണം. ഒരു മഴകൊണ്ട് ഒരു പുൽനാമ്പു പൊന്തിയേക്കും. പക്ഷേ അതുകൊണ്ടു മാത്രം ഇലപൊഴിഞ്ഞൊരു വടവൃക്ഷം വീണ്ടും തളിരിടുകയില്ല. അതിന് പേമാരിതന്നെ അനിവാര്യം. ∎

ഞാനില്ല

ഒരിക്കൽ ശരിയായ മാർഗം കാണിക്കാനായി മഹാഗുരുവിനെ അരമന യിലേക്ക് ക്ഷണിക്കാൻ രാജാവും മഹാറാണിയും എത്തി. കുറച്ചുദിവസം തങ്ങളുടെ ആതിഥേയത്വം സ്വീകരിച്ച് അരമനയിൽ തങ്ങണം. ഇരുവരു ടെയും ക്ഷണം സ്വീകരിച്ച് അദ്ദേഹം അവരുടെ കൂടെ കൊട്ടാരത്തിലേക്ക് പുറപ്പെട്ടു. വഴിയിൽ ഒരു പുഴ കടക്കാനുണ്ടായിരുന്നതിനാൽ മൂവരും തോണിയിൽ കയറി. തോണി നദിയുടെ മധ്യത്തിൽ എത്തിയപ്പോൾ തുഴ ക്കാരൻ പറഞ്ഞു:

"നദിയിൽ അപ്രതീക്ഷിതമായ ഒഴുക്കുണ്ട്. മുകളിൽ എവിടെയോ മഴ പെയ്തെന്നു തോന്നുന്നതിനാൽ ഇവിടെ അനുനിമിഷം വെള്ളം പെരു കുന്നുണ്ട്. അതുവഴി പ്രളയസാധ്യതയുമുണ്ട്. അതിനാൽ മൂന്നുപേരേയും കൊണ്ട് അക്കരെയെത്താൻ പ്രയാസമാണ്." എത്രയോ വർഷമായുള്ള അനുഭവസമ്പത്താണ് കടത്തുകാരന്റേത്. അതിനെ എതിർക്കാൻ ഒരു മന്നനും മനീഷിക്കും കഴിയില്ല.

അതുകേട്ടു രാജാവ് പറഞ്ഞു: "സ്ഥിതിഗതികൾ അത്യന്തം അപകട കരമാണെന്നു തോന്നുന്നു. പക്ഷേ പേടിക്കേണ്ട. ഞാൻ പുഴയിലേക്ക് ചാടാം. വള്ളം കരയ്ക്കണയുന്നതിനു മുമ്പുതന്നെ ഞാൻ അക്കരെ പറ്റി യിരിക്കും. കുട്ടിക്കാലത്ത് നീന്താൻ പഠിച്ചിരുന്നതാണ്. അതിപ്പോഴും മറന്നിട്ടില്ല." പക്ഷേ മഹാറാണി അതിനെ എതിർത്തു:

"അങ്ങു രാജ്യത്തിന്റെ നായകനാണ്. അങ്ങു പോയാൽ രാജ്യംതന്നെ തകരും. പ്രജകൾ അനാഥരാവുകയും ശത്രുക്കൾ നാടു കയ്യേറുകയും കലാപകാരികൾ കൊള്ള നടത്തുകയും ചെയ്യും. അതിനാൽ ഞാൻ ചാടാം. അങ്ങേക്കാണെങ്കിൽ ഞാനല്ലാതെ തൊണ്ണൂറ്റൊമ്പതു റാണിമാർ അന്തഃപുരത്തിൽ വേറെയുമുണ്ടല്ലോ."

അത് രാജാവിനു സമ്മതമായിരുന്നില്ല. "പക്ഷേ നീ മാത്രമാണ് മഹാ റാണി. അവരെല്ലാം വെറും റാണിമാർ."

ഇരുവർക്കും സാന്ത്വനമേകി നദിയിലേക്കെടുത്തു ചാടാൻ ഗുരു സന്ന ദ്ധത പ്രകടിപ്പിക്കുമെന്നോർത്ത് അവരുടെ കലഹം അങ്ങനെ തുടർന്നു കൊണ്ടിരുന്നു. പെട്ടെന്ന് മൗനം വെടിയാതെതന്നെ ഗുരു സ്വയം വെള്ള ത്തിലേക്കെടുത്തു ചാടി. വെള്ളത്തിന്റെ ഒഴുക്കിൽ അദ്ദേഹം പിൻകര പറ്റി. നോക്കുമ്പോൾ രാജാവും റാണിയും സുരക്ഷിതരായി അക്കരെയെത്തി യിരിക്കുന്നു. "ശരിയായ മാർഗം കാണിക്കുന്നത് ഗുരുവല്ല, പുഴയാണ്," ഗുരു തിരിച്ചു നടന്നു.

വാക്കും പ്രവർത്തിയും രണ്ടായുള്ളവൻ അധികാരി. വാക്കില്ലാതെ ത്തന്നെ പ്രവർത്തിക്കുന്നവനോ ആത്മയോഗിയും.

■

മിന്നൽപ്പിണർ

ബാൽഖിലെ സുൽത്താനായിരുന്ന ഇബ്രാഹിം (ഇബ്നുഅദ്ഹം) എവിടെനിന്നോ ഏകനായി കുതിരപ്പുറത്ത് മടങ്ങുകയായിരുന്നു. പെട്ടെന്ന് വലിയ തോതിൽ ഇടിയും മിന്നലും തുടങ്ങി. താൻ തുറന്ന സ്ഥലത്താ യിരുന്നാൽ അതിന്റെ അപകടം മനസ്സിലാക്കിയ അബു കുതിരയെ വേഗത്തിൽ പായിക്കാൻ തുടങ്ങി.

പക്ഷേ പെട്ടെന്ന് കുതിര നിന്നു. വഴി തടസ്സപ്പെടുത്തി കുതിരയ്ക്കു മുന്നിൽ ഒരു കൗപീനധാരി നിൽക്കുന്നു. ആ നിസ്വനെ കണ്ട് കുപിതനായ സുൽത്താൻ അയാളോട് വഴി മുടക്കി നിൽക്കുന്നതിന്റെ കാരണം അ ന്വേഷിച്ചു. "ഈ മിന്നൽ പ്രളയത്തിനകത്ത് നിങ്ങൾ ഇങ്ങനെ നിന്നാൽ മരിച്ചു ഭസ്മമാകുമെന്നറിയില്ലേ?" ഇബ്രാഹിം ചോദിച്ചു. "ഈ കുതിര ക്കുടനെ എന്നെ ലക്ഷ്യസ്ഥാനത്തെത്തിക്കേണ്ടതുണ്ട്."

"അതറിയാൻ ഒരു നിമിഷം കാത്തിരിക്കുക." അയാൾ മറുപടി പറഞ്ഞു. പെട്ടെന്ന് വലിയ ശക്തിയോടെ മഴ പെയ്യാൻ തുടങ്ങി. തുള്ളി ക്കൊരു കുടം എന്നതു പോലെ പെയ്യുന്ന മഴയിൽ സുൽത്താൻ ആനന്ദ ത്തിലാറാടി. അപൂർവ്വമായി മാത്രം മഴ ലഭിക്കുന്ന പ്രദേശമായിരുന്നല്ലോ അത്. "പ്രിയപ്പെട്ട സുൽത്താൻ, അങ്ങ് ഇത്രമാത്രം സന്തോഷിക്കുന്ന തെന്തിന്?" പഥികൻ ചോദിച്ചു.

"കണ്ടില്ലേ, ഈശ്വരൻ അവന്റെ അനുഗ്രഹം മഴയായി ആകാശത്തു നിന്നും പെയ്തിറക്കുന്നു."

"അപ്പോൾ വെള്ളിടിയായി അവൻ ഇറക്കുന്ന മിന്നലിനെ അങ്ങ് തള്ളി പ്പറയുകയാണോ?" അപരിചിതൻ ചോദിച്ചു. "ഒരിക്കലുമില്ല. ഇടിയായാലും മിന്നലായാലും അവന്റെ ചെയ്തികളെല്ലാം അനുഗ്രഹം തന്നെ." എന്നു ഇബ്നു അദ്ഹം.

സുൽത്താൻ അതു പറഞ്ഞതും പൊടുന്നനെ കണ്ണ് മഞ്ഞളിക്കുന്ന ഒരു മിന്നൽപ്പിണർ ഭൂമിയിൽ പതിച്ചതും ഒന്നിച്ചായിരുന്നു. അതിന്റെ ആഘാതത്തിൽ രാജകീയ അശ്വം ചത്തുചാമ്പലായി. കതിരപ്പുറത്തിരുന്ന സുൽത്താൻ അദ്ഭുതകരമായി രക്ഷപ്പെടുകയും ചെയ്തു. അതുനോക്കി ഇബ്രാഹിം ദൈവത്തിനു നന്ദി പറഞ്ഞു.

"ഇടിയായാലും മിന്നലായാലും അവന്റെ ചെയ്തികളെല്ലാം അനു ഗ്രഹം തന്നെ," പഥികൻ പറഞ്ഞു. "എനിക്കുടനെ അങ്ങയെ ലക്ഷ്യ സ്ഥാനത്തെത്തിക്കേണ്ടതുണ്ട്," എന്നിട്ടവർ കൈകോർത്തു നടന്നു.

കുഞ്ഞുമക്കൾ

മുറ്റത്തെ ചെടിയിൽ മനോഹരമായൊരു പൂ വിരിഞ്ഞു നിൽക്കുന്നത് കണ്ട് കുഞ്ഞ് ഓടിയെത്തി പൂ പറിച്ചു ചുംബിച്ചു മണപ്പിച്ചു. എന്നിട്ടവൾ തുള്ളിച്ചാടിയും പാട്ടുപാടിയും അവിടെത്തന്നെ ചുറ്റിപ്പറ്റി നിന്നു. അവളുടെ വെളുക്കെച്ചിരിയും ആടിത്തിമിർപ്പും കണ്ട് ചെടി കരഞ്ഞു. "നീയെന്തിനു കരയുന്നു? നിന്റെ മലർ ഞാൻ പറിച്ചതു കൊണ്ടാണോ?" ഒന്നും മനസ്സിലാകാതെ കുഞ്ഞ് ചോദിച്ചു.

"അല്ല. നിനക്കു പറിക്കാൻ വേണ്ടി ഞാൻ നാളെയും പുഷ്പവുമായി കാത്തു നിൽക്കും, ഇവിടെ ഇങ്ങനെ. പക്ഷേ നീ വരില്ല. നീയെന്റെ കുസുമങ്ങളെ കണ്ണെടുത്തുപോലും നോക്കില്ല. നിനക്കിതെല്ലാം കുട്ടിക്കളിയായി തോന്നുന്ന ആ നാളിനെക്കുറിച്ചോർത്താണ് ഞാൻ കരഞ്ഞത്." ചെടി കരച്ചിൽ തുടർന്നു.

പക്വതയെന്നാൽ സ്നേഹം ശൂന്യമാകുന്ന കാലങ്ങളിലേക്കു വളരുന്നതാണല്ലോ നമുക്ക്.

തങ്ങളുടെ രണ്ടു കുഞ്ഞുമക്കൾക്കു രണ്ടെണ്ണം വീതം തിന്നാനായി നാലു ഉണ്ടപ്പൊരികൾ ഉണ്ടാക്കി ചട്ടിയിലിട്ട് അടച്ചുവെച്ച് അവരോട് വിവരം പറഞ്ഞ് അപ്പനും അമ്മയും പണിക്കുപോകാൻ തയ്യാറെടുത്തു.

"ഉച്ചഭക്ഷണമായി കഴിക്കാനാണ്. രണ്ടുപേർക്കും ഈരണ്ടെണ്ണം വീതമാണ്. അതിനാൽ മുഴുവനും ഒരാൾതന്നെ തിന്നരുത്." പോകുന്നതിനു മുമ്പ് സ്നേഹോപദേശം നൽകിയാണ് മാതാപിതാക്കൾ സ്ഥലംവിട്ടത്. ഉണ്ടപ്പൊരിക്കായി അവർ തമ്മിൽ അടിപിടി കൂടുമെന്നും ഒരുത്തൻ പട്ടിണിയാകുമെന്നും ഉള്ള ഭയമായിരുന്നു അന്നേരം അവർക്ക്.

വൈകുന്നേരം അവർ തിരിച്ച് വന്നപ്പോൾ ചട്ടിയിൽ രണ്ട് ഉണ്ടപ്പൊരികൾ ബാക്കിയിരിക്കുന്നു. അതുകണ്ട് അമ്മ ചെറിയവനെ വിളിച്ചു കാര്യം അന്വേഷിച്ചു. ഇരുവരിലൊരുത്തൻ അപരനെ ശകാരിച്ചും അവനോട് തർക്കിച്ചും ഒറ്റപ്പെട്ട് ദ്വേഷ്യത്തോടെ പട്ടിണിയായിരിപ്പുണ്ടാവും.

"ഞാൻ ഒന്നു തിന്നു. ബാക്കി മൂന്നെണ്ണം ചേട്ടനു മാറ്റി വെച്ചു." അനിയൻ അമ്മയെ ഒന്നും മറക്കാതെ അറിയിച്ചു.

അതേ ചോദ്യം അപ്പൻ മൂത്തവനോടും ചോദിച്ചു. അപ്പോൾ അവൻ പറഞ്ഞു: "ഞാൻ മൂന്നിൽ ഒന്നു തിന്നു. രണ്ടെണ്ണം അനിയനു ബാക്കി വെച്ചു."

മനുഷ്യൻ സ്നേഹമാണ്. സ്നേഹമില്ലെങ്കിൽ ജഡമാണ്. ■

സദ്യ

ഒരു പരിത്യാഗി എങ്ങോട്ടോ സഞ്ചരിക്കുമ്പോൾ വഴിയരികിലെ ഒരു വീട്ടിൽ വിവാഹസദ്യ നടക്കുന്നതു കണ്ട് അങ്ങോട്ടു കയറിച്ചെന്നു. അയാളുടെ മുഷിഞ്ഞു കീറിയ ആടയും വളർന്നു തൂങ്ങിയ ജടയും അണിഞ്ഞൊരുങ്ങി ആഭൂഷിതരായി എത്തിയ അനേകം അതിഥികളെ അസ്വസ്ഥമാക്കുന്നതായിരുന്നു. അതിനാൽ ഊട്ടുപുരയിലേക്ക് കയറിയ ആ അനഭിമതന്റെ നീക്കങ്ങൾ ആതിഥേയൻ പ്രത്യേകം ശ്രദ്ധിക്കുന്നുണ്ടായിരുന്നു.

പക്ഷേ രംഗം വഷളാക്കേണ്ടെന്നു കരുതി അയാൾ തത്കാലം ആ പട്ടിണിപ്പണ്ടാരത്തെ ഗൗനിച്ചില്ല. കൂടുതൽ പേരറിഞ്ഞാൽ അതിന്റെ കുറച്ചിൽ തനിക്കുതന്നെയാണല്ലോ. ക്ഷണിക്കാതെ സദ്യയ്ക്കെത്തുന്ന സ്വാർത്ഥികൾ മാത്രമല്ല, വിളിക്കാതെ സഹായവുമായി വരുന്ന സുമനസ്സുകളും ഈ ഉലകിൽ തന്നെയുണ്ടല്ലോ എന്നോർത്ത് വീട്ടുകാരൻ അയാൾ ഭക്ഷണശാലയിൽനിന്നും വെളിയിൽ വരുന്നതും കാത്തു നിന്നു.

ആഹാരം കഴിഞ്ഞ് അയാൾ പുറത്തിറങ്ങാൻ തുടങ്ങുമ്പോൾ ഗൃഹനാഥൻ പരിത്യാഗിയെ ഒരു മൂലയിലേക്കു വിളിച്ചു പതിയെ ചോദിച്ചു. "താങ്കളെ ആരെങ്കിലും ഈ കല്യാണത്തിനു ക്ഷണിച്ചിരുന്നോ?" താനറിയാതെ തന്റെ കുടുംബാംഗങ്ങൾപോലും അത്തരമൊരു അപരിഷ്കൃതനെ വിളിച്ചിരിക്കാനിടയില്ല. ആരുടേയും കൂട്ടില്ലാത്തവനാണ് ഏവരുടേയും ബന്ധുവാണെന്ന് പറഞ്ഞു നടക്കുക. അതിനാൽ ഇവൻ വലിഞ്ഞു കേറിയതാണ് എന്നുറപ്പിച്ചു തന്നെയാണ് അയാൾ അതു ചോദിച്ചത്.

"ഉവ്വ്." ഒട്ടും മടിക്കാതെ അയാൾ മറുപടി പറഞ്ഞു. എന്നിട്ട് തന്റെ പൊക്കണവും പൊക്കിയെടുത്ത് പോകാനൊരുങ്ങി.

"ആര്?" കാര്യമറിയാനായി വീട്ടുകാരൻ തുടർന്നു ചോദിച്ചു. പക്ഷേ അതിനും ഭിക്ഷു അതീവശാന്തനായാണ് മറുപടി നൽകിയത്:

"ഈ വിഭവങ്ങൾതന്നെ. ഇവിടെ വിളമ്പിയ ചോറും കറികളുംതന്നെ. അതിനുള്ള അരിയും പരിപ്പും പയറും പച്ചക്കറിയും തനിക്കില്ലായിരുന്നെങ്കിൽ താങ്കൾ ഇങ്ങനെയൊരു സദ്യയൊരുക്കി ആരെയെങ്കിലും ക്ഷണിക്കുമായിരുന്നോ? അപ്പോൾ ആരാണ് യഥാർത്ഥത്തിൽ അതിഥികളെ ക്ഷണിച്ചത്?" പരിത്യാഗി പെരുവഴിയിലേക്കിറങ്ങി നടന്നു.

ഇന്നു നാം നേടിയ പൊന്നും പറമ്പും നാളെ നമുക്കു നഷ്ടപ്പെട്ടിട്ടു വേണം മറ്റന്നാൾ അതു മറ്റനേകർക്കു സ്വന്തമാക്കാൻ. ∎

ജലദേവത

ഡിസംബറിലെ അതിശൈത്യകാലത്ത് ക്രാക്കോവിലെ നദിയിൽ കുളിക്കാനായി എത്തിയതായിരുന്നു മഹാനായ ഒരു ഹസീദിക്ക് ഗുരു. അദ്ദേഹം തനിക്കാകെയുള്ള കീറിപ്പറിഞ്ഞ നീളൻ ഓവർകോട്ട് കരയിൽ അഴിച്ചുവെച്ച് ചെറിയൊരു തോർത്തുമെടുത്ത് വെള്ളത്തിലിറങ്ങാൻ തയ്യാറെടുക്കുകയായിരുന്നു. പെട്ടെന്ന് നദിയിൽ നിന്നും തണുത്തുവിറച്ച് ജല കന്യകപോലെ നഗ്നയായ ഒരു യുവതി കയറിവന്നു.

അതുകണ്ട് വിജ്ഞൻ തന്റെ കീറക്കോട്ടെടുത്ത് അവളെ പുതപ്പിച്ചു.

"നീയെങ്ങനെ ഇവിടെ വന്നു?" അദ്ദേഹം ചോദിച്ചു.

"പുഴവെള്ളത്തിൽ നനയാതിരിക്കാനായി ഞാൻ എന്റെ വസ്ത്രങ്ങൾ അഴിച്ചു ചുരുട്ടി പൊക്കിപ്പിടിച്ച് നദി കടക്കുകയായിരുന്നു. പെട്ടെന്ന് ഒഴു ക്കിൽ എന്റെ നിയന്ത്രണം നഷ്ടപ്പെടുകയും വസ്ത്രങ്ങൾ കൈവിട്ട് പോവുകയും ചെയ്തു. പുഴയിൽ നിന്നും പുറത്തു കടക്കാൻ കടവിൽ ആളൊഴിയാൻ കാത്തിരിക്കുകയായിരുന്നു ഇതുവരെ ഞാൻ," അവൾ വിശദമാക്കി.

അവൾ അദ്ദേഹത്തിന്റെ കോട്ടു ധരിച്ചു പോയപ്പോൾ റബ്ബി പുഴയി ലേക്കു തിരിഞ്ഞു. അപ്പോൾ കടവിലടുത്ത ഒരു തോണിക്കാരൻ പുതി യൊരു കോട്ടും മറ്റു വസ്ത്രങ്ങളും അടങ്ങിയ ഭാണ്ഡവുമായി തോർത്ത് മാത്രമുടുത്ത് നിൽക്കുന്ന അദ്ദേഹത്തിനടുത്തെത്തി. "അങ്ങയെ നന്നായി അറിയുന്ന ഒരു അഭ്യുദയകാംക്ഷി തരാനായി ഏല്പിച്ചതാണ് ഈ വസ്ത്ര ങ്ങൾ," തോണിക്കാരൻ ഭവ്യതയോടെ പറഞ്ഞു.

ആ വസ്ത്രശേഖരം തോണിയിൽ പലപ്പോഴായി കണ്ട് സുപരിചിത മായിരുന്ന സന്ന്യാസി ചോദിച്ചു: "പക്ഷേ മാസങ്ങളായി ഇതു ഞാൻ നിങ്ങളുടെ തോണിയിൽ കാണുന്നുണ്ടല്ലോ. അന്നെന്തുകൊണ്ട് ഇക്കാര്യം പറഞ്ഞില്ല?"

"അങ്ങയെ നന്നായറിയാവുന്ന ഒരു സുമനസ്സ് നൽകിയതാണിവ. അങ്ങ് ഒരിക്കലും രണ്ടു ജോടി വസ്ത്രങ്ങൾ ഒരേ സമയം സൂക്ഷിക്കുക യില്ല എന്ന് അദ്ദേഹത്തിനുറപ്പുണ്ടായിരുന്നു." തുഴച്ചിൽകാരൻ അറിയിച്ചു.

"എല്ലാം ജലദേവതയുടെ അനുഗ്രഹം," ഹസീദ് തമാശയായി പറഞ്ഞു.

ആർക്കറിയാം, നമ്മെ ശ്രദ്ധിക്കാനായി അവൻ ആരെയെല്ലാം എങ്ങനെ യെല്ലാം ഏർപ്പാടാക്കിയിട്ടുണ്ടെന്ന്!

■

ആത്മബോധം

ആലിൻചുവട്ടിൽ ഒരു സെൻമാസ്റ്റർ ധ്യാനത്തിലിരിക്കുകയായിരുന്നു. നേരെ മുകളിലെ ആലിൻകൊമ്പിൽ മൂർച്ചയേറിയ ഒരു വമ്പൻ ഉളിയു മായി പെരുന്തച്ചനെപ്പോലെ ഒരു കുരങ്ങനിരിക്കുന്നു. ഗ്രാമത്തിലെ പണി സ്ഥലത്തുനിന്നും ഏതെങ്കിലും ആശാരിയുടേത് മോഷ്ടിച്ചതായിരിക്കണം ആ ഉഗ്രൻ ആയുധം. ഗുരുവെങ്ങാനും ധ്യാനത്തിൽ നിന്നും ഉണർന്നാൽ ആ നിമിഷം ഉളിയെറിഞ്ഞ് അദ്ദേഹത്തിന്റെ കഴുത്തു മുറിക്കാനാണ് വാനരന്റെ പദ്ധതി. അതിനായി വിശപ്പും ദാഹവും അവഗണിച്ച് അവൻ ധ്യാനനിരതനായി ആ ഇരിപ്പു തുടങ്ങിയിട്ട് കാലം കുറേയായി.

ചുറ്റും ഭയാശങ്കകളോടെ കൂടിനിൽക്കുന്ന ശിഷ്യഗണങ്ങൾക്കും കുര ങ്ങന്റെ ശപഥത്തെക്കുറിച്ചറിയാം. ഗുരുവിനെ രക്ഷിക്കാനോ വാനരനെ ആട്ടിയകറ്റാനോ ശ്രമിച്ചാൽ ആ നിമിഷം അദ്ദേഹത്തിന്റെ ഗളച്ഛേദം നടക്കു മെന്നുറപ്പ്. അതുകൊണ്ട് അവനെ പ്രകോപിപ്പിക്കാതെ അവർ അല്പം മാറിനിൽക്കുകയാണ്. അതും കാലങ്ങളായി.

പെട്ടെന്നാണ് ശിഷ്യന്മാരിൽ ഒരാൾക്ക് ബോധോദയം സംഭവിച്ചത്. അവനുടനെ എങ്ങോട്ടോ ഓടിപ്പോയി അല്പം കഴിഞ്ഞ് തിരിച്ചുവന്നു. അവന്റെ പിന്നിലായി സുന്ദരിയായ ഒരു പെൺകുരങ്ങുമുണ്ട്. അവന്റെ കയ്യിലെ മധുരനാരങ്ങയും മോഹിച്ച് കൂടെക്കൂടിയതാണ് അവളെന്നു വ്യക്തം. ആരു കണ്ടാലും ഒന്നു മോഹിച്ചുപോകുന്ന ചേതോഹരാംഗി യാണവൾ. അതുകണ്ട് മറ്റു അനുചരന്മാർ വാനരയുവതിയേയും അവളെ കൊണ്ടുവന്ന ശിഷ്യനേയും കാര്യമറിയാനായി മാറിമാറി നോക്കി. പക്ഷേ അവൾ അതൊന്നും ശ്രദ്ധിക്കുന്നില്ലായിരുന്നു. പകരം ഉളിയുമായി ആൽ മരത്തിലിരിക്കുന്ന യുവാവിനെ കണ്ടതും ആ തരുണി അടുത്ത മരത്തിൽ വലിഞ്ഞുകേറി അവന് നേർക്ക് ഇളിച്ചു കാട്ടി.

ആ ലാവണ്യവതിയെ കണ്ടപ്പോഴാണ് താൻ വിശപ്പും ദാഹവും അവ ഗണിച്ച് ആ ഇരിപ്പു തുടങ്ങിയിട്ട് അനേകകാലമായെന്ന് മർക്കടൻ ഓർ ത്തത്. അവനുടനെ ഗുരുവിന്റെ നേർക്ക് ഓങ്ങിപ്പിടിച്ച ഉളി ദൂരെയുള്ള പാറയിലേക്ക് വലിച്ചെറിഞ്ഞ് അടുത്ത മരത്തിലേക്ക് ഒരൊറ്റച്ചാട്ടം. എന്നിട്ട് ഇരുവരും കെട്ടിമറിഞ്ഞും കൂട്ടിപ്പിടിച്ചും ഒരുകൊമ്പിൽനിന്ന് മറ്റൊ ന്നിലേക്ക്.

ആ ഒച്ചയും ബഹളവും കേട്ട് സെൻമാസ്റ്റർ കണ്ണുതുറന്നു: തങ്ങളുടെ വിശപ്പും ദാഹവും അവഗണിച്ച് രക്ഷയ്ക്കെന്ന ഭാവേന തനിക്കു ചുറ്റും നിൽക്കുന്ന ശിഷ്യഗണങ്ങളെ അദ്ദേഹം പുച്ഛത്തോടെ നോക്കി. എന്നിട്ട് നിമിഷങ്ങൾക്കു മുമ്പ് ആത്മബോധം ലഭിച്ച ആ വാനരശ്രേഷ്ഠനെ വാത്സല്യത്തോടെയും. ∎

രാജാവും പ്രജയും

കാട്ടിൽ ശാന്തരായി മേയുകയായിരുന്ന ആടുകൾക്കിടയിലേക്ക് ഓർക്കാപ്പുറത്തൊരു സിംഹം കടന്നു വരുന്നത് കണ്ട് പ്രാണഭയംമൂലം അവയൊക്കെ പരിഭ്രാന്തരായി പലവഴിക്കും ഓടാൻ തുടങ്ങി. ഒന്നിച്ചു നിൽക്കണമെന്ന് എത്ര പഠിപ്പിച്ചാലും പ്രാണഭയമേശുമ്പോൾ കൂട്ടംമറന്ന് ചിതറിയോടുന്നതാണ് ജീവപ്രകൃതം. അവയിലൊരെണ്ണത്തെ ചാടിപ്പിടിച്ച് കഴുത്തിൽ കടിച്ച് അടുത്ത മരച്ചുവട്ടിലേക്ക് വലിച്ചിഴച്ച് കൊന്ന് ശാപ്പിട്ടു കഴിഞ്ഞപ്പോൾ അജഗണം രാജനു ചുറ്റും ഒത്തുകൂടി ഡാൻസും പാട്ടും തുടങ്ങി.

ആ സാത്വികനോ, തന്നെപ്പോലൊരു നിരുപദ്രവിയില്ലീ ഭൂമിയിൽ എന്ന മട്ടിൽ അതെല്ലാം ആസ്വദിക്കുകയും ആട്ടിൻകൂട്ടത്തെ പ്രോത്സാഹിപ്പിക്കുകയും ചെയ്യുന്നുണ്ട്. ഇടയ്ക്കിടെ അവരുടെ കൂട്ടത്തിൽ കൂടിയും ആട്ടിൻകുഞ്ഞുങ്ങളെ മുതുകത്തിരുത്തിയും നൃത്തം ചെയ്യുന്നുണ്ട്. ആട്ടിൻ പറ്റങ്ങളോ, കഴിഞ്ഞതെല്ലാം മറന്ന് അരചന്റെകൂടെ ആനന്ദിച്ച് ചുവടു വെക്കുന്നുമുണ്ട്. ആ അവിശ്വസനീയ ദൃശ്യം കണ്ട് അതുവരെ സ്വരക്ഷാർത്ഥം മരത്തിൽ കയറി ഒളിഞ്ഞിരിക്കുകയായിരുന്ന ഇടയൻ ധൈര്യമവലംബിച്ച് മൃഗരാജസമക്ഷമെത്തി തിരുമനസ്സിനെ വിനയപുരസ്സരം അഭിവാദനം ചെയ്തു.

ആട്ടിൻകുട്ടത്തിന്റെ രക്ഷാധികാരിയായി എത്തിയ ദുർബലന്റെ ദയനീയാവസ്ഥ കണ്ട് സിംഹത്തിന് സങ്കടം തോന്നി. തന്നിൽനിന്നും അവയെ രക്ഷിക്കാൻ തനിക്കുമാത്രമേ കഴിയൂ എന്നവനു ബോധ്യപ്പെട്ടിരിക്കണം. ആ ഇടയെനെന്തോ ചോദിക്കാനുണ്ടെന്നു മനസ്സിലാക്കിയ മന്നൻ അവനെ അതിനനുവദിച്ചു:

“പ്രഭോ, അങ്ങു കുറുക്കന്മാരെ ശ്രദ്ധിച്ചിട്ടില്ലേ? അവ കോഴിക്കൂട്ടിൽ കടന്നാൽ ഒന്നിനെ തിന്നും. ബാക്കിയെല്ലാറ്റിനേയും കഴുത്തു കടിച്ചുമുറിച്ച് കൊന്നുതള്ളും. പക്ഷേ അങ്ങ് കൊന്നതിനെ തിന്നു. തിന്നേണ്ടാത്തതിനെ കൊല്ലുന്നുമില്ല. ഇതെന്താണിങ്ങനെ?” ആട്ടിടയൻ കരുണാമയനോട് ചോദിച്ചു.

അതുകേട്ട് സിംഹത്തിനു കോപം വരാതിരുന്നില്ല. അജ്ഞൻ ചോദിക്കുന്നതും ഭയഗ്രസ്തൻ പറയുന്നതും അശക്തൻ ആജ്ഞാപിക്കുന്നതും നികൃഷ്ടൻ നിന്ദിക്കുന്നതും ഉത്തമർ മുഖവിലക്കെടുക്കരുത് എന്നാണല്ലോ. അധമർക്ക് ഉന്നതരുടെ ചെയ്തികൾ അർത്ഥശൂന്യമായേ അനുഭവപ്പെടൂ. ഈ ഇടയനും അത്തരക്കാരിൽനിന്നും വ്യത്യസ്തനാകാനിടയില്ല. അതിനാൽ നൃപൻ പ്രതിവചിച്ചു:

“വിഡ്ഢീ, കുറുക്കൻ പ്രജയും നോം രാജനുമാണ്. പ്രജ ഇന്നത്തെക്കുറിച്ചു മാത്രം ചിന്തിക്കുന്നു. രാജനെ പഴിക്കുന്നു. രാജാവ് നാളെത്തെക്കുറിച്ചുകൂടി വ്യാകുലപ്പെടുന്നു,” സിംഹം വിശദീകരിച്ചു. “കാരണം നാളെയും വിശപ്പുകാണും. അപ്പോഴും വേണമല്ലോ ആടുകൾ.” ■

ഈസാമസീഹ്

ശ്രീയേശു ഒരിക്കൽ ശിഷ്യന്മാരോടൊത്ത് ഒരു ശ്മശാനത്തിലെത്തി.

"സമയമെത്തുന്നതിനു മുമ്പേ മരിച്ചവരെയാണ് ഇവിടെ മറമാടിയിരിക്കുന്നത്. അവർക്കെല്ലാം പ്ലേഗും വസൂരിയും മറ്റു മഹാമാരികളുമായിരുന്നു." ശിഷ്യന്മാരിലൊരാൾ പറഞ്ഞു.

"അതെ. അവർ ജീവിതം എന്തെന്നറിയുന്നതിനു മുമ്പുതന്നെ മരിച്ചുപോയവരാണ്. അങ്ങയുടേയും ഞങ്ങളുടേയും ജനനത്തിന് എത്രയോ മുമ്പ്." രണ്ടാമത്തെ ശിഷ്യൻ കൂട്ടിച്ചേർത്തു.

"ദേവൻ, അങ്ങ് മൃത്യുഞ്ജയ മന്ത്രത്താൽ അനുഗ്രഹീതനാണല്ലോ. അതിനാൽ കൃപയാ ഈ അകാലദിവംഗതരെ പുനരുജ്ജീവിപ്പിച്ച് ബാക്കി ആയുസ്സുകൂടി ജീവിച്ചു തീർക്കാൻ അനുവദിച്ചാലും." മൂന്നാമത്തെ ശിഷ്യൻ അപേക്ഷിച്ചു.

"ക്ഷമിക്കണം. എനിക്കു പരകായപ്രവേശവും വശമാണെന്നറിയാമല്ലോ. അതുപയോഗിച്ച് ഞാൻ ഇവരിൽ പ്രവേശിച്ച് അവരുടെ ഇംഗിതം മനസ്സിലാക്കി." ജീസസ് ശിഷ്യരോടായി മൊഴിഞ്ഞു.

"എന്താണ് അവരുടെ അഭീഷ്ടം?"

"അവർ പറയുകയാണ്, ദൈവപുത്രാ! അങ്ങയുടെ ഭൂമിയിലെ പ്രവർത്തനങ്ങൾ ഞങ്ങൾ പരലോകത്തിരുന്നു കാണുന്നു. അങ്ങു സ്നേഹവും ത്യാഗവും അവലംബിച്ചു ഭൂമിയിൽ പ്രബോധനം നടത്തി തന്റെ വഴിയിലേക്ക് ആളെക്കൂട്ടുന്നു. ഞങ്ങൾക്കും ഞങ്ങളുടെ വഴികളിലൂടെ മനുഷ്യർക്കിടയിൽ പ്രവർത്തിക്കണമെന്നുണ്ട്. അതാണ് അവരുടെ ഇംഗിതം." മിശിഹാ പ്രസ്താവിച്ചു.

"എന്താണ് അവരുടെ വഴി?"

"അവർ കുഷ്ഠവും വസൂരിയും കോളറയും മറ്റും വന്നു മൺമറഞ്ഞവരായിരുന്നല്ലോ. അതുതന്നെ അവർ നമുക്കിടയിൽ പ്രചരിപ്പിക്കാനും ആഗ്രഹിക്കുന്നു." ക്രിസ്തു അറിയിച്ചു.

"ഹേ, രാജൻ! നീ അന്യന്റെ വേദനകൾ സ്വയം ഏറ്റെടുത്ത് ഞങ്ങൾക്കിടയിൽ സ്നേഹം പ്രചരിപ്പിക്കുന്നു. അവരോ, നിന്നിൽനിന്നും സ്നേഹം സ്വീകരിച്ച് യാതനകൾ പരത്താനുദ്ദേശിക്കുന്നു," ശിഷ്യർ പറഞ്ഞു.

സ്വർഗരാജ്യം മനസ്സിൽ അതു സൃഷ്ടിക്കുന്നവർക്കുള്ളതാകുന്നു.

■

ലോകം

മഹാനായ ചക്രവർത്തി വൂ താവോയിസം സ്വീകരിച്ച തന്റെ മകൾക്കുള്ള കല്യാണാലോചനയുമായി ഒരു രാജകുമാരനെ സമീപിച്ചു. അത്യന്തം കഠിനമായ ഒരു ജീവിതപദ്ധതിയാണ് അവൾ തെരഞ്ഞെടുത്തിരിക്കുന്ന തെന്നത് നേര്. പക്ഷേ ഏതവസ്ഥയിലും ഒരു രാജകുമാരിക്ക് ചേർന്നവ നായിരിക്കണമല്ലോ അവളുടെ വരൻ. സാധാരണക്കാരുടെ സംസ്കാരവും ആചരണവും കൊട്ടാരത്തിലെങ്ങനെ സ്വീകാര്യമാവും? ഇതെല്ലാം ഓർത്തായിരുന്നു വൂ ചക്രവർത്തി പ്രതിശ്രുതവരനെ തേടിച്ചെന്നത്.

"അതെങ്ങനെ സംഭവ്യമാകും? താവോമാർഗം സ്വീകരിച്ചതോടെ ഒരു പിച്ചക്കാരിയുടെ ജീവിതമാണ് അവൾ നയിക്കുന്നത്." രാജകുമാരൻ പ്രതി ഷേധിച്ചു. പ്രജകളിലൊരുവളായി നഗരത്തിലെ ചേരികളിൽ കുഷ്ഠരോഗി കളുടെ കൂടെ കഴിയുന്നവളാണ് കുമാരിയെന്ന് അവനറിയാമായിരുന്നു. ആ കന്യകയെ കാണണമെങ്കിൽ വല്ല കലുങ്കിനടിയിലോ ഓടകൾക്കിട യിലോ പാർക്കുന്ന ക്ഷയരോഗികൾക്കും പട്ടിണിക്കോലങ്ങൾക്കുമിടയിൽ തിരയേണ്ടി വരും.

കുമാരന്റെ മറുപടികേട്ട് നിരാശനായ ചക്രവർത്തി വൂ ഒരു താവോ അനുയായിയെ വിവാഹാഭ്യർത്ഥനയുമായി പോയികണ്ടു. ആ വ്യക്തിക്ക് തന്റെ സ്വപുത്രിയെ അംഗീകരിക്കാതിരിക്കാൻ നിർവാഹമില്ലല്ലോ. എല്ലാം ഉപേക്ഷിച്ച് വീടു വിട്ടിറങ്ങിയവരും സമസ്ത സുഖങ്ങളും നിഷിദ്ധ മാണെന്നു വിശ്വസിച്ച് ത്യജിച്ചവരുമായ രണ്ടുപേർക്ക് തമ്മിൽ ചേർച്ച യ്ക്കെന്തു തടസ്സം എന്നായിരുന്നു അന്നേരം ചക്രവർത്തി വൂ ചിന്തിച്ചത്. പക്ഷേ അയാൾക്കും അവൾ സ്വീകാര്യയായിരുന്നില്ല.

"കുമാരിയുടെ ചേരിവാസം വെറും നാട്യമാണ്. രാജകൊട്ടാരത്തിൽ പിറന്ന ഒരുത്തിക്ക് ഒരു പിച്ചക്കാരിയുടെ ജീവിതം യഥാർത്ഥത്തിൽ എങ്ങനെ സാധ്യമാകും?" അയാൾ ചോദിച്ചു. ആ നിരാസത്തോടെ ചക്ര വർത്തിക്കു മുമ്പിൽ മറ്റൊരു വഴിയും തെളിഞ്ഞു വന്നില്ല. കടലിൽനിന്ന് കൈക്കുമ്പിളിൽ മുത്തുതന്നെ കോരിയെടുത്താലും കണ്ടില്ലേ, വെള്ളം മുഴുവൻ വിരലുകൾക്കിടയിലൂടെ ചോർന്നുപോയല്ലോ എന്നു പറഞ്ഞ് ആർക്കും ആരെയും ഉപേക്ഷിക്കാം, അധിക്ഷേപിക്കാം.

അവസാനം ചക്രവർത്തി വൂ മഹാഗുരു ലാവോയെ ചെന്നുകണ്ടു വിവരം പറഞ്ഞു.

"അവർ രണ്ടുപേരും കുമാരിക്കു ചേർന്നവരല്ല. കാരണം ലോകം തങ്ങളെപ്പോലെയായിരിക്കണം എന്നു ശഠിക്കുന്നവരാണവർ. തങ്ങൾ ലോകത്തെപ്പോലെ ആയിരിക്കണം എന്നാഗ്രഹിക്കുന്നവരെ കണ്ടെ ത്തുക." ലാവോ ഉപദേശിച്ചു.

■

ഉള്ളത്തിൽ

രണ്ട് അയൽവാസികൾ മീൻ പിടിക്കാൻ തീരുമാനിച്ച് അടുത്ത വയലിലെ കുളം തേടിപ്പോയി. അവരുടെ ഉദ്ദേശ്യം മണത്തറിഞ്ഞ ഒന്നാമന്റെ പൂച്ചയും കൂടെക്കൂടി. കുളത്തിനരികെ എത്തിയപ്പോൾ ഒന്നാമൻ പറഞ്ഞു: "ഈ കുളത്തിന്റെ വിശേഷം അറിയാമല്ലോ. എത്രയോ കാലമായി ഒരു സ്വർണ്ണമത്സ്യം മാത്രം വാഴുന്ന കുളമാണിത്. അവനാണെങ്കിൽ കുളത്തിലെ സർവവ്യാപിയുമാണ്." എത്രയോ തലമുറകളായി പറഞ്ഞും കേട്ടും വരുന്ന വിവരമാണത്. സത്യത്തിൽ അന്നുവരെ ആ മീനിന്റെ സാന്നിധ്യം കണ്ടെത്തിയവർ ഇല്ലായിരുന്നു.

അതുകേട്ട് രണ്ടാമൻ കൂട്ടിച്ചേർത്തു: "ശരിയാണ്. അവനെ പിടിക്കാൻ എത്രയോ പേർ മുൻകാലങ്ങളിൽ ശ്രമിച്ചു പരാജയപ്പെട്ടിട്ടുണ്ട്. എന്തു വന്നാലും ഇന്നു നമുക്കതിൽ വിജയിക്കണം." അങ്ങനെ അവർ കുളത്തിലിറങ്ങി മുങ്ങിത്തപ്പാൻ തുടങ്ങി. അധികം വൈകാതെ രണ്ടാമന്റെ കയ്യിൽ സ്വർണ്ണമത്സ്യം വന്നുപെട്ടു. അതു അവന്റെ അനുഭവമോ അനുഭൂതിയോ എന്ന കാര്യത്തിൽ അപ്പോഴും തീർച്ചയില്ലായിരുന്നു.

അവൻ അതുമായി പൊങ്ങിവന്ന് മീനിനെ കുളത്തിന്റെ കൽപ്പടവിലേക്കെറിഞ്ഞു. അവൻ ഒന്നു തിരിഞ്ഞു വീണ്ടും നോക്കുമ്പോഴതാ അവിടെയിരുന്നിരുന്ന ഒന്നാമന്റെ പൂച്ച അടുത്തുള്ള പൊന്തയിലേക്കോടുന്നു. അതു കണ്ട് നിസ്സഹായനായി അവൻ അട്ടഹസിക്കാൻ തുടങ്ങി: "അയ്യോ, എന്റെ പൊൻമീനിനെ ഈ കാലമാടന്റെ പൂച്ച വിഴുങ്ങിയേ."

എന്നാൽ വെള്ളത്തിലിരുന്ന ഒന്നാമന് അവിടെ നടന്നതെല്ലാം കണ്ടെന്ന ഉറപ്പുണ്ടായിരുന്നു. രണ്ടാമൻ സ്വർണ്ണമത്സ്യത്തെ കൽപ്പടവിലേക്കെറിഞ്ഞു തിരിഞ്ഞ നിമിഷാർദ്ധംകൊണ്ട് അതു കുളത്തിലേക്ക് തിരിച്ച്ചാടി ആഴ്ന്നിറങ്ങിയതിന് താൻ ദൃക്സാക്ഷിയാണെന്ന് അവന് തീർച്ചയായിരുന്നു. "തെറ്റ്. മത്സ്യം ജലാശയത്തിൽ തന്നെയുണ്ട്. അതിനെ നമുക്കിനിയും കണ്ടെത്താനാവുന്നതേയുള്ളൂ." ഒന്നാമൻ പറഞ്ഞുകൊണ്ടിരുന്നു. പക്ഷേ രണ്ടാമൻ പൂച്ചയെ പിടിച്ച് വയറുകീറി പരിശോധിക്കണമെന്ന തീരുമാനത്തിൽ ഉറച്ചുനിന്നു.

വാസ്തവത്തിൽ അവിടെ നടന്നതെന്താണെന്ന് അവർ രണ്ടുപേർക്കും തിട്ടമില്ലായിരുന്നു. അതിനാൽ ആ അയൽക്കാർ ഇന്നും കലഹിച്ചുകൊണ്ടിരിക്കുന്നു.

നാമറിയാത്തവൻ അവിടെ ഉണ്ടെന്നും ഇല്ലെന്നും തനിക്കു ലഭിച്ചെന്നും ശത്രു തട്ടിയെടുത്തെന്നും ഇല്ലെന്നും പറഞ്ഞ് സഹസ്രാബ്ദങ്ങളായി മനുഷ്യൻ കലഹിച്ചുകൊണ്ടിരിക്കുന്നു. വാസ്തവത്തിൽ അവനുണ്ടെങ്കിൽ അതു വെള്ളത്തിലല്ല, ഉള്ളത്തിലാണെന്ന് ആരെങ്കിലും അറിയുന്നുണ്ടോ ആവോ! ■

പ്രണയപുഷ്പം

മാനിന്റേയും മുയലിന്റേയും മറ്റും ജീവസ്സുറ്റ ചിത്രങ്ങൾ വരച്ചു പ്രശസ്തനായ ഒരു യുവാവുണ്ടായിരുന്നു. അയാളുടെ ചിത്രങ്ങൾ കണ്ടാൽ മാൻ ചിത്രത്തിൽനിന്നും ഉടനെ ഓടി അകലുമെന്നും മയിൽ പറന്നു മറയുമെന്നും തോന്നും. കുയിലിന്റെ പാട്ടുവരെ ചിത്രത്തിൽ നിന്നും കേൾക്കാമത്രേ. വിവരമറിഞ്ഞ രാജാവ് ചിത്രകാരനായ യുവാവിനെ വിളിപ്പിച്ചു. രാജകുമാരിയുടെ പടം വരയ്ക്കണം. ഒരാഴ്ചകൊണ്ട് തീരുകയും വേണം. അതായിരുന്നു കല്പന.

അടുത്ത ദിവസം മുതൽ കുമാരി മണിക്കൂറുകൾ അവന്റെ മുന്നിൽ ചെലവഴിച്ചുകൊണ്ടിരുന്നു. ഏഴു ദിവസമായപ്പോൾ രാജാവ് മകളുടെ ഛായാചിത്രം കാണാനെത്തി. പക്ഷേ ചിത്രം എങ്ങുമെത്തിയിരുന്നില്ല. അതുകണ്ടു രാജാവിനു കോപം വന്നു. കുമാരി പറഞ്ഞു: “ഇയാൾ ഒരു തരം വായ്നോക്കിയാണ്. ദിവസം മുഴുവൻ എന്റെ കണ്ണിലേക്കുതന്നെ നോക്കിയിരിപ്പായിരുന്നു.”

അതു കേട്ടതോടെ രാജാവിന്റെ ദേഷ്യം ഇരട്ടിച്ചു. അലസതകൊണ്ടല്ല, പകരം അനുരാഗം കൊണ്ടാണ് പടം തീരാത്തതെന്ന് അദ്ദേഹം അനുമാനിച്ചു. അതു മനസ്സിലാക്കി യുവാവ് ഇങ്ങനെ ഉണർത്തിച്ചു: “തിരുമനസ്സേ, ചിത്രശാലയുടെ ഒരു മൂലയിൽ കൊണ്ടുവന്നു വെച്ചിരുന്ന ഒരു പനിനീർച്ചെടിയിലേക്കു നോക്കിയിരിക്കാനായിരുന്നു കുമാരിയോട് അപേക്ഷിച്ചിരുന്നത്. അതിൽ വിരിഞ്ഞ പൂവുകൾ നൽകുന്ന മുഖപ്രസാദവും നറുപുഞ്ചിരിയുമായിരുന്നു ചിത്രത്തിൽ വരേണ്ടിയിരുന്നത്.”

അതുകേട്ടു രാജപുത്രി ക്രുദ്ധയായി: “കള്ളം. പനിനീർച്ചെടിയിൽ ഒരു മലരും ഉണ്ടായിരുന്നില്ല.” ഉടനെ കലാകാരൻ കുമാരിയെ തിരുത്തി: “അത് അന്നത്തെ കാര്യം. ഒരു ആഴ്ച ആയപ്പോഴേക്കും ക്രമേണ അതിൽ ഏഴു പൂക്കൾ ഇതാ വിടർന്നിരിക്കുന്നു.”

അതുകേട്ട് കുമാരി തന്റെ ഹൃദയത്തിലേക്കും രാജാവ് മുറിയുടെ മൂലയിലേക്കും നോക്കി. അവൻ പറഞ്ഞത് ശരിയാണെന്ന് അവരിരുവർക്കും ബോധ്യവുമായി.

“ശരിയാണല്ലോ. എന്നിട്ടും നീയെന്തേ ഇതു കാണാതിരുന്നത്?” രാജൻ കുമാരിയെ വാത്സല്യപൂർവ്വം തലോടി.

“നേരാണല്ലോ. ഇതുവരെയും ഞാനെന്തേ ഇത് അറിയാതിരുന്നത്?” ആ തളരിതഗാത്ര പിതാവിനെ പിന്താങ്ങി.

നാമറിയാത്തവൻ നമുക്കകത്താണെന്നോ മൂലയിലിരിപ്പാണെന്നോ ആർക്കുണ്ട് തീർച്ച?

■

വിലാപം

ഒരു വളപ്പിൽ ആയിരമായിരം മാങ്ങകൾ വിളഞ്ഞുനിൽക്കുന്ന ഒരു മാവിന്മേൽ നൂറുകണക്കിനു കാക്കകൾ വന്നിരിക്കുന്നുണ്ടായിരുന്നു. അവിടെ കൂടുകെട്ടിയും കുഞ്ഞുങ്ങളെ വിരിയിച്ചും തമ്മിൽത്തമ്മിൽ കൊത്തിയാട്ടിയും അവയങ്ങനെ അലമുറയിട്ടും ആക്രോശിച്ചും തലമുറകളായി ജീവിക്കുന്നു. അവർക്കു ശത്രുക്കളായോ മിത്രങ്ങളായോ മറ്റൊരു പറവയും അങ്ങോട്ടെത്തിനോക്കിയിരുന്നില്ലെന്നു തോന്നി. അല്ലെങ്കിലും അത്ര വലിയൊരു താവളത്തിൽ കാക്കക്കൂട്ടത്തെ എതിരിട്ട് ആർക്കവിടെ വാസമുറപ്പിക്കാൻ കഴിയും? നിശാചരരായ വവ്വാലുകൾ പോലും അതിനു ധൈര്യപ്പെട്ടിരുന്നില്ല.

അങ്ങനെയിരിക്കെ മാങ്ങയുടെ മണം പിടിച്ച് ഒരു തത്തയും അവന്റെ പ്രേയസിയും മാവിന്മേൽ പാർക്കാനെത്തി. അവളാണെങ്കിൽ വലിയ പൊങ്ങച്ചക്കാരിയായിരുന്നു. ചുണ്ടു ചോപ്പിച്ചും മരതക പട്ടുടുത്തും അവളങ്ങനെ ഉടുത്തൊരുങ്ങി വിലസി നടക്കും. തന്നെക്കാൾ ചേതോഹരി നാട്ടിലെങ്ങുമില്ല എന്നായിരുന്നു ആ പച്ചപ്പരിഷ്കാരിയുടെ നാട്യം. അതുകൊണ്ടുതന്നെ കാപ്പിരിക്കാക്കകളുടെ കലപില അവൾക്ക് സഹിക്കാവുന്നതിലും കൂടുതലായിരുന്നു.

"ഈ കറുത്ത വിരൂപന്മാർ നമ്മുടെ ജീവിതം ദുഷ്കരമാക്കുന്നു. കാക്ക ക്കരച്ചിൽ കേൾക്കുന്നതിനേക്കാൾ അഭികാമ്യം ബധിരതയാണ്." തത്ത തന്റെ ഇണയോട് ഒച്ചവെക്കുമായിരുന്നു. "ഒന്നുകിൽ നിങ്ങൾ ഈ അസത്തുക്കളെ ഇവിടെനിന്നും ഓടിച്ചുവിടുക. അല്ലെങ്കിൽ മറ്റൊരു മാവുതേടി നമുക്കു അന്യദേശത്തേക്കു പറക്കാം. രണ്ടിനും നിങ്ങൾ തയ്യാറല്ലെങ്കിൽ ഞാനെന്റെ പാട്ടിനു പോകും."

അവളുടെ വിഡ്ഢിത്തം കേട്ട് അവൻ വിഷണ്ണനായി. അവൾ പറഞ്ഞ വഴികളൊന്നും പ്രായോഗികമല്ലെന്നും ഒരു പ്രശ്നത്തിനും പരിഹാരമല്ലെന്നും ആ ആൺതത്തയ്ക്കറിയാമായിരുന്നു. സ്വന്തം പരിമിതികളെ പ്പറ്റി ബോധമുള്ളവനു മാത്രമേ പരിതസ്ഥിതിയുമായി ഇണങ്ങിക്കഴിയാൻ പറ്റൂ. ഇന്നു തട്ടിയും മുട്ടിയും കിടക്കുന്നത് നാളെ പൊളിഞ്ഞും പൊട്ടിയും പൊടിഞ്ഞും പുറത്താകും. അതിനാൽ തന്റെ കളത്രത്തെ സന്തുഷ്ടയാക്കാൻ അവൻ പലതും പറഞ്ഞു കെഞ്ചി. അതിനനുസരിച്ച് തത്തമ്മ പ്പെണ്ണിന്റെ വാക്കുകളുടെ മൂർച്ച കൂടിയതേയുള്ളൂ.

ശുകങ്ങൾ തമ്മിലുള്ള വാഗ്വാദം കേട്ടാണ് വൃദ്ധനായ ഒരു കാക്ക അവിടേക്ക് പറന്നിറങ്ങി വന്നത്:

"ശരിയാണ്. ഓരോ തത്തയും ഈ മാവിന്മേൽ എത്തുമ്പോൾ ഈ കാക്കകളെല്ലാം കൂട്ടക്കരച്ചിലാണ്, അവയുടെ സൗന്ദര്യത്തിൽ അസൂയ പ്പെട്ട്. പക്ഷേ ദിവസങ്ങൾക്കകം വേട്ടക്കാരൻ വന്ന് തത്തകളെ വലവെച്ചു പിടിച്ചു കൂട്ടിലാക്കി രാജാവിനും പ്രഭുക്കന്മാർക്കും വിൽക്കാനായി കൊണ്ടു പോകും. അപ്പോൾ ഞാൻ മാത്രം കരയുന്നു, അവയുടെ സൗന്ദര്യത്തിൽ സങ്കടപ്പെട്ട്." കാക്ക പറഞ്ഞു.

ദാഹജലം

വിശപ്പും ദാഹവും സഹിക്കവയ്യാതെ മരുഭൂമിയിൽ വഴിതെറ്റി അലയുന്ന ഒരുവൻ ദൈവത്തോട് പ്രാർത്ഥിച്ചുകൊണ്ടിരുന്നു– "എനിക്കൊരു കവിൾ വെള്ളം നീ കാണിച്ചു തരിക. എന്നിട്ട് മരിച്ചാലും മതിയായിരുന്നു." അതെല്ലാം വെറും വാക്കാണെന്നു സുവിദിതമായിരുന്നു. കാരണം ആപത്തിൽപ്പെട്ടവന്റെ വാഗ്ദാനവും അരിശമേറിയവന്റെ ഭീഷണിയും വൈകിയെത്തിയവന്റെ വിശദീകരണവും വെള്ളുത്തേടന്റെ അലക്കുപോലെയാണ്. അവ അടുത്തപ്രാവശ്യംവരെ പോലും നിലനിൽക്കുകയില്ല.

എങ്കിലും അതുകേട്ടു ദൈവം അയാൾക്കു മുമ്പിൽ ആർക്കെന്നോ നഷ്ടപ്പെട്ട് ഒരു മണൽക്കൂനയ്ക്കുള്ളിൽ ആഴ്ന്നു കിടന്നിരുന്ന ഒരു ഭരണി പ്രത്യക്ഷപ്പെടുത്തി. അതിനായവൻ കാറ്റിനെയയച്ച് മണൽത്തരികൾ ഊതിത്തെറിപ്പിച്ച് കൂനയെ നിരപ്പാക്കി. തുടർന്ന് അയാൾ ഭരണി മാന്തിയെടുത്ത് തുറന്നു നോക്കി. ഭരണിക്കകം നിറയെ സ്വർണ്ണവും രത്നവും. അതുകണ്ട് നിരാശനായ അയാൾ ദേഷ്യപ്പെട്ട് പൊന്നും പവിഴവും വാരിയെടുത്ത് മണൽക്കാട്ടിലേക്ക് വലിച്ചെറിഞ്ഞു. എന്നിട്ട് ഈശ്വരനോട് വീണ്ടും കേണു: "എനിക്കൊരു തുടം ജലം നീ കാണിച്ചുതരിക. എന്നിട്ട് മരിച്ചാലും മതിയായിരുന്നു."

അതുകേട്ടു സങ്കടപ്പെട്ട ഈശ്വരൻ ആരുടേയോ കയ്യിൽനിന്നു വീണുപോയ ഒരു കുപ്പി അയാൾക്കു മുന്നിൽ വെളിപ്പെടുത്തി. ഒരു ചെരുവിൽ നിന്നും ഉരുട്ടിയുരുട്ടിയാണവൻ ആ കുപ്പി പഥികന്റെ പാദങ്ങളിലേക്കെത്തിച്ചത്. അയാൾ ഓടിച്ചെന്ന് കുപ്പിയെടുത്തു തുറന്നു. കുപ്പിക്കകത്തെ ശീതള ജലം ആർത്തിയോടെ പലതുടം കുടിച്ചിട്ടും അതുമുഴുവൻ തീരുന്നതിനു മുമ്പേ അയാളുടെ ദാഹം ശമിച്ചിരുന്നു.

അപ്പോഴാണ് വിഭ്രാന്തിയിൽ താൻ എറിഞ്ഞുകളഞ്ഞു നഷ്ടപ്പെടുത്തിയ സ്വർണ്ണരത്നാദികളെക്കുറിച്ച് അയാൾ വീണ്ടും ഓർത്തത്. അവയെല്ലാം മണൽക്കാറ്റിനടിയിൽപെട്ട് എങ്ങോ മറഞ്ഞുപോയിരുന്നല്ലോ. മരുഭൂമിയിൽ നിമിഷാർദ്ധത്തിലാണ് കൂനകൾ കുന്നായുയരുന്നതും കുഴിയായി താഴുന്നതും.

"എനിക്കതെല്ലാം ഒരിക്കൽ കൂടി നീ കാണിച്ചു തരിക. എന്നിട്ടു മരിച്ചാലും മതിയായിരുന്നു." കുപ്പി പൊട്ടിച്ചെറിഞ്ഞ് രത്നവും തിരഞ്ഞ് അലഞ്ഞുനടക്കുമ്പോൾ അയാൾ മന്ത്രിച്ചുകൊണ്ടിരുന്നു.

ഓരോരുത്തരുടേയും ഈശ്വരൻ തന്റെ സ്വാർത്ഥത്തിനും സൗകര്യത്തിനുമനുസൃതമായി നിർമ്മിക്കപ്പെട്ടതാണല്ലോ. എല്ലാ ലാഭവും എനിക്ക് എല്ലാ നഷ്ടവും നിനക്ക് എന്നതാണ് ആ നിർമ്മിതിയുടെ അടിസ്ഥാനം.

■

നാദം

സൂഫി സാമ്രാട്ടായിരുന്ന ശൈഖ് അബ്ദുൽ ഖാദിർ ജീലാനി ബാഗ്ദാദി ഒരിക്കൽ അജ്മീരിലെ ഖാജാ മുഈനുദ്ദീൻ ചിശ്തിയെ കാണാൻ വരിക യായിരുന്നു. ഖാജാ ആ സമയം സന്തൂർ എന്ന സംഗീതോപകരണം വായിച്ച് ഗാനോന്മാദത്തിൽ നിലീനനായിരിക്കുകയായിരുന്നു. സൂഫി സിദ്ധാന്തം ഒരു വരട്ടുതത്വമാണെന്നും ഒരു തരത്തിലുമുള്ള ആഡം ബരവും ആസ്വാദനവും അവർക്കനുവദനീയമല്ലെന്നും വിമർശനമുണ്ടാ യിരുന്ന കാലത്താണ് മുഈനുദ്ദീൻ ചിശ്തി സന്തൂർവാദനം അനുപേക്ഷ ണീയമായി കൊണ്ടുനടന്നിരുന്നത്.

എങ്കിലും ശൈഖിന്റെ ആഗമനം മുൻകൂട്ടി അറിയിച്ചിരുന്നതിനാൽ ആ വരവറിഞ്ഞ് ചിശ്തി ഒരു ശിഷ്യനെ വിളിച്ച് സന്തൂർ ഒളിപ്പിച്ചു വെക്കാൻ നിർദ്ദേശിച്ചു. കാരണം സംഗീത-നൃത്ത-കലാരൂപങ്ങളെ ശൈഖ് എത്ര അഭിലഷണീയമായാണ് കാണുന്നതെന്ന് ഖാജാക്ക് ഒരു തിട്ടവുമുണ്ടാ യിരുന്നില്ല. നിർദ്ദേശം കിട്ടിയപാടെ ശിഷ്യൻ കിണറ്റിൻകരയിലെ കാഞ്ഞിര മരത്തിൽ കയറി സന്തൂറിൽ ഉസ്താദിനെ അനുകരിക്കാൻ തുടങ്ങി. അന്നേരം അതുപൊഴിക്കുന്ന ശബ്ദത്തെക്കുറിച്ചൊന്നും ആ ശിഷ്യൻ ബോധവാനായിരുന്നില്ല. താൻ സൃഷ്ടിക്കുന്ന നാദബ്രഹ്മത്തിന്റെ മനോ ഹാരിത അനുഭവിക്കാൻ പോയിട്ട് ഒരു ശബ്ദപ്രപഞ്ചത്തിന്റെ അസ്തിത്വ ത്തെക്കുറിച്ചുപോലും അജ്ഞനായിരുന്നല്ലോ ആ ബധിരശിഷ്യൻ.

ശൈഖ് ബാഗ്ദാദി ഈ അവസരത്തിലാണ് ഖാജായുടെ മുന്നിലെ ത്തിയത്. സന്തൂർനാദം ശ്രവിച്ച ജീലാനി ഉടനെ ചിശ്തിയോടായി പറഞ്ഞു: "അവനെ നാം കാണുന്നില്ല. പക്ഷേ കേൾക്കുന്നല്ലോ. അതാണ് അവന്റെ മഹാദ്ഭുതം."

ശൈഖ് ജിലാനി നടത്തിയ പ്രസ്താവനയുടെ ആന്താർത്ഥം ഗ്രഹിച്ച ഗരീബ് നവാസ് ഇങ്ങനെ പ്രതികരിച്ചു: "ശരിയാണ്. കാണുന്നവൻ കേൾ ക്കുന്നില്ല. അതാണ് നമ്മുടെ ദുരന്തം."

തന്നെത്തന്നെ ഏറ്റവുമധികം സ്നേഹിക്കുന്നവനാണല്ലോ ഈശ്വരനെ കൂടുതൽ സ്നേഹിക്കുന്നതായി അഭിനയിക്കുന്നത്.

ഖാജാ മുഈനുദ്ദീൻ ചിശ്തി (എ.ഡി. 1142-1236) പേർഷ്യയിലെ സിസ്താനിൽ ജനനം. വിശ്വവിഖ്യാതനായ സൂഫിസൈദ്ധാന്തികൻ, അദ്ധ്യാപകൻ, പ്രചാരകൻ, സൂഫിസത്തിലെ ചിശ്തിയ തരീഖത്തി (ശാഖ)ന്റെ സ്ഥാപകൻ. ജാതിമത ഭേദമന്യേ സാധാരണക്കാർക്കും പാവ ങ്ങൾക്കുമായി ജീവിതം ഉഴിഞ്ഞുവെച്ചതിനാൽ ഗരീബ് നവാസ് എന്നറി യപ്പെടുന്നു. ഇറാഖിലും മദ്ധ്യേഷ്യയിലും സഞ്ചരിച്ചശേഷം മംഗോൾ ആക്ര മണത്തെത്തുടർന്ന് ഇന്ത്യയിലെത്തുകയും ഡൽഹി, ലാഹോർ എന്നിവ സന്ദർശിച്ചശേഷം അജ്മീരിൽ സ്ഥിരമായി വസിക്കുകയും ചെയ്തു. ∎

പശു

വെള്ളിയാഴ്ചയിലെ പ്രതിവാര പ്രാർത്ഥനയ്ക്ക് നേതൃത്വം നൽകാനായി പള്ളിയിലേക്കു പോകവെ ഒരു ഇമാം വഴിയോരത്തെ ഒരു തൊടിയിൽ കെട്ടഴിഞ്ഞ ഒരു പശു വിളവു നശിപ്പിക്കുന്നതായി കണ്ടു. അയൽപക്കത്തു നിന്നും പച്ചതേടി അലഞ്ഞെത്തിയതാണ് അതെന്നു വ്യക്തം.

അതോടെ അയാൾ പശുവിനെ പിടിക്കാനായി അതിന്റെ പിന്നാലെ ഓടാൻ തുടങ്ങി. പശു തന്നെ കൂടുതൽ വട്ടം ചുറ്റിക്കുന്തോറും തനിക്കു നഷ്ടപ്പെട്ടുകൊണ്ടിരിക്കുന്ന പ്രാർത്ഥനയെക്കുറിച്ചും പരലോക പ്രതിഫല ത്തെപ്പറ്റിയും ഇമാം കൂടുതൽ വിവശനാകാൻ തുടങ്ങി. അവസാനം പശു വിനെ പിടിച്ചുകെട്ടിയപ്പോഴേക്കും ഉച്ച പ്രാർത്ഥന കഴിഞ്ഞിരുന്നു. അതോടെ സ്വർഗത്തിലേക്കുള്ള ദൂരം അത്രയും കൂടിയല്ലോ എന്നോർത്ത് ആ പുരോഹിതന് വേവലാതിയായി.

ഇമാമിനെ കാണാഞ്ഞ് പള്ളിക്കാർ ഒരു മുദരിസ്സിനെ വെച്ചാണ് ആ വെള്ളിയാഴ്ച നിസ്കാരകർമ്മം നിർവ്വഹിച്ചത്. ജുമുഅ കഴിഞ്ഞതും സുന്നത്തിനും നമാസിനുമൊന്നും നിൽക്കാതെ മുദരിസ് വീട്ടിലേക്കോടി. അവിടെ ഇമാം അയൽക്കാരന്റെ പശുവിനെ പിടിച്ചുകെട്ടിയിരിക്കുന്നതു കണ്ട് അയാൾ ആശ്വസിച്ചു. താൻ ഭയപ്പെട്ടതുപോലുള്ള നാശനഷ്ടങ്ങ ളൊന്നും സംഭവിച്ചിട്ടില്ല. ഖുദാ തന്റെ ദുആ കേട്ടെന്നു സ്പഷ്ടം.

"പള്ളിയിൽ നിസ്ക്കരിക്കുമ്പോൾ മുഴുവൻ ഈ പശുവായിരുന്നു എന്റെ മനസ്സിൽ." മുദരിസ് ഇമാമിനോട് കയറൂരി അലഞ്ഞു തിരിഞ്ഞ തന്റെ മനസ്സിനെപ്പറ്റി പറഞ്ഞു. "ഇതിങ്ങനെ കെട്ടഴിഞ്ഞെത്തുമെന്നും എന്റെ വളപ്പിലെ വിളവു നശിപ്പിക്കുമെന്നും ഓർത്തു ദുഃഖിക്കുകയായി രുന്നു ഇതുവരേയും ഞാൻ." ദൈവമാണ് തന്റെ ദൂതനായി ഇമാമിനെ പശുവിന്റെയടുക്കലേക്ക് അയച്ചത്.

"പശുവിനെ പിന്തുടരുമ്പോഴെല്ലാം പള്ളിയിലെ പരമേശ്വരനായിരുന്നു എന്റെ മനസ്സിൽ." ഇമാം മറുപടി പറഞ്ഞു. "അവനുള്ള ആരാധന നഷ്ട പ്പെട്ടതിൽ സങ്കടപ്പെടുകയാണ് ഞാനിപ്പോഴും."

മാർക്കറ്റിൽ കിട്ടാത്ത ഈശ്വരന്മാരുണ്ടാകും. പക്ഷേ മനസ്സിൽ കട ക്കാത്ത ദൈവങ്ങളില്ല. സൗകര്യമുള്ള ഒന്നിനെ കുടിയിരുത്തി കാര്യം നടത്തുക. ∎

അകംപുറം

അനേകം കുഞ്ഞുങ്ങളുണ്ടായിരുന്ന ഒരു വീട്ടിലെ മുറ്റത്തിനരികിലുള്ള മാളത്തിൽ ഒരു കരിനാഗം വന്നു മുട്ടയിടാൻ തുടങ്ങി. നരനായാലും നാഗമായാലും വിഷം കൂടിയ ഇനമാണ് നമ്മുടെ സാമീപ്യം കൂടുതൽ കൊതിക്കുന്നത്. ഒരു ദിവസം ഇഴഞ്ഞു പോകുന്ന പാമ്പിനെ കണ്ട് അങ്ങോട്ട് കുതിച്ച കുഞ്ഞുങ്ങളുടെ നേർക്ക് സർപ്പം ഫണമുയർത്തി ചീറ്റി. അതു കണ്ടു ഭയന്നോടിയ കുഞ്ഞുങ്ങൾ അമ്മയോട് വന്ന് കാര്യം പറഞ്ഞു. വിവരമറിഞ്ഞ് അവർ പരിഭ്രാന്തയായെങ്കിലും തൽക്കാലം മക്കൾക്കു മുമ്പിൽ അതു പ്രകടിപ്പിച്ചില്ല.

അന്ന് വൈകുന്നേരം മക്കളുടെ പിതാവ് എത്തിയപ്പോൾ ആ സ്ത്രീ വിവരം ഭർത്താവിനെ ധരിപ്പിച്ചു. അയാൾ ഉടനെ പാമ്പിൻ മടയിൽ പോയി നോക്കി തിരിച്ചുവന്നു. മാളത്തിൽ തള്ളയും കുഞ്ഞുങ്ങളും ചുറ്റിവരിഞ്ഞു കിടക്കുന്നുണ്ട്. പക്ഷേ അന്നേരം അയാൾ ആശങ്കയ്ക്കു വകയൊന്നും കണ്ടില്ല.

“പേടിക്കാനൊന്നുമില്ല. കരിനാഗം ഒരു വിഷസർപ്പംതന്നെ. പക്ഷേ അതിന്റെ വിഷപ്പല്ല് കൊഴിഞ്ഞ് പോയിരിക്കുന്നു. പക്ഷേ മക്കൾ ഇക്കാര്യമറിയരുത്. അതെന്തായാലും പാമ്പ് ഫണം വിടർത്തിയാടുന്നതിനാൽ കുഞ്ഞുങ്ങൾ അതിനടുത്തേക്കു പോകാൻ ധൈര്യപ്പെടില്ല.”

അതുകേട്ട് ആ അമ്മയ്ക്ക് ആശ്വാസമായി: “എങ്കിൽ അവർ സമാധാനത്തോടെ കളിച്ചോട്ടെ.”

“അതു പാടില്ല. കാരണം കാര്യമറിഞ്ഞാൽ നമുക്ക് സമാധാനം കിട്ടും. പക്ഷേ വിവരമറിഞ്ഞാൽ അവർക്ക് അമിതധൈര്യമാണ് ലഭിക്കുക. ഒരു അപകടകാരിയെ അവർ ലാഘവത്തോടെ എടുക്കാൻ അതിടവരുത്തും. മുട്ടവിരിഞ്ഞിറങ്ങുന്ന പാമ്പിൻകുഞ്ഞുങ്ങൾ അവിടെയൊക്കെ ഇഴഞ്ഞു നടക്കുന്നുണ്ടാവും. അവയ്ക്കാണെങ്കിൽ വിഷവും കാണും. കാണുന്ന രാജാവിനെ നാം ഭയപ്പെടുന്നു. കാണാത്ത ദൈവത്തെ അവഗണിക്കുന്നു. ഒന്ന് വ്യർത്ഥം. മറ്റേത് അപകടകരം.” ഗൃഹനാഥൻ താക്കീതു നൽകി.

നാളെ മറ്റൊരു പാമ്പിനെ കണ്ടാലും അല്ലെങ്കിൽ ഈ കുഞ്ഞുങ്ങൾ ഇങ്ങനെയായിരിക്കും. പക്ഷേ ആ സർപ്പം അങ്ങനെയായിരിക്കില്ല. ഒരുത്തനെത്തന്നെ നിനച്ചിരുന്നാൽ വരുന്നതെല്ലാം അവനെന്നു തോന്നും എന്നാണല്ലോ.

■

കുറ്റവും കുറവും

വിശാലമായ ഒരു തോട്ടവും അതിൽ പലയിടത്തായി തെളിനീർ നിറഞ്ഞു നിൽക്കുന്ന അനേകം കിണറുകളുമുണ്ടായിരുന്ന ഒരു ധനികസ്ത്രീ ഒരു അന്ധനെ കല്യാണം കഴിച്ചു. അവൾ ഒരു വിരൂപിയായിരുന്നതിനാലാണ് കണ്ണുപൊട്ടനെ കെട്ടേണ്ടിവന്നത്. ആദ്യരാത്രിയിൽ അന്ധൻ തന്റെ ഭാര്യ യോട് പറഞ്ഞു: "വിരൂപിയായ നിന്നെതന്നെ വിവാഹം ചെയ്തതിൽ ഞാനെത്ര ഭാഗ്യവാനാണ്. സുന്ദരിയായ നിന്റെ അനിയത്തിയെയായി രുന്നു ഞാൻ കെട്ടിയിരുന്നതെങ്കിൽ അവളുടെ ഇരിപ്പിലും എന്തിന്, നടപ്പിൽ പോലുമുള്ള സ്വഭാവദൂഷ്യം അനുമാനിച്ച് ഞാൻ എത്രമാത്രം വേവലാതിപ്പെടുമായിരുന്നു."

അതുകേട്ട് നവവധു പറഞ്ഞു: "സംശയവും അനുമാനവുമാണ് വിശ്വാസത്തിന്റെ അടിസ്ഥാനമെങ്കിൽ ഭാര്യ സുന്ദരിതന്നെ ആയിരിക്കണ മെന്നില്ല."

അതിനു മറുപടിയായി അയാൾ ഒന്നും പറഞ്ഞില്ല. വൈരൂപ്യം എപ്പോഴും ചാരിത്ര്യത്തിന്റെ സംരക്ഷകനാകണമെന്നില്ല. ഉഗ്രവിഷമുള്ള സർപ്പത്തിന്റെ മുമ്പിൽ തേളിന്റെ വിഷം എവിടെ? പക്ഷേ വൻതേളുകൾ പാമ്പിനെ കുത്തിക്കൊന്ന് ഭക്ഷിക്കാറുണ്ട്. മറിച്ചു കേട്ടിട്ടില്ല.

അടുത്ത ദിവസം തന്റെ പ്രേയസിയെ പ്രീണിപ്പിക്കാനുദ്ദേശിച്ച് അയാൾ പറഞ്ഞു: "അന്ധനായ എന്നെത്തന്നെ നീ വിവാഹം ചെയ്തത് എന്തൊരു ഭാഗ്യമാണ്! കാരണം നിന്നിൽ നിന്നും മറച്ചുവെച്ചൊരു രഹസ്യം എന്നിൽ കാണുകയില്ലല്ലോ. ഇരുവർക്കുമിടയിലുള്ള അപ്രിയ സത്യങ്ങൾ തങ്ങൾ ക്കിടയിൽ അസ്വാരസ്യം സൃഷ്ടിക്കുന്നുമില്ല."

അതുകേട്ട് അവൾ പറഞ്ഞു: "അജ്ഞതയിൽ നിന്നു ലഭിക്കുന്ന ആനന്ദത്തേക്കാൾ എത്രയോ ആശാസ്യമാണ് അറിവുണർത്തുന്ന ആകുലത."

മൂന്നാമത്തെ രാത്രി ഭർത്താവ് ഒന്നും മിണ്ടാതെ കിടക്കുന്നത് കണ്ട് അവൾ കാരണം അന്വേഷിച്ചു.

അപ്പോൾ അന്ധൻ പറഞ്ഞു: "അകക്കണ്ണു തുറന്നവന്റെ അനുഭവം നിനക്കറിയാമോ? അവൻ പ്രപഞ്ച സത്യത്തിനു പിന്നിലെ മുഴുവൻ വൈരൂപ്യവും ദർശിക്കുന്നവനാണ്. സത്യത്തിന്റെ മുഖം മലിനവും ഹൃദയം മൃദുലവും ആയിരിക്കുന്നതുപോലെ."

■

സന്നിധാനം

കാട്ടിലേക്ക് വിട്ട അപ്പന്റെ പശുവിനെ കാണാതായപ്പോൾ മക്കൾ അതിനെ തേടിയിറങ്ങി. വളരെ തിരഞ്ഞിട്ടും പശുവിനെ കിട്ടാതെ അവർ തിരിച്ചു വന്നു.

"പശുവിനെ കണ്ടോ?" അപ്പൻ.

"ഇല്ല. പക്ഷേ പശു അവിടെയെവിടെയോ ഉണ്ടെന്ന് ഞങ്ങൾക്കുറപ്പായി. കാരണം വഴിയിൽ അവൾ തിന്ന പുല്ലിന്റെ ബാക്കി കാണാമായിരുന്നു." ഒന്നാമത്തെ മകൻ പറഞ്ഞു.

"അതെ, അവിടെയവിടെയായി അതിന്റെ കുളമ്പടികൾ മണ്ണിൽ ആഴ്ന്നു കിടന്നിരുന്നു." രണ്ടാമൻ ചേട്ടനെ പിന്താങ്ങി.

പശു അടുത്തെവിടെനിന്നോ അയവിറക്കുന്നതു കേട്ടെന്ന് മൂന്നാമനും അതല്ല പശുവിന്റെ വാലു കൊണ്ടുള്ള അടിയേറ്റ് ചത്തുകിടക്കുന്ന കൊതുകിനെ വഴിയിൽ കണ്ടെന്നു നാലാമനും അറിയിച്ചു.

"അതിനർത്ഥം പശുവിന്റെ അസ്തിത്വത്തിൽ സംശയം വേണ്ട എന്നല്ലേ?" അവർ ഒന്നിച്ചു ചോദിച്ചു.

അവരുടെ വാദങ്ങൾ കേട്ട അപ്പൻ രോഷം പൂണ്ടു. "ഇത്തരം തെളിവുകൾ കൊണ്ടൊന്നും പശുവിനെ കണ്ടെത്താൻ കഴിയില്ല." അയാൾ അവരെ അറിയിച്ചു.

"എന്നാരു പറഞ്ഞു? വഴിയിൽ വെച്ചു പുരോഹിതൻ ചോദിച്ചപ്പോഴും ഇതേ തെളിവുകളാണ് ഞങ്ങൾ നിരത്തിയത്. അതുകേട്ടു അദ്ദേഹം അത്യന്തം ആവേശഭരിതനായി." ഒന്നാമൻ തുടർന്നു.

"അദ്ദേഹം എന്താണ് പറഞ്ഞത്?" അപ്പൻ ഉൽകണ്ഠാഭരിതനായി.

"ഹൊ! ദൈവത്തിന്റെ കാര്യത്തിൽ ഇതിന്റെ പകുതി തെളിവുകൾ വെച്ചു സാക്ഷി പറയാൻ പോലും ആളെ കിട്ടുന്നില്ല. എന്നിട്ടും അവൻ ഇവിടെയെവിടെയോ ഉണ്ടല്ലോ, എന്നാണ് അദ്ദേഹം പറഞ്ഞത്." രണ്ടാമൻ കൂട്ടിച്ചേർത്തു.

കർതൃത്വത്തിൽ സംശയമുള്ളിടത്താണ് തെളിവുകൾ വേണ്ടത്. വിശ്വാസമുള്ളിടത്തു കർത്താവുതന്നെ വേണമെന്നില്ല.

■

ഇരുളടഞ്ഞ്

"ഗുരോ! എനിക്ക് ആത്മജ്ഞാനം സിദ്ധിച്ചിരിക്കുന്നു എന്ന് പലരും പറയുന്നു. ശരിയാണോ?" ഒരുവൻ നാഗാർജുനനോടു ചോദിച്ചു. എവിടെ നിന്നോ തിടുക്കപ്പെട്ടെത്തിയതാണ് അയാൾ.

ഗുരു ആ സന്ദേഹിയെ ഇരുട്ടുനിറഞ്ഞ ഒരു മുറിയിലേക്കു കൂട്ടിക്കൊണ്ടുപോയി. "ഈ ചുമരിലെഴുതിരിക്കുന്ന ചെറിയക്ഷരം വായിക്കൂ." ഗുരു നിർദ്ദേശിച്ചു, ഒരു കണ്ണുവൈദ്യനെപ്പോലെ.

"ഒന്നും കാണുന്നില്ലല്ലോ." അയാൾ നിസ്സഹായത പ്രകടിപ്പിച്ചു. ഒരു പക്ഷേ അയാളുടെ ശ്രദ്ധ അവിടെയൊന്നുമായിരുന്നില്ല.

"ശരി. ഇപ്പോൾ ചുമരിൽ അല്പംകൂടെ വലിയ അക്ഷരമാണ് എഴുതിയിരിക്കുന്നത്. അതു വായിക്കൂ." ആചാര്യൻ പ്രോത്സാഹിപ്പിച്ചു.

അതും ദൃഷ്ടിഗോചരമല്ലെന്നയാൾ പറഞ്ഞു.

"എങ്കിൽ ചുമരിൽ ഏറ്റവും വലിയ അക്ഷരമെഴുതാം. അതു വായിക്കാൻ പ്രയാസമുണ്ടാവുകയില്ല." നാഗാർജുനൻ ഉറപ്പുകൊടുത്തു. എന്നിട്ട് ആ പ്രതലത്തിൽ വമ്പൻ അക്ഷരങ്ങൾ കോറിയിട്ടു.

പക്ഷേ ആഗതന് അതും കാണാൻ കഴിയുമായിരുന്നില്ല. അയാൾ പറഞ്ഞു: "ഗുരോ, പ്രശ്നം അക്ഷരത്തിന്റേതല്ല, മുറിയിലെ ഇരുട്ടിന്റേതാണ്." എത്ര സമയമെടുത്താണ് ഇത്രയും അയാൾ ഗ്രഹിച്ചത്.

"അതേ, പ്രശ്നം അകത്തെ അന്ധകാരത്തിന്റേതാണ്." ഗുരു ആവർത്തിച്ചു. എന്നിട്ട് അവിടെ നല്ലൊരു വിളക്കു കത്തിച്ചു വെച്ചു. "ഇപ്പോൾ വായിക്കാൻ കഴിയുന്നുണ്ടോ?"

"ഇപ്പോഴും അക്ഷരങ്ങളൊന്നും കാണുന്നില്ല. പക്ഷേ അവ എഴുതി എന്നു അങ്ങു പറഞ്ഞ ചുമർ മുന്നിൽ വ്യക്തമായി കാണുന്നുണ്ട്." അയാൾ വിശദീകരിച്ചു.

"എങ്കിൽ അകത്തെ ഇരുൾ മാഞ്ഞിട്ടില്ല. മുന്നിലെ തടസ്സം നീങ്ങിയിട്ടുമില്ല." നാഗാർജുനൻ അറിയിച്ചു.

നോക്കുന്നവൻ നിൽക്കുന്നിടത്ത് വെട്ടം വേണമെന്നില്ല. പക്ഷേ കാണുന്നിടത്ത് പ്രകാശം നിർബന്ധം.

∎

പരിഹാരം

പണ്ടൊരു കുഞ്ഞാപ്പൻ കോലോത്തുനിന്നും പാടം പാട്ടത്തിനെടുത്ത് ആറ്റുനോറ്റൊരു വാഴത്തോട്ടമുണ്ടാക്കി. എന്നിട്ട് കണ്ണിലെണ്ണയൊഴിച്ച് വാഴ കുലയ്ക്കുന്നതും കാത്തിരിപ്പായി. അവസാനം വാഴ കുലച്ചു പഴം പഴുക്കാറായപ്പോൾ ഒരു കുരങ്ങൻ വന്ന് തോപ്പിലിരിപ്പായി. രണ്ടു പഴം പഴുത്താൽ ഒന്ന് അവൻ തിന്നും.

അതുകണ്ട് കുഞ്ഞാപ്പനു ആധിയായി. വാഴക്കുലകൾ പഴുത്തിട്ടു വേണം അവ വെട്ടി വണ്ടിയിൽ കയറ്റാൻ. വണ്ടിയിൽ കൊണ്ടുപോയിട്ടു വേണം അവ ചന്തയിലെത്തിക്കാൻ. ചന്തയിലിറക്കിയിട്ടുവേണം അവ നല്ല വിലയ്ക്ക് കൊടുക്കാൻ. ആ കാശു കിട്ടിയിട്ടുവേണം അവനൊരു മുണ്ടു വാങ്ങാൻ. പിന്നെ മൂതേവിക്കൊരു പുടവ വാങ്ങാൻ. അതുകൊടുത്തിട്ടുവേണം അവളെ തന്റെ കുടിലിലേക്ക് കൂട്ടിക്കൊണ്ടുവരാൻ.

അപ്പോഴാണ് ഈ വാനരൻ കുലകൾ മാന്തിപ്പറിച്ചും കടിച്ചുമുറിച്ചും നശിപ്പിക്കുന്നത്. ലക്ഷണംകെട്ട ആ കുലകൾ പൊക്കണം കൊണ്ടു നടക്കുന്നവർക്കുപോലും വേണ്ട. പക്ഷേ കല്ലെറിഞ്ഞാൽ പോകുന്നവനും കെണിവെച്ചാൽ പെടുന്നവനുമല്ല വാനരൻ. സൂത്രം പറഞ്ഞാൽ അവൻ മയങ്ങുകയോ തന്ത്രം മെനഞ്ഞാൽ അവൻ കുടുങ്ങുകയോ ചെയ്യില്ല. പലതും പറഞ്ഞും ആഗ്യം കാണിച്ചും കുഞ്ഞാപ്പൻ കുരങ്ങനോട് ദേഷ്യപ്പെട്ടു.

പക്ഷേ അതുകൊണ്ടെന്തു ഫലം? അവസാനം നിവൃത്തിയില്ലാതെ കുഞ്ഞാപ്പൻ കോലോത്തുപോയി കാര്യം പറഞ്ഞു. ഒരു മർക്കടൻ മൂലം തന്റെ മനസ്സമാധാനം നഷ്ടപ്പെട്ടിരിക്കുന്നു. അവനെ പിടിച്ചുകെട്ടി തിരുമുമ്പാകെ കൊണ്ടുവന്ന് കഠിനശിക്ഷ നൽകാൻ കനിവുണ്ടാകണം.

കോലത്തുനിന്നും ഉടനെ കല്പനയായി. "കുറ്റവാളിയെ കണ്ഠച്ഛേദം ചെയ്യുക." അങ്ങനെ അവിടെനിന്നും എമ്പാടും ചാവേർ വാൾ ഊരി പ്പിടിച്ചും ഉറുമികൾ ചുരുട്ടിപ്പിടിച്ചും പടഹധ്വനി മുഴക്കി വാനരനെ ആട്ടാൻ അശ്വാരൂഢരായെത്തി.

അവർ കുരങ്ങിനു നേരെ വീശിയതെല്ലാം വാഴകൾ അരിഞ്ഞിടുന്ന തിൽ കലാശിച്ചു. ബാക്കി വന്നതെല്ലാം കുതിരക്കുളമ്പുകൾക്കിടയിൽ ചതഞ്ഞരഞ്ഞു തീർന്നു. അങ്ങനെ ഒരു പഴവും ശേഷിച്ചില്ലെന്നായപ്പോൾ കുരങ്ങനും കുഞ്ഞാപ്പനെ വിട്ടുപോയി.

തന്നേക്കാൾ വലിയ ശത്രുവിനെ സഹിക്കാം, ശമിപ്പിക്കാം, നശിപ്പിക്കാം. പക്ഷേ തന്നേക്കാൾ വലിയ സുഹൃത്തിന്റെ ആലിംഗനത്തിൽ നെഞ്ചു തകരാത്തവരില്ല. ∎

അദ്ഭുതം

വഴിയേ പോവുകയായിരുന്ന മഹാഗുരു ദുനൂൻ ഉച്ചപ്രാർത്ഥനയുടെ സമയമായപ്പോൾ ചാരത്തു കണ്ട ഒരു പള്ളിയിലേക്ക് കയറുകയായിരുന്നു. ആ സമയം പുറത്തു കൂട്ടംകൂടിനിന്നിരുന്ന ഭക്തരിൽ ചിലർ ഗുരുവിനോടു പറഞ്ഞു: "പ്രാർത്ഥനയ്ക്കു മുമ്പ് അംഗശുദ്ധി വരുത്താൻ വെള്ളത്തൊട്ടിയിൽ ജലമില്ല. ഞങ്ങൾ വെള്ളവും പ്രതീക്ഷിച്ചു നിൽക്കുകയാണ്."

അതു ശ്രദ്ധിക്കാതെ ദുനൂൻ അകത്തു കയറി വെള്ളത്തൊട്ടിയെ സമീപിച്ചു. അന്നേരം അത് കവിഞ്ഞൊഴുകുന്നു. അദ്ദേഹം അതിൽനിന്നും വുളു എടുത്ത് പ്രാർത്ഥന കഴിഞ്ഞ് പുറത്തിറങ്ങുകയായിരുന്നു. അപ്പോഴേക്കും അദ്ഭുതം ശ്രദ്ധിച്ച മറ്റു ഭക്തന്മാർ പള്ളിയിൽ കയറി മുഖവും കൈകാലുകളും വൃത്തിയാക്കാൻ തുടങ്ങിയിരുന്നു.

ദുനൂൻ അതുതന്നെ നോക്കി നിൽക്കുമ്പോൾ ആരാധനയ്ക്കു വന്ന വരിൽ ഒരാൾ പറയുകയായിരുന്നു: "ഇതൊരു അദ്ഭുതജലമാണല്ലോ. അതിനാൽ അല്പം കുടിച്ചേക്കാം. എന്റെ വയറുവേദന മാറിക്കിട്ടിയേക്കും." അതുകേട്ടു മറ്റൊരാൾ പറഞ്ഞു: "സംശയിക്കേണ്ട. ഉറപ്പായും നടക്കും. ഞാൻ ഒരു കുപ്പിയിൽ ഇതുമായി പോവുകയാണ്. ഭാര്യ അറിയേണ്ട. ആരോഗ്യവും ആസക്തിയും കുറഞ്ഞുകൊണ്ടിരിക്കുന്ന എന്റെ വേലക്കാരിക്ക് ഇതു വലിയ അനുഗ്രഹമാകും. എനിക്കും."

സംഭാഷണങ്ങൾ ആ രീതിയിൽ മുന്നോട്ടു പോയിക്കൊണ്ടിരുന്നപ്പോൾ പെട്ടെന്ന് തൊട്ടിയിലെ വെള്ളം താഴോട്ടുപോയി അതു കാലിയായി. അതു കണ്ടു നിരാശരായ ഭക്തന്മാർ ദുനൂനിനോട് സങ്കടം പറഞ്ഞു: "ഗുരോ, അങ്ങ് ഞങ്ങളുടെ പ്രാർത്ഥനയ്ക്കു തടസ്സം സൃഷ്ടിക്കുന്നു."

അതുകേട്ടു ഗുരു ആ സമയം പള്ളിയിലേക്കു വരുന്ന നാലഞ്ചു പേരെ ചൂണ്ടിക്കാണിച്ചുകൊണ്ടു പറഞ്ഞു: "ആ വരുന്നവരെ അറിയാമല്ലോ. അവരുടെ ശരീരഭാഷയിൽനിന്നുതന്നെ അവർ മുഴുക്കുടിയന്മാരാണെന്നു മനസ്സിലാകും. ഇവിടെ നടന്നത് അവരറിഞ്ഞാൽ ഈ തൊട്ടിയിലെ വെള്ളം വീഞ്ഞായി മാത്രമേ അവർക്ക് അനുഭവപ്പെടുകയുള്ളൂ. അതോടെ ഈ ആരാധനാലയം മദിരാലയമായി മാറും." അതു പറഞ്ഞ് ദുനൂൻ വഴിയിലേക്കിറങ്ങി.

■

ആയുഷ്മാൻ

മഹാനായ ചക്രവർത്തി ഹോങ്ങ് നീണ്ട അൻപതു വർഷങ്ങൾ ചൈന ഭരിച്ചു. അദ്ദേഹത്തിന്റെ അവസാനകാലം രാജ്യത്ത് സമാധാനവും സുഭിക്ഷതയും കളിയാടി. ചക്രവർത്തി ദാനധർമ്മത്തിലും നീതിന്യായത്തിലും ശ്രദ്ധ കേന്ദ്രീകരിച്ചിരുന്നു.

പക്ഷേ സന്തുഷ്ടി നൽകുന്നതൊന്നും സ്ഥായിയായി നിൽക്കുകയില്ല എന്നാണല്ലോ. ചക്രവർത്തി ഹോങ്ങിന്റെ കാര്യത്തിലും ഇതുതന്നെ സംഭവിച്ചു. അവസാനം താൻ തികച്ചും അവശനാണെന്നു ബോധ്യമായപ്പോൾ അദ്ദേഹം മഹാഗുരു ഹെങ്ങ്ഹിയെ ചെന്നു കണ്ടു. ഒരു യുഗത്തിന്റെ ഉപദേശകനും ഒരു ജനതയുടെ പ്രബോധകനുമായിരുന്നല്ലോ മഹാഗുരു.

"ഗുരോ, ഞാൻ നീണ്ട അൻപതു വർഷം നാടുഭരിച്ചു. സത്യവും നീതിയും മുറുകെ പിടിച്ചു. ഇക്കാലമത്രയും ഞാൻ എന്റെ പ്രജകളെ സ്നേഹിച്ചും സഹായിച്ചും കഴിഞ്ഞു. അവരുടെ സുഖദുഃഖങ്ങളിൽ ഭാഗഭാക്കായും അവരുടെ ഭാഗ്യനിർഭാഗ്യങ്ങളിൽ പങ്കാളിയായും ഇനിയും ജീവിക്കാനാണ് ആഗ്രഹം. അവർക്കും ഞാൻ അവരുടെ കൂടെ ഇങ്ങനെ ഒരു ഇരുപത്തിയഞ്ചു കൊല്ലംകൂടി കഴിയണമെന്നുണ്ട്. അതിനുള്ള യൗവനം എനിക്ക് പ്രദാനം ചെയ്താലും," ചക്രവർത്തി അഭ്യർത്ഥിച്ചു.

അതുകേട്ടു മഹാഗുരു പറഞ്ഞു: "ഹോങ്ങ്, അങ്ങ് യൗവനത്തിൽ ഭരണം തുടങ്ങുമ്പോൾ കാര്യങ്ങൾ എങ്ങനെയായിരുന്നു എന്നു മറക്കുന്നു. അന്ന് നാട്ടിൽ അക്രമവും അയൽനാട്ടുകാരുമായി യുദ്ധവും തദ്വാരാ പ്രജകൾക്കു ദുരിതവും മാത്രമായിരുന്നല്ലോ പതിവ്. ഇനിയും ഒരു യൗവനം കൂടി ലഭിച്ചാൽ അങ്ങ് അക്രമത്തിൽ അഭിമാനവും അനീതിയിൽ അന്തസ്സും ചൂഷണത്തിൽ ഭരണനൈപുണ്യവും കണ്ടെത്തും. കഴിഞ്ഞുപോയതെല്ലാം അതേപടി ആവർത്തിക്കും. കണക്കുകളെല്ലാം ഓർത്തെടുത്തു തീർക്കും."

അതുകേട്ട് മഹാനായ ചക്രവർത്തി ഹോങ്ങ് വല്ലാതെയായി. "ഗുരോ, അപ്പോൾ എന്റെ ദീർഘായുസ്സ് ഇനിയും ആപത്താണെന്നാണോ അങ്ങ് സൂചിപ്പിക്കുന്നത്?"

"ഒരിക്കലുമല്ല. അങ്ങ് ഈ വൃദ്ധാവസ്ഥയിൽ ഇനിയും അനേകനാൾ ജീവിക്കട്ടെ എന്നാശംസിക്കുന്നു. കാരണം ആത്മബോധം ലഭിക്കാത്തവന് ജരാനരകൾ സ്വയംബോധമെങ്കിലും നല്കുന്നു."

■

കടൽക്കാക്കകൾ

ഒരു രാജപാതയിലൂടെ സൈനികരെന്നു തോന്നിക്കുന്ന രണ്ടുപേർ നടന്നു വരുന്നുണ്ട്. അവരുടെ വസ്ത്രങ്ങളിലെ വിയർപ്പും രക്തവും ശരീരത്തിലെ മുറിവും പരിക്കും കണ്ടാൽ അവർ ഏതോ യുദ്ധത്തിൽ പങ്കെടുത്തു വരിക യാണെന്നു സ്പഷ്ടം. പക്ഷേ വിചിത്രമായ കാര്യം അതല്ല. അവരിലൊരാൾ നീലക്കൊടിയും അപരൻ മഞ്ഞക്കൊടിയും ഏന്തിയിരിക്കുന്നു. തലമുറകളായി പരസ്പരം യുദ്ധത്തിലേർപ്പെട്ടിരിക്കുന്ന രണ്ടു രാജ കുടുംബങ്ങൾ ഭരിക്കുന്ന നാടുകളുടെ പതാകകളാണവയെന്ന് ഒറ്റനോട്ടത്തിൽത്തന്നെ ആർക്കും വ്യക്തമാകും. അപ്പോൾ ഇരുവരും ആജന്മ ശത്രുക്കളാണെങ്കിൽ സൗഹൃദഭാവേന ഈ ഒന്നിച്ചുള്ള പ്രയാണത്തിന്റെ പൊരുളെന്ത്. അതോർത്ത് ചില വഴിപോക്കർ അവരോടു കാരണം ചോദിച്ചു.

"ഞങ്ങളുടെ രണ്ടു രാജ്യങ്ങൾ തമ്മിൽ നടക്കുന്ന യുദ്ധത്തിൽ നിന്നും ഓടിയൊളിച്ചു വരുന്നവരാണ് ഞങ്ങൾ." ആ ശത്രുക്കൾ ഒന്നിച്ചു പറഞ്ഞു. ആപത്തിൽ ഒന്നിക്കാത്തവർ ആത്മത്യാഗം ഉറപ്പാക്കും എന്നാണല്ലോ. മരണമുഖത്തുനിന്നും പിന്തിരിഞ്ഞെത്തുന്നവർക്ക് വിദ്വേഷമോ വെറുപ്പോ സാധ്യമല്ല. തങ്ങളെ ഭരിക്കുന്നത് ഭയം മാത്രമാണ്.

അവരുടെ തുറന്നു പറച്ചിൽകേട്ട് വഴിപോക്കർ അന്ധാളിച്ചു. യുദ്ധ ക്കളത്തിൽ നിന്നും രക്ഷപ്പെടുന്നവർക്ക് വധശിക്ഷയിൽ കുറഞ്ഞ ദണ്ഡന മില്ല. കാരണം ശത്രുവിനേക്കാൾ വലിയ അപകടകാരികളാണല്ലോ അവർ. ഈ രണ്ടുപേരേയും തേടിപ്പിടിച്ച് ഉന്മൂലനം ചെയ്യാൻ അവരുടെ തന്നെ സായുധസംഘങ്ങൾ ഇതിനകം നേരിട്ടിറങ്ങിയിരിക്കണം. ഇല്ലെങ്കിൽ ശത്രു സൈന്യം ഓരോരുത്തരേയും തുണ്ടം തുണ്ടമാക്കും, തീർച്ച. സഞ്ചാരികൾ ഓർത്തു.

"പക്ഷേ മഞ്ഞക്കൊടിക്കാരനെ നീലസൈന്യവും മറിച്ചും കണ്ടാൽ വകവരുത്തില്ലേ?" പഥികർ ചോദിച്ചു.

"വിഡ്ഢിത്തം. ഞങ്ങൾ കൊടികൾ അന്യോന്യം മാറ്റിയാണ് പിടി ച്ചിരിക്കുന്നത്." ഇരുവരും വീണ്ടും ഒന്നിച്ചു പറഞ്ഞു.

മറുകരയിലേക്ക് രക്ഷപ്പെടാം എന്നു കരുതിയാണ് ഇവിടെനിന്നും കടൽക്കാക്കകൾ എപ്പോഴും മീൻതോണിയിൽ കയറുന്നത്. വള്ളം തിരിച്ചെത്തുമ്പോൾ അക്കരെയായി എന്നാശ്വസിച്ചാണ് അവർ വഞ്ചിയിൽ നിന്നും എന്നും ഇവിടെത്തന്നെ പറന്നിറങ്ങുന്നത്. ∎

പ്രതിഫലനം

പൊലീസ് സ്റ്റോറി എന്ന സിനിമയെടുക്കാനായി ജാക്കിചാൻ അതിദീർഘമായ ഒരു ദീപസ്തംഭം തയ്യാറാക്കി. തികച്ചും വ്യത്യസ്തമായ ഒരു മെഗാഹിറ്റ് നിർമ്മിക്കുക എന്നതായിരുന്നു അന്നേരം സൂപ്പർസ്റ്റാറിന്റെ മനസ്സിൽ. അതിനായി ഉയർന്നു പൊങ്ങിയ ആ കാലിനു ചുറ്റും അനേകായിരം ചെറുബൾബുകൾ ഘടിപ്പിച്ചാണ് ആ പ്രകാശഗോപുരം തീർത്തിരുന്നത്. ഇരുളുള്ള രാത്രിയിൽ അനേകം മൈൽ ദൂരെനിന്നും ജ്വലിച്ചു നിൽക്കുന്ന ആ സൂര്യദീപം വ്യക്തമായി കാണാമായിരുന്നു. ആ ആലക്തിക പ്രഭാപൂരത്തിൽ അഭിരമിച്ചു നിന്ന ചാൻ ആത്മഗതം ചെയ്തു.

“അത്യുന്നതങ്ങളിലേക്ക് നീളുന്ന അനന്തമായ പ്രകാശ ഗോപുരം.” അതുകേട്ടു ചുറ്റും കൂടിനിന്നവർ കൈയടിച്ചു. “ആത്മബോധത്തിന്റെ ആദ്യപടിയാണിത്.” ആരോ പറഞ്ഞു. അന്തഃരംഗത്തു വെട്ടം തെളിയുമ്പോഴേ ഏതു വഴിയും വ്യക്തമായി കാണാൻ പറ്റൂ.

അവസാനം പ്രകാശസ്തംഭം വെച്ചുള്ള രംഗം ചിത്രീകരിക്കാൻ വേണ്ട ഒരുക്കങ്ങൾ പൂർത്തിയായി. ജാക്കിചാൻ അതിന്റെ അഗ്രത്തുനിന്ന് ഭൂമിയിലെ സർവചരാചരങ്ങളേയും കൈവീശി അഭിവാദനം ചെയ്യുന്നതാണ് ഷോട്ട്. അതുതന്നെയാണ് രംഗപടത്തിന്റെ ക്ലൈമാക്സും. വളരെ സൂക്ഷിച്ചു കൈകാര്യം ചെയ്യേണ്ട നിമിഷങ്ങൾ. അതിനായി ഡ്യൂപ്പിനെ വെക്കാനും സൂത്രപ്പണികൾ നടത്താനും മെഗാസ്റ്റാർ തയ്യാറുമല്ലായിരുന്നു.

സീൻ എടുക്കാനായി ജാക്കിചാൻ സ്തംഭം അതിസാഹസികമായി കയറിത്തുടങ്ങി. അതിന്റെ അഗ്രത്തിൽ എത്തുമ്പോഴേക്കും അദ്ദേഹം മിക്ക ബൾബുകളും ചവിട്ടിപ്പൊട്ടിച്ചിരുന്നു. കൂടെ കേബിളുകൾ പലതും അറ്റുപോവുകയും ചെയ്തു. അതോടെ അവിടെ അന്ധകാരം പരന്നു.

“അത്യുന്നതങ്ങളിലെ പ്രകാശം അവിടെ നിന്നു കാണുന്നുണ്ടോ?” ആരോ താഴേനിന്നു വിളിച്ചു ചോദിച്ചു. അതുകേട്ടു അതികഠിനമായ പ്രയാണത്തിലൂടെ ഉന്നതങ്ങൾ പ്രാപിച്ച സാധകൻ പറഞ്ഞു: “ഇല്ല, ഇവിടം ഇരുട്ടാണ്. കൂരിരുട്ട്.”

തേടുന്നതും നേടുന്നതും ഒന്നല്ല. വെളിച്ചം തേടുന്നവൻ വഴിയിൽ തന്നെ അതിനെ തമസ്കരിക്കുന്നു. ഇല്ലെങ്കിൽ മറ്റാരെങ്കിലും പിന്തുടർന്നു പിടിച്ചെടുത്തെന്നിരിക്കും.

■

പൂച്ച

പുറത്തു കത്തുന്ന വെയിൽ കണ്ട് അടുക്കളയിൽ മീൻ നന്നാക്കിക്കൊണ്ടിരുന്ന അമ്മ മകനെ വിളിച്ചു പറഞ്ഞു: "എടാ, അട്ടത്തിരിക്കുന്ന മൺകലം എടുത്തുകൊണ്ടു വാ. അതിൽ നെല്ലു പുഴുങ്ങി ഉണക്കാനാണ്."

അതുകേട്ടു മീനിന്റെ തലയും വാലും തിന്നുകൊണ്ട് വീതനമേലിരുന്ന അമ്മപ്പൂച്ച പരിഭ്രമിച്ചുകൊണ്ട് അട്ടത്തേക്കോടി. ബാലൻ അട്ടത്തു കയറി കലത്തിനടുത്തെത്തുമ്പോഴേക്കും പൂച്ച അതിനടുത്തു സ്ഥാനം പിടിച്ചിരുന്നു. അവൻ പൂച്ചയെ അടിച്ചാട്ടി കലത്തിലേക്കു നോക്കുമ്പോൾ ആ അന്ധകാരത്തിനിടയിൽ ആറേഴു ജോടി തിളങ്ങുന്ന സ്വർണ്ണക്കുരുക്കൾ. അവൻ കലത്തിൽ കയ്യിടാൻ നോക്കുന്നതുകണ്ടു തന്റെ കുഞ്ഞുമക്കളുടെ അന്ത്യമോർത്തു പൂച്ച ദീനമായി കരഞ്ഞു.

പിന്നീടൊന്നിനും നിൽക്കാതെ അവൻ താഴെയിറങ്ങി അടുക്കളയിൽ അമ്മയുടെ അടുത്ത് വെറും കയ്യുമായി എത്തുമ്പോൾ മുറ്റത്തു മഴ തിമർത്തു പെയ്യുന്നു. അതിനാൽ തൽക്കാലം കലം വേണ്ട. "ഇനി എന്നാണാവോ നെല്ലൊന്നു പുഴുങ്ങി ഉണക്കാനാവുക." അതുകണ്ടു നിരാശപ്പെട്ടു അമ്മ പറയുകയായിരുന്നു.

അടുത്ത അനേക ദിനങ്ങൾ കാറും കാറ്റും ചാറ്റലും ചിന്നംചിന്നം മഴയുമായി കഴിഞ്ഞു. നെല്ലുണക്കാൻ ഒരു വഴിയുമില്ല. പിന്നീടൊരു ദിനം മാനം വെളുത്ത് കാറ്റു ചുട്ടപ്പോൾ കലത്തിന്റെ കാര്യമോർത്തു അമ്മ വീണ്ടും മകനെ വിളിച്ചു. ഇപ്രാവശ്യം അമ്മയുടെ കാലുരസി തന്റെ മക്കളുമായി അടുക്കളയിൽ കറങ്ങി നടന്നിരുന്ന തള്ളപ്പൂച്ച അതുകേട്ടു ഓടാനൊന്നും പോയില്ല. അല്പം കഴിഞ്ഞപ്പോൾ ബാലൻ മൺകലം അമ്മയുടെ മുന്നിൽ കൊണ്ടുവന്നു വെച്ചു. അവർ അതിൽ കയ്യിട്ടു നോക്കുമ്പോൾ അതിനകത്തു ആറേഴു സ്വർണ്ണക്കുരുക്കൾ.

"വല്യപ്പൂപ്പൻ പറയുമായിരുന്നു, നമ്മുടെ വീട്ടിൽ പണ്ട് പണ്ട് കുറേ സ്വർണ്ണം എവിടേയോ കളഞ്ഞു വെച്ചിട്ടുണ്ടെന്ന്. ഇപ്പോഴാണ് അത് കണ്ടു കിട്ടിയത്. പക്ഷേ ഈ കലത്തിൽ ഇതു മുമ്പൊരിക്കലും കണ്ടിട്ടില്ല." ആ അമ്മ ആരോടെന്നില്ലാതെ പറഞ്ഞു. അതുകേട്ട് പൊന്നുരുക്കുന്നിടത്തും അതു പോയിടത്തും കാര്യമുള്ള പൂച്ചത്തള്ള ഒന്നു പുഞ്ചിരിച്ചോ ആവോ.

ഒരുവനുമറിയാതെ ഈശ്വരൻ ചാരത്തുതന്നെ പതുങ്ങിയിരിപ്പുണ്ട്. നാമൊരു കുഴിയിൽ വീഴുന്നതിനു മുമ്പ് അവൻ താക്കീതുതന്ന് മുമ്പിൽ വഴിമുറിച്ചോടുന്നതു കണ്ടിട്ടില്ലേ?

■

ജീവനും സ്വത്തും

ഒരു കള്ളന്റെ മൂന്നാലു മക്കൾ മുറ്റത്തിറങ്ങി കളിക്കുകയായിരുന്നു. അതിനിടയിൽ മുന്നിലെ വഴിയിലൂടെ ഒരു അർദ്ധനഗ്നനായ ഫക്കീർ വടിയും കുത്തിപ്പോകുന്നു. ഇതുതന്നെ അല്പം തമാശ ആസ്വദിക്കാനുള്ള അവസരമെന്ന് വൃദ്ധനെ കണ്ടപ്പോൾ ആ ഹറാം പിറന്ന പയ്യന്മാർ തീർച്ചയാക്കി. ഉടനെ ആ പിള്ളേർ അദ്ദേഹത്തിന്റെ പിന്നാലെ ഓടി സാത്വികൻ ധരിച്ചിരുന്ന ആ കൗപീനത്തിന്റെ പാതി വലിച്ചുകീറി അതുമായി അപ്പന്റെയടുത്തെത്തി. "കണ്ടോ, അച്ഛാ! തന്തപ്പടിയുടെ കോണകകഷ്ണം. ഇപ്പോൾ സ്വന്തം മാനം ഇരുകൈകൾകൊണ്ടും പൊത്തിയാണ് അങ്ങേരുടെ നടപ്പ്." അവർ ആർത്തുചിരിച്ചു.

കീറക്കഷ്ണം പരിശോധിച്ച തസ്കരൻ അദ്ഭുതപ്പെട്ടു. "എടാ, മണ്ടന്മാരേ, ഈ ലങ്കോട്ടി സ്വർണ്ണനൂലുകൾ ഇടചേർത്തു നിർമ്മിച്ചതാണ്. അതിനിടയിൽ അവിടെവിടെയായി പല രത്നക്കല്ലുകളും കാണുന്നുണ്ട്. അങ്ങനെയാണെങ്കിൽ ഇതു വിലമതിക്കാനാവാത്ത ഒരു വസ്തുവാണ്. പണ്ടെന്നോ വല്ല രാജാവും ഫക്കീറിനു സമ്മാനമായി നൽകിയതായിരിക്കണം. മിസ്കീൻമാർക്ക് ഭൂമിയിലെ സ്വത്തിനെന്തുവില? അതുകൊണ്ടാണ് പുരസ്കാരമായി ലഭിച്ച ഷാൾ അയാൾ ഷഡ്ഡിയായി കൊണ്ടുനടക്കുന്നത്. ഈ അടിവസ്ത്രം മുഴുവൻ കിട്ടിയാൽ നിങ്ങളുടെ അടുത്ത ഏഴു തലമുറകൾക്ക് കിടന്നുറങ്ങിയും കിനാവുകണ്ടും കഴിക്കാം. അതിനാൽ നിങ്ങൾ ഉടനെ പോയി അയാൾക്ക് ബാക്കി മാനം മറയ്ക്കാൻ വല്ല ഫിഗ്ലീഫും കൊടുത്തു ശേഷിച്ച കോണകവുംകൂടി വലിച്ചുപറിച്ചുകൊണ്ടുവരിക." എല്ലാ സങ്കടത്തിലും ഒരവസരം കാണുന്നവരാണല്ലോ കാപാലികന്മാർ. എല്ലാ അവസരത്തിലും ഒരു സങ്കടം ദർശിക്കുന്നവർ കരുണാമയനും.

അപ്പന്റെ ആഹ്വാനം കേട്ട് ആ മൂന്നാലു മക്കൾ നിസ്വനു പിന്നാലെ ഓടെടാ ഓട്ടം. അവരെത്തുമ്പോഴേക്കും ഫക്കീർ പാടത്തെ കുണ്ടൻകുളത്തിൽ കുളിക്കാനിറങ്ങിയിരുന്നു. "ഇതു നന്നായി. ബാക്കി മാനവും മറയ്ക്കാനാവാതെ അയാൾ അവിടെത്തന്നെയിരിക്കട്ടെ." അത്രയും പറഞ്ഞ് ജെട്ടിക്കഷ്ണം വലിച്ചൂരാനായി ആ ബലാലുകൾ കുണ്ടംകുളത്തിലേക്കെടുത്തു ചാടി.

കള്ളന്റെ മക്കളായാലും നീന്താനറിയില്ലെങ്കിൽ വെള്ളത്തിൽ മുങ്ങിച്ചാകും. ജീവൻ പോയാലും മാനം പോകാതെ നോക്കണമെന്നു സാരം. മറിച്ചും. ■

പൊട്ടൻ

മുല്ലാ ദോപ്യാസയ്ക്ക് മന്ദബുദ്ധിയായ ഒരു മകനുണ്ടായിരുന്നു. അവന് വിവാഹപ്രായമായപ്പോൾ അന്വേഷണങ്ങൾ ആയിരം നടത്തിയെങ്കിലും ഒന്നും ഫലം കണ്ടില്ല. അവസാനം ആരോ പറഞ്ഞു, അടുത്തെവിടെയോ ഉള്ള ഒരു പണക്കാരന് മന്ദബുദ്ധിയായ ഒരു മകളുണ്ടെന്ന്. വീണതു വിദ്യ എന്ന കണക്കേ മുല്ല പയ്യനേയും കൂട്ടി അങ്ങോട്ടു ചെന്നു. അതിനുമുമ്പേ പൊട്ടനായ മകനെ അയാൾ ചിലതൊക്കെ പറഞ്ഞു പഠിപ്പിച്ചിരുന്നു.

ചെന്നപാടെ 'എന്റെ മകളെ വിവാഹം ചെയ്യാൻ സമ്മതമാണോ' എന്ന് അദ്ദേഹം ചോദിച്ചെന്നിരിക്കും. അപ്പോൾ പറയണം, 'താങ്കൾക്കു സമ്മത മാണെങ്കിൽ എനിക്കു സന്തോഷമാണ്' എന്ന്. പിന്നെ ചോദിക്കും "സ്ത്രീ ധനം സ്വീകാര്യമാണോ" എന്ന്. അപ്പോൾ പറയണം, എത്ര കിട്ടിയാലും ആവാം, അതെല്ലാം നാട്ടു നടപ്പല്ലേ എന്ന്. പിന്നെ 'മകളെ പൊന്നുപോലെ നോക്കുമോ' എന്നായിരിക്കും ചോദ്യം. അതിനു അവളെ വിട്ടുപിരിയുന്ന പ്രശ്നമില്ല, ഊണും ഉറക്കവും അവളുടെ കൂടെതന്നെ എന്നുത്തരം പറയണം.

പ്യാസയും പുത്രനും എത്തുന്നതിനു മുമ്പ് പണക്കാരൻ അവരെ ക്കുറിച്ച് ചില അന്വേഷണങ്ങൾ നടത്തിയിരുന്നു. മുല്ലായുടെ കുടുംബം സാമ്പത്തിക ശേഷി കുറഞ്ഞതാണെന്നും പയ്യൻ ഒരു തരികിടയാ ണെന്നും അസൂയക്കാർ അദ്ദേഹത്തെ അറിയിച്ചിരുന്നു. അതിനാൽ അവർ എത്തിയപ്പോൾ നടന്ന സംഭാഷണം ഇങ്ങനെ:

പണക്കാരൻ മുല്ലാ ദോപ്യാസയോട്: "നിങ്ങൾ പണം കടം വാങ്ങാ റുണ്ടോ?" അതിനു പയ്യന്റെ മറുപടി: "താങ്കൾക്കു സമ്മതമാണെങ്കിൽ എനിക്കു സന്തോഷമാണ്." അതോടെ പ്രതിശ്രുതവരനോടായി ധനികന്റെ ചോദ്യം: "നീ കള്ളു കുടിക്കാറുണ്ടോ?" ഉത്തരം: "എത്ര കിട്ടിയാലും ആവാം. അതെല്ലാം നാട്ടു നടപ്പല്ലേ."

അതുകേട്ടു മുതലാളി അന്ധാളിച്ചു. എങ്കിലും ഒരു ചോദ്യംകൂടി ചോദിച്ചു നോക്കാമെന്നായി. "നിനക്ക് ഒരു പരസ്ത്രീ ബന്ധമുണ്ടെന്നു കേൾക്കുന്നുണ്ടല്ലോ?" ഉത്തരം: "അവളെ വിട്ടു പിരിയുന്ന പ്രശ്നമില്ല. ഊണും ഉറക്കവും അവളുടെ കൂടെത്തന്നെ."

പൊട്ടൻ നീലാണ്ടനെ വിരുതൻ ശങ്കുവാക്കാൻ കഴിയില്ലെന്നു മനസ്സി ലായില്ലേ?

■

കൊമ്പൻ

മുല്ലാ ദോപ്യാസയ്ക്കു ഒരു വമ്പൻ കാളയുണ്ടായിരുന്നു. കൂർത്ത രണ്ടു കൊമ്പുകളും മുന്നോട്ടാഞ്ഞു നിൽക്കുന്ന ഒരു ഭീകരൻകാള. വലിയ ദേഷ്യ ക്കാരനായ ആ മൃഗം കണ്ണിൽ കാണുന്നവരെയൊക്കെ കുത്താൻ ചെല്ലും. പൊതുവഴിയിലും വീട്ടുവളപ്പിലുമൊക്കെ അസമയത്തും അവൻ കൊമ്പു കുലുക്കി നിൽക്കുന്നതു കാണാം. അതോടെ ഗതികെട്ട നാട്ടുകാർ ദോപ്യാസയെകണ്ട് പരാതിപ്പെട്ടെങ്കിലും പ്രശ്നത്തിനൊരു പരിഹാരവു മായില്ല. അവസാനം വീട്ടിൽ നിന്നു പുറത്തിറങ്ങുന്നതുപോലും ദുഷ്കര മാകുമെന്നായപ്പോൾ അവർ മുല്ലായ്ക്കെതിരെ ഒരു സൂത്രം മെനഞ്ഞു.

"അടുത്ത പെരുന്നാളിന് കൊമ്പൻകാളയെ കൊന്ന് പാവങ്ങൾക്കിട യിൽ വിതരണം ചെയ്യാം. അവർക്കും വർഷത്തിലൊരിക്കൽ തിന്നാൻ കിട്ടട്ടെ." അങ്ങനെയെങ്കിലും ആ പേടിപ്പെടുത്തുന്ന കൊമ്പുകൾ ഇല്ലാ താവുമല്ലോ എന്നായിരുന്നു അവരുടെ മനസ്സിലിരിപ്പ്.

ബക്രീദിന് മൃഗബലി ഐച്ഛികം മാത്രമാണെങ്കിലും അതു ദേവ പ്രീതിക്ക് ഹേതുവാകും എന്നാണ് വിശ്വാസം. അതിനാൽ അത്തരമൊരു നിർദേശത്തെ എതിർക്കാൻ ആർക്കുമാകില്ല. പ്രവാചകനായ അബ്രഹാം ഈശ്വരാജ്ഞയനുസാരം പുത്രനായ ഇസ്മായേലിനെ ബലി നൽകാൻ തുനിഞ്ഞു. പക്ഷേ ആ നിമിഷം ഭഗവാൻ ഇബ്രാഹീമിനു മുമ്പിൽ അശരീരിയായി അവതരിക്കുകയും ഇസ്മായീലിനെ പിൻവലിച്ച് ഒരു കൊറ്റനെ യാഗപീഠത്തിൽ കയറ്റുകയും ചെയ്യുന്നുണ്ട്. ആ പുണ്യദിന സ്മരണയിൽ വർഷംതോറും ദുൽഹജ്ജ് മാസം പത്തിന് വിശ്വാസികൾ കുർബാന നടത്തേണ്ടതാണ്.

അതിനാൽ ദോപ്യാസയ്ക്കും അതു സമ്മതമായിരുന്നു. "അപ്പോൾ കൊമ്പുകൾ ആരു കഴിക്കും?" മുല്ല നിഷ്കളങ്കമായി ചോദിച്ചു.

അതുകേട്ടു ആഗതർ മൗനികളായി. വിഡ്ഢിച്ചോദ്യം. അതിനു മറുപടി പറഞ്ഞത് മുല്ലയുടെ മന്ദബുദ്ധിയായ മകനായിരുന്നു: "കാള ചത്താലും കൊമ്പിനെ പേടിയാണല്ലേ?" അവൻ അവരെ പരിഹസിച്ചു ചിരിച്ചു. അതു കേട്ട് സന്ദർശകർ വന്നകാര്യം വിട്ടു തലയും താഴ്ത്തി ഇറങ്ങി നടന്നു. പൊട്ടന്മാരെക്കൊണ്ടും ഗുണമുണ്ട്. ∎

അമൂല്യരത്നം

ഗുരു ശിഷ്യന്മാരോട് ഒരു കഥ പറയുകയായിരുന്നു, ഒരുവനും കേൾക്കാത്ത ഒരദ്ഭുതകഥ:

ആരും പോകാത്തൊരു ഭീകരവനത്തിന്റെ പർവ്വതശിഖരത്തിൽ നിൽക്കുന്ന ഉയരമുള്ളൊരു വൃക്ഷത്തിന്റെ തുഞ്ചത്തുള്ള കടന്നൽക്കൂട്ടിൽ ഒരു അമൂല്യരത്നമിരിപ്പുണ്ടെന്ന് കേട്ടു ഒരു മഹാമല്ലൻ കാടു കയറി മല താണ്ടി കൊടുമുടിയിലെത്തി അള്ളിപ്പിടിച്ച് മരത്തിൽ കയറി ഏന്തിവലിച്ച് രത്നമിരിക്കുന്ന കടന്നൽ കൂടിനടുത്തെത്തി. ഇന്നലെ ആ രത്നം ആരുടെ സ്വത്തായിരുന്നാലും ഇന്നത് തനിക്കിരിക്കണം. കാട്ടുകടന്നലുകൾ തന്നെ കുത്തിക്കൊല്ലാതിരിക്കാനായി അവൻ ദേഹത്തു മുഴുവൻ കന്മദത്തിന്റെ ചാരം തേച്ചിരുന്നു. അതിന്റെ മണം കേട്ടാൽ മയങ്ങി വീഴുമെന്നറിയാവുന്ന കടന്നൽകൂട്ടം ഭസ്മം പൂശിയവന്റെ മൂന്നു കോസ് അപ്പുറത്തേക്ക് പിൻമാറുമെന്നാണ് മുൻഗാമികൾ പറഞ്ഞു കേട്ടിട്ടുള്ളത്. അതുകാലങ്ങളിലൂടെ ഊതിവീർപ്പിച്ചെടുത്ത കെട്ടുകഥയാവാനും മതി.

കാലിലണിഞ്ഞ ചെരിപ്പ് മരച്ചുവട്ടിൽ അഴിച്ചിട്ടാണ് വില്ലൻ മരം കയറിയത്. മരമുകളിലെത്തിയ അവന് കൊമ്പത്തിരിക്കുന്ന രത്നം കയ്യെത്തിപ്പിടിക്കണമെന്ന അവസ്ഥയായി. അതൊന്നു കയ്യിൽ കിട്ടിയിട്ടു വേണം നാലാളെ കാണിച്ചൊന്നു നാട്ടിലൂടെ നടക്കാനും നാളിതുവരെ അടക്കിവെച്ച നിഷിദ്ധാഗ്രഹങ്ങളൊക്കെ പുറത്തെടുക്കാനും.

പക്ഷേ ആ ധൃതിയിൽ അവനൊരു അനവധാനത കാണിച്ചു. ആനയായാലും അഹങ്കാരിയായാലും ഒരടി തെറ്റിയാൽ പലയടി താഴെ വീഴും. അവനറിയാതെ അതിനകം ചുറ്റും കൂടിയ കടന്നലുകൾ മല്ലന്റെ കാൽവെള്ളയിൽ മാത്രം കന്മദച്ചാരമില്ലെന്നു കണ്ട് അവിടെ ആഞ്ഞുകുത്തി. ആ വേദന സഹിക്കാനാവാതെയും ആ വിഷംകൊണ്ട് ബോധം നശിച്ചും അവൻ മരമുകളിൽ നിന്നും പിടിവിട്ടു താഴെ വീണു പാറയിൽ തല തല്ലിയുടഞ്ഞു ചത്തു.

"അപ്പോൾ കടന്നൽകൂട്ടിൽ അമൂല്യരത്നം ഇല്ലായിരുന്നോ?" ശിഷ്യന്മാർക്ക് ജിജ്ഞാസയടക്കാനായില്ല. "തീർച്ചയായും ഉണ്ടായിരുന്നു. പക്ഷേ അതു നമുക്കാണ് കിട്ടിയതെന്നു മാത്രം." ഗുരു പറഞ്ഞു. അതെവിടെയെന്നറിയാതെ അന്തംവിട്ട ശിഷ്യരോടായി ആചാര്യൻ തുടർന്നു: "അന്യന്റെ ആസ്തി ആഗ്രഹിക്കരുത്. അഹങ്കാരം അരുത്. ആസക്തിയിൽ അഭിരമിക്കരുത്. അഭ്യൂഹങ്ങളിൽ ആകൃഷ്ടരാകരുത്." അതുതന്നെ അമൂല്യരത്നം. ■

അന്ധൻ

എങ്ങനെയോ കാട്ടിൽ അകപ്പെട്ടുപോയ ഒരു അന്ധനെ കണ്ടെത്തിയ സിദ്ധൻ അയാളെ ഒരു പുലിപ്പുറത്തിരുത്തി നാട്ടിലേക്കയയ്ക്കുന്നു. ഇവിടെയിങ്ങനെ അലഞ്ഞു തിരിഞ്ഞാൽ ചെന്നായ്ക്കൾ അയാളെ ചീന്തി പ്പൊളിക്കും. നാട്ടിലെത്തി, ജനങ്ങളിൽ ചിലരുടെ ആവേശവും പലരുടെ അങ്കലാപ്പുമൊക്കെ കേട്ടറിഞ്ഞപ്പോഴാണ് താൻ വന്നിരിക്കുന്നത് ഒരു പുലി പ്പുറത്താണെന്ന് അന്ധൻ അന്ധാളിപ്പോടെ മനസ്സിലാക്കിയത്.

ആരായാലും അന്നേരം അവിടെനിന്നും ചാടിയിറങ്ങി ഓടിയൊളി ക്കാനേ ശ്രമിക്കുകയുള്ളൂ. പക്ഷേ വീണു കിട്ടിയ സുവർണ്ണാവസരം അങ്ങനെ വിട്ടുകളയാൻ കണ്ണുപൊട്ടൻ തയ്യാറായില്ല. പകരം തന്റെ സിദ്ധി കൾ ജനങ്ങളെ കാണിക്കണമെന്നുറച്ചു അയാൾ താഴെയിറങ്ങി പുലിയെ കറക്കാൻ മുതിർന്നു. പുലിപ്പാലിന് ശബരിമലയിൽവരെ അത്രയും ആവശ്യമാണല്ലോ.

അന്ധന്റെ സാഹസം കണ്ടു ക്രോധം കയറിയ ആ ആൺപുലിക്ക് അതൊട്ടും ഇഷ്ടമായില്ല. തന്റെ ഗുരുവിന്റെ നിർദേശം മാനിച്ച് കുരുടനെ നാട്ടിൽ കൊണ്ടുവിടാൻ മാത്രം എത്തിയതാണല്ലോ താൻ. കൂടുത ലൊന്നും ആലോചിക്കാതെ ആ ഹിംസ്രജന്തു അരുതാത്തതിനു മുതിർന്ന ആ കൈ കടിച്ചെടുത്ത് കാട്ടിലേക്കു തിരിച്ചോടി. അതോടെ നേത്രഹീനൻ പറഞ്ഞ് സത്യമെല്ലാമറിഞ്ഞ ജനം അയാളുമായി സിദ്ധന്റെ അടുത്തെത്തി കൈ വീണ്ടെടുത്തു തരാനായി അപേക്ഷിച്ചു. അവരെത്തുമ്പോൾ അറ്റ കൈ ഗുരുപാദം സമർപ്പിച്ച് മടങ്ങാനൊരുങ്ങുകയായിരുന്നു ശിഷ്യൻപുലി.

അതുകണ്ടു സിദ്ധൻ പറഞ്ഞു: "ഇത് ഈ ഏകലവ്യന്റെ ഗുരുദക്ഷിണ യാണ്. ആലംബഹീനരെ മുതുകത്തിരുത്തി രക്ഷിക്കണമെന്നു ഞാൻ പഠിപ്പിച്ചതിനല്ല. അക്രമികളുടേയും അധിക്ഷേപകരുടേയും കൈവെട്ടി ശിക്ഷിക്കണമെന്നു സ്വയം പഠിച്ചതിന്."

ആപത്തിൽപെട്ടവനെ രക്ഷിക്കാൻ ഈശ്വരൻവരെ ഓടിക്കൂടുന്നു. എന്നാൽ സ്വയം ആപത്തു ക്ഷണിച്ചു വരുത്തിയവൻ ആരുടേയും സഹാ നുഭൂതിയർഹിക്കുന്നില്ല. മടയിൽ കയ്യിടുന്ന മനുഷ്യനോ അവനെ കൊത്തുന്ന പാമ്പോ കുറ്റക്കാരൻ? കാറ്റ് കടപുഴക്കി പുരപ്പുറത്തു വീഴ്ത്തിയ മരത്തെ വെട്ടിമുറിച്ച് തുണ്ടമാക്കി വലിച്ചെറിയുന്നല്ലോ മനുഷ്യർ. കാറ്റിനപ്പോഴും ഒരു കൂസലുമില്ല, ശിക്ഷയുമില്ല.

■

മനമറിഞ്ഞുവേണം

ഏകാന്തതയിൽ ധ്യാനമിരിക്കണമെന്നു നിനച്ച ശിഷ്യനോടായി ഗുരു പറഞ്ഞു: "നീയാഗ്രഹിക്കുന്ന തരം ഏകാന്തത മറ്റെവിടെയും ലഭിക്കില്ല, ശ്മശാനത്തിലൊഴികെ." അവനെ ആ സാഹസത്തിൽനിന്നും പിന്തിരിപ്പിക്കാനുദ്ദേശിച്ചാണ് സാമാന്യം ആരേയും ഭയപ്പെടുത്തുന്ന അക്കാര്യം അദ്ദേഹം പറഞ്ഞത്. പക്ഷേ ആ താക്കീത് ശിഷ്യനിൽ വിപരീതഫലമാണുളവാക്കിയത്.

ഗുരുവിന്റെ വാക്കുകളിൽ നിമഗ്നനായ ശിഷ്യൻ പരിസരബോധം നഷ്ടപ്പെട്ട് പുറത്തിറങ്ങാനൊരുങ്ങുമ്പോൾ മഴ തിമർത്തു പെയ്യുന്നു. ഇടിയും മിന്നലും ഇല്ലാതില്ല. ആ സമയത്തു വഴി നടക്കുന്നവർ തുച്ഛം. അവരാണെങ്കിൽ കുടയും വടിയും കോട്ടുമൊക്കെയായിട്ടാണ് പുറത്തിറങ്ങിയിട്ടുള്ളത്. എന്തോ അത്യാവശ്യ കാര്യങ്ങൾക്കായി പോകുന്നവരാണ് അവരെന്നു വ്യക്തം.

പക്ഷേ അതൊന്നും ശിഷ്യനെ ബാധിച്ചില്ല. ഈ മായാപ്രപഞ്ചത്തിൽ മഴയും മായതന്നെ. ഗുരുവചനം രക്ഷാകവചമായ ശിഷ്യൻ തുള്ളിക്കൊരു കുടം പെയ്യുന്ന പേമാരിയെ കൂസാതെ മുറ്റത്തിറങ്ങി ഖബറിസ്ഥാനിലേക്ക് നടന്നു. ആ പ്രളയത്തിലൂടെ അവിടെയെത്തിയിട്ടും ഒരു ചാറ്റൽ പോലും ഏറ്റ ലക്ഷണം അയാളിൽ കാണാമായിരുന്നില്ല. പരിസരബോധം നഷ്ടപ്പെട്ടിരുന്ന അയാൾ ഗുരു സിദ്ധിയെക്കുറിച്ചൊന്നും അന്നേരം ഓർക്കാൻ നിന്നതുമില്ല.

താനാഗ്രഹിക്കുന്ന തരം ഏകാന്തത തേടി അയാൾ അവിടുത്തെ കാടും പൊന്തയും താണ്ടി അലഞ്ഞു. കല്ലറകളും ശവകുടീരങ്ങളും തേടിയും തിരഞ്ഞും നടന്നു. തങ്ങളുടെ വിഢ്ഢിക്കഥകൾ എന്നോ പറഞ്ഞു തീർത്ത് പോയ്മറഞ്ഞവരാണവിടെ. അവരുടെ അമർഷവും അട്ടഹാസവും ആക്രോശവും ഒരു നിശ്വാസത്തിൽ അപ്പോഴേ അവസാനിച്ചതാണ്. ആ തെരച്ചിലിനിടയിൽ എപ്പോഴോ മഴ ശമിക്കുകയും ദിനം തീരുകയും ഇരുട്ടു പരക്കുകയും ചെയ്തിരുന്നു.

ഇപ്പോൾ ഗുരുവചനകവചം അയാൾക്കു രക്ഷ നൽകുന്നില്ല. എന്തെന്നാൽ മഴ തോർന്നതോടെ മനം തണുത്തിരുന്നു. പെട്ടെന്നാണ് വായു പിളർന്ന് ഒരു കൊള്ളിയാൻ മിന്നിയത്. അതിന്റെ അപാരശക്തിയിൽ ആ ജീവൻ ഒരു കൂമ്പാരം ചാമ്പലായി വീണു.

നാമാഗ്രഹിക്കുന്ന തരം ഏകാന്തത മറ്റെവിടെയും ലഭിക്കുകയില്ല, ശ്മശാനത്തിലൊഴികെ എന്നാണല്ലോ ഗുരുവചനം. ■

കിളി

കാലങ്ങളായി പക്ഷികളെ അമ്പെയ്തു കൊന്നു ജീവിച്ചിരുന്ന ഒരു വേടൻ വനത്തിനകത്തുതന്നെയുള്ള ഒരു മഹർഷിയെ കാണാൻ അദ്ദേഹത്തിന്റെ പർണ്ണശാലയിലെത്തി. എന്നിട്ടു വർഷങ്ങളായി തുടരുന്ന തന്റെ പാപം ഏറ്റു പറഞ്ഞു:

"നൂറുകണക്കിനു പക്ഷികളുടെ ജീവൻ ഞാൻ നിഷ്കരുണം എടുത്തിരിക്കുന്നു, മഹാമുനേ. എല്ലാം എന്റെ ഭാര്യയേയും മക്കളേയും സംരക്ഷിക്കുക എന്ന ഉത്തരവാദിത്വം നിറവേറ്റാനായിരുന്നു. ഞാൻ ചെയ്യുന്നതു തെറ്റാണോ?" വേടൻ സങ്കടപ്പെട്ടു

അതുകേട്ട് ഋഷിവര്യനും ദുഃഖിതനായി. മനസ്സാക്ഷിയെ പിന്തുടരാൻ ശ്രമിക്കുമ്പോൾ സംഭവിക്കുന്ന ധർമ്മസങ്കടമാണത്. നേരിനുവേണ്ടി സ്വന്തം നന്മയെ ത്യജിക്കാനാണല്ലോ അതെപ്പോഴും ആഹ്വാനം ചെയ്യുന്നത്. അവസാനം അവനെ അനുനയിപ്പിച്ചും ഇരയെ പരിരക്ഷിച്ചും കൊണ്ടുള്ള ഒരുത്തരം അദ്ദേഹം നൽകി:

"നീ ചെയ്യുന്നതിൽ ഒരു കുഴപ്പവുമില്ല. കാരണം അതു നിന്റെ കുടുംബത്തോടുള്ള ചുമതല നിറവേറ്റാനാണല്ലോ. പക്ഷേ ഒരു കാര്യം മാത്രം ഓർക്കുക. നീ അമ്പെയ്തു കൊല്ലുന്ന പറവയും തന്റെ ഭാര്യയോടും കുഞ്ഞുങ്ങളോടുമുള്ള ഉത്തരവാദിത്വം നിർവഹിക്കാൻ തീറ്റതേടി ഇറങ്ങിയതായിരിക്കും. അവരോടുള്ള കടപ്പാട് നിനക്കു ഏറ്റെടുക്കാമെങ്കിൽ ആ കിളിയെ നിനക്കു അസ്ത്രവധം ചെയ്യാം. പക്ഷേ എല്ലാം മനമറിഞ്ഞു വേണം. വെറും നാട്യമരുത്." താപസൻ പറഞ്ഞു.

പിന്നീടൊന്നും മിണ്ടാതെ വേട്ടക്കാരൻ മരങ്ങൾക്കിടയിൽ മറഞ്ഞു. അല്പം കഴിഞ്ഞ് ഒരു വൃക്ഷത്തലപ്പിലിരിക്കുന്ന ഒരു തടിയൻപക്ഷിയെ കണ്ടതും അവൻ വില്ലു കുലച്ചു. പെട്ടെന്നാണ് അത് കൂടണയുന്നതും കാത്ത് വിശന്നു കരയുന്ന കുരുവിക്കുഞ്ഞുങ്ങളെക്കുറിച്ച് അവൻ ഓർത്തത്. അതോടെ അവന്റെ ഹൃദയത്തിൽ ഒരു ചാട്ടുളി കുത്തിക്കയറിയ വേദനയുണ്ടായി. അമ്പും വില്ലും അവന്റെ കയ്യിൽ നിന്നും വീണുപോയി.

നീ മനമറിഞ്ഞു ചെയ്യുന്നതെന്തോ അതാകുന്നു നീ. അനുതാപവും പരിതാപവും അതിൽ അടങ്ങിയിരിക്കുന്നു. സത്യവും സ്നേഹവുമാണ് അതിന്റെ പൊരുൾ. മനുഷ്യൻ ചതിച്ചേക്കും. മനം ചതിക്കില്ല. ∎

സ്നേഹശക്തി

ദയാഹീനനും അനീതിമാനുമായി അറിയപ്പെട്ടിരുന്ന ഒരു നവാബ് തന്റെ ഒരു ചിത്രം വരപ്പിക്കാൻ ഒരു കലാകാരനെ ഏല്പിച്ചു.

"ചിത്രം ദർബാർ ഹാളിൽ പ്രദർശിപ്പിക്കാനുള്ളതാണ്. ഇടഞ്ഞു നിൽക്കുന്ന പ്രഭുക്കൾക്കും വിമതരായി വർത്തിക്കുന്ന പ്രമുഖർക്കും ആ ചിത്രം ഒരു താക്കീതായി മാറണം. അതിനാൽ സ്വതവേ ക്രൗര്യമാർന്ന നവാബിന്റെ മുഖം കൂടുതൽ ഭീകരമായി കാണികൾക്കു തോന്നണം." മന്ത്രി കലാകാരനെ പ്രത്യേകം ഓർമ്മിപ്പിച്ചു.

അതോടെ നവാബ് രാജസദസ്സിൽ ഹാജരാകുന്ന ദിവസങ്ങളിൽ ചിത്രകാരനും അവിടെ എത്താൻ തുടങ്ങി. അൽപദിവസങ്ങൾകൊണ്ട് അയാൾ ഭരണാധികാരിയുടെ ശരീരഭാഷയും വികാരവിക്ഷോഭങ്ങളും മനസ്സിൽ പതിപ്പിച്ചു മടങ്ങി. പിന്നീട് ഛായാചിത്രം പൂർത്തിയായെന്നറിഞ്ഞപ്പോൾ അതു കാണാനും അന്തിമ നിർദേശങ്ങൾ നൽകാനുമായി മന്ത്രി കലാകാരന്റെ പണിസ്ഥലത്തെത്തി.

അയാൾ തീർത്തുവെച്ചിരിക്കുന്ന പടം കണ്ട് മന്ത്രി ഞെട്ടിപ്പോയി. സ്നേഹവും കാരുണ്യവും വഴിഞ്ഞൊഴുകുന്നെന്നു തോന്നുന്ന ഒരു കൂറ്റൻ ചിത്രമായിരുന്നു കലാകാരൻ നിർമ്മിച്ചിരുന്നത്. താൻ പറഞ്ഞിരുന്ന ക്രൗര്യവും ഭീകരതയുമൊന്നും അതിന്റെ ഏഴയലത്തുപോലും എത്തിയിരുന്നില്ല.

"സമൂഹത്തിലെ മേലാളരെ ഭയപ്പെടുത്തിയേ രാജാക്കന്മാർക്കു ഭരിക്കാൻ കഴിയൂ എന്ന തത്ത്വം നിങ്ങൾക്കറിയില്ലേ. അതിനു മാത്രമേ ഉന്നതരായ പ്രമുഖരും പൗരമുഖ്യരും പണക്കാരും നിന്നുകൊടുക്കൂ. ശക്തിക്കു മാത്രം വഴങ്ങുന്നവരും കരുത്തിനുമാത്രം കീഴടങ്ങുന്നവരുമാണ് കനിവു തൊടാത്ത ആ കാപാലികർ. ഇനിയെങ്ങനെ ഈ ചിത്രം ദർബാരികൾക്കു കാണാനായി സഭാഗാരത്തിൽ പ്രദർശിപ്പിക്കും?" മന്ത്രി അദ്ഭുതപ്പെട്ടു.

"ഇതു കൊട്ടാരത്തിൽ വെക്കാനുള്ളതല്ല. നഗരകവാടത്തിൽ പ്രജകൾക്കു കാണാനായിട്ടുള്ളതാണ്. കീഴാളരെ മയപ്പെടുത്തിയേ ഭരിക്കാൻ കഴിയൂ എന്ന സത്യം അങ്ങേക്കറിയില്ലേ. അതിനുവേണ്ടി അവർ കിടന്നും കൊടുക്കും." സ്നേഹവും കാരുണ്യവും വഴിഞ്ഞൊഴുകുന്ന നവാബിന്റെ മുഖം നോക്കി ചിത്രകാരൻ പറഞ്ഞു. "പാവങ്ങളും പട്ടിണിക്കോലങ്ങളും പാദുഷായ്ക്ക് കൂടെയുണ്ടെന്നാകിൽ ഇടഞ്ഞുനിൽക്കാനും വിമതനാകാനും ഒരു പ്രമാണിയും പ്രധാനിയും ധൈര്യപ്പെടില്ല."

■

സർവവ്യാപി

ഒരു സൂഫിയും ഭാര്യയും വീടിന്റെ പൂമുഖത്തിരുന്നു സംസാരിക്കുകയായിരുന്നു. അന്നേരം അദ്ദേഹത്തിന്റെ ഒരു ശിഷ്യൻ ദൂരെനിന്നും വരുന്നതു കാണാമായിരുന്നു. അതു ശ്രദ്ധിച്ചു ഗുരു പറഞ്ഞു: "അവൻ ഈ നിമിഷം മനമേ അതീന്ദ്രീയ ധ്യാനത്തിൽ ആമഗ്നനനാണ്. അതിനാൽ അവന്റെ ശ്രദ്ധ ഇവിടെയെങ്ങുമല്ല."

ശിഷ്യൻ അടുത്തെത്തിയപ്പോൾ ഭാര്യ പറഞ്ഞു: "ഇനി ഞാൻ അകത്തേക്ക് പോയേക്കാം. നിങ്ങൾ പരസ്പരം സംസാരിച്ചിരിക്കുക." അതു വേണ്ടെന്ന് ഗുരു ഭാര്യയോട് പറഞ്ഞു:

"നീ അവനെ ഭയപ്പെടേണ്ട. കാരണം അവൻ നിന്നെ കാണുന്നില്ല." ദർവേശ് കൂട്ടിച്ചേർത്തു.

പക്ഷേ അവിടെ നടന്നതൊന്നും അറിയാതെ ഈ വാചകം മാത്രം കേട്ട ശിഷ്യൻ പരിഭ്രാന്തനായി.

"ഞാൻ ഈശ്വരനെ ഭയപ്പെടേണ്ട എന്നാണോ അങ്ങ് എന്നോട് പറയുന്നത്? ആ അഹന്ത അവൻ ക്ഷമിക്കുമോ? ഞാൻ ദൈവനാമം സ്മരിക്കാത്ത നിമിഷങ്ങളില്ല. എന്നിട്ടും അവൻ എന്നെ കാണുന്നില്ലേ?" ഇങ്ങനെ വിളിച്ചു പറഞ്ഞ് അയാൾ വാവിട്ടു കരയാൻ തുടങ്ങി.

ഇതെല്ലാം കണ്ടുകൊണ്ടും കേട്ടുകൊണ്ടും മറയത്തു സൂഫിയുടെ ഭാര്യ നിൽപുണ്ടായിരുന്നു. യുവാവിന്റെ പാരവശ്യവും അങ്കലാപ്പും നേരിട്ടുകണ്ട് അവൾ അവനെ സാകൂതം നോക്കിച്ചിരിക്കാൻ തുടങ്ങി. ഇതുകണ്ടപ്പോൾ പരിഭ്രാന്തനായ സൂഫി ഭാര്യയോട് പറഞ്ഞു:

"ഇപ്പോൾ നീ അവനെ കാണുന്നുണ്ട്. അതാണെന്റെ ഭയം."

അതുകേട്ട ശിഷ്യൻ ശാന്തനായി. "ശരിയാണ്. ഇപ്പോൾ ഞാൻ അവനെ കാണുന്നുണ്ട്. ഭയപ്പെടുന്നുമുണ്ട്." അയാൾ ആത്മഗതം ചെയ്തു.

ഈശ്വരൻ സത്യമാണെന്നും സത്യം ഈശ്വരനാണെന്നും നാം പൊതുജനത്തിനു മുമ്പിൽ പരസ്യമായി ആണയിടുന്നു. എന്നിട്ട് അവൻ കള്ളന്മാർക്ക് കഞ്ഞിവെക്കുന്നെന്ന് സ്വന്തക്കാരോട് രഹസ്യമായി പരാതിപ്പെടുകയും ചെയ്യുന്നു. തെറ്റൊന്നും ചെയ്യാത്ത നമ്മെയെന്നും ശിക്ഷിക്കുന്നവനും അനർഹരെ അളവറ്റു അനുഗ്രഹിക്കുന്നവനുമാണ് ഏവർക്കും ഈശ്വരൻ.

■

ശക്തി

വിശന്നിരിക്കുന്ന ഒരു കാട്ടുതവള ഒരു പച്ചത്തുള്ളനെ അരികെ കണ്ട് അതിന്റെ പിന്നാലെ വെച്ചു പിടിച്ചു. ഇരയും വേട്ടക്കാരനും അങ്ങനെ ചാടിച്ചാടി ഒടുക്കം തവള സിംഹരാജന്റെ മുന്നിലേക്കു കുതിച്ചു അവന്റെ മുതുകിലും മാറത്തുമായി പിടഞ്ഞു വീണു. അതുകണ്ടു കോപാന്ധനായ സിംഹം അലറി:

"ഓഹോ, ഞാൻ ഉണർന്നെണീക്കുന്നതേ ഉണ്ടായിരുന്നുള്ളൂ. അതിനാൽ ഇന്നത്തെ പ്രാതൽ നീ തന്നെ." അതുകേട്ടു തവള ഞെട്ടിപ്പോയി.

"പക്ഷേ എപ്പോഴേ എഴുന്നേറ്റ അടിയനിതുവരെ പ്രാതൽ കഴിച്ചിട്ടില്ല. അതുകഴിഞ്ഞിട്ടു മതിയോ അവിടുത്തെ അമൃതേത്ത്?" തവള അൽപം പരിഹാസത്തോടെ ചോദിച്ചു.

"മതി. എങ്കിൽ നീ നാസ്ത കഴിഞ്ഞുവാ." സിംഹം അനുവാദം കൊടുത്തു. "നിനക്കു വേണ്ട കൃമിയും കീടവും പുഴുവും പഴുതാരയുമൊക്കെ ഈ പുല്ലിൽത്തന്നെ ധാരാളമുണ്ട്. അതിനാൽ ദൂരെയെങ്ങും പോയി രക്ഷപ്പെടാൻ നോക്കേണ്ട."

"അയ്യോ ഇല്ല. ഇന്നത്തെ ദിവസം ഒരു പുൽച്ചാടിയെയായിരുന്നു ഞാൻ കണ്ടുവെച്ചത്. പക്ഷേ അതു ചാടിച്ചാടി വന്ന് ഇപ്പോൾ അങ്ങയുടെ അരികിലുള്ള പുല്ലിനു പിന്നിൽ ഒളിഞ്ഞിരിക്കുകയാണ്. അതിനെ അങ്ങു എനിക്കു പിടിച്ചു തരുമല്ലോ. മഹാരാജാവായ അങ്ങേയ്ക്ക് പ്രജാക്ഷേമം പരമപ്രധാനംതന്നെ എന്നു പ്രത്യേകം ഉണർത്തിക്കേണ്ടതുമില്ല." മണ്ഡൂകം ആ മണ്ടനെ പുകഴ്ത്തി.

അതിനെന്തിനിത്ര ശക്തി മൃഗരാജനായ തനിക്ക്, എന്നോർത്ത് സിംഹം പച്ചത്തുള്ളനെ കണ്ടുപിടിച്ച് അതിനെ പിടിക്കാനായി പിന്നാലെ പാഞ്ഞു. ദിവസങ്ങളും ആഴ്ചകളും കഴിഞ്ഞതോടെ ആ തീവ്രയത്നം നിഷ്ഫലമാകുമെന്നുറപ്പായി. അവസാനം കേവലമൊരു കീടത്തിനു മുമ്പിൽ തോറ്റ് തവളയ്ക്കു മുമ്പിൽ അടിയറവു പറയാനായി സിംഹരാജൻ തിരിച്ചെത്തി.

നിങ്ങളുടെ ശക്തി ഏശുന്നവരുടെ അധിപനാകാനേ നിങ്ങൾക്കു കഴിയൂ. അതിനാൽ ചെറിയവനാവുക, ഏതു വലിയവനിൽ നിന്നും രക്ഷ നേടാം.

■

സത്യവും വിശ്വാസവും

ഒരിക്കൽ പോക്കിരിയായ ഒരു സമുറായി തന്റെ പ്രഭുവിനെ വിട്ടു സ്വന്തം ഗ്രാമത്തിലേക്ക് പോയി. തന്റെ സഹചാരി എന്നതിനു പുറമെ വീട്ടു കാവലിനും സ്വത്തുസംരക്ഷണത്തിനും വരെ പ്രഭു ആ യുവാവിനെ ഉപ യോഗപ്പെടുത്തിയിരുന്നു. അയാൾ മുൻകൂട്ടി അനുവാദം വാങ്ങിച്ചിട്ടില്ലാ തിരുന്നതിനാൽ ഒന്നു രണ്ടു ദിവസം കഴിഞ്ഞാണ് തന്റെ അംഗരക്ഷ കന്റെ അഭാവം പ്രഭു മനസ്സിലാക്കിയത്.

"ഏതു സമയവും തെമ്മാടികളുടെ ആക്രമണം പ്രതീക്ഷിച്ചിരിക്കുന്ന വനാണ് ഞാൻ. അതിനിടയിൽ അംഗരക്ഷകൻ പോയെന്നറിഞ്ഞാൽ ജീവൻതന്നെ അപകടത്തിലാകും. അത്രയധികം വൈരികളാണ് തക്കം പാർത്തു ചുറ്റിനുമുള്ളത്. അപ്പോഴാണ് ആ ധിക്കാരി ഒരറിയിപ്പില്ലാതെ നമ്മെ കൊലയ്ക്കു കൊടുത്തു സ്ഥലം വിട്ടിരിക്കുന്നത്." അഹങ്കാരിയായ പ്രഭു തന്റെ കാര്യസ്ഥനു നേരേ അലറി.

"ഒരിക്കലുമില്ല, പ്രഭോ! അയാൾ പോയെങ്കിൽ അതിന്റെ നഷ്ടം അയാൾക്കാണ്. കാരണം സമുറായിയേക്കാൾ പെരുമ അയാളുടെ വാളി നാണ്. അഥവാ അങ്ങനെയാണ് നാം ശത്രുക്കൾക്കിടയിൽ പ്രചരിപ്പിച്ചിരി ക്കുന്നത്. അതിനാൽ ഭയപ്പെടേണ്ട ഒരാവശ്യവുമില്ല." കാര്യസ്ഥൻ ആശ്വസിപ്പിച്ചു.

"കാരണം?" ഒന്നും മനസ്സിലാകാതെ പ്രഭു ചോദിച്ചു.

"അയാൾ ഖഡ്ഗം ഇവിടെ ഉപേക്ഷിച്ചാണ് പോയിരിക്കുന്നത്. അഥവാ അങ്ങനെയാണ് നാം ശത്രുക്കൾക്കിടയിൽ പ്രചരിപ്പിക്കുന്നത്. അതിനാൽ ഏതുസമയവും പ്രതിയോഗികളുടെ ആക്രമണം പ്രതീക്ഷിച്ചിരിക്കേണ്ട വനാണ് നിരായുധനായ അയാൾ." കാര്യസ്ഥൻ തുടർന്നു. "അഥവാ അങ്ങനെയാണ് നാം ആ പോക്കിരിയെ വിശ്വസിപ്പിച്ചിരിക്കുന്നത്."

അതിനാലിപ്പോൾ പ്രഭു പൂർണ്ണ സുരക്ഷിതനും അയാളുടെ സേവകൻ നിസ്സഹായനുമായിരിക്കുന്നു. അഥവാ അങ്ങനെയാണ് കാര്യക്കാരൻ തന്റെ യജമാനനെ വിശ്വസിപ്പിച്ചിരിക്കുന്നത്.

നിങ്ങളുടെ ശക്തി നിങ്ങൾ തീരുമാനിക്കുന്നതാണ്. ശത്രുവിന്റെ ബല ഹീനത അവൻ തീരുമാനിക്കുന്നതും. ∎

മുല്ലയും കഴുതയും

മുല്ലാ നസ്റുദ്ദീന്റെ അയൽവാസിയായ അഹമ്മദ് ചന്തയിൽപോയി ഒരു കഴുതയെ വാങ്ങി. അല്പദിവസങ്ങൾ കഴിഞ്ഞ് ഒരിക്കൽ പാലം കടക്കുമ്പോൾ കഴുത തോട്ടിൽ വീണു കാലൊടിഞ്ഞു. വിവരമറിഞ്ഞ് ദുഃഖം രേഖപ്പെടുത്താനായി നസ്റുദ്ദീൻ അഹമ്മദിന്റെ വീട്ടിലേക്ക് ചെന്നു. അവർ തമ്മിൽ അത്ര നല്ല അയൽപക്കബന്ധമല്ല നിലനിന്നിരുന്നത്. പലപ്പോഴും അപരനെ അപഹസിക്കാനും അയാളെ കെണിയിൽപ്പെടുത്താനും ഇരുവരും ഒരുപോലെ ശ്രമിച്ചിരുന്നു. അതിനാൽ നസ്റുദ്ദീന്റെ സാന്നിധ്യം ഇഷ്ടപ്പെടാതിരുന്ന അയൽവാസി മുല്ലയെ പരിഹസിക്കാനായി ചോദിച്ചു.

"നിങ്ങൾക്കു ഞൊണ്ടി നടക്കുന്നതായി അഭിനയിക്കാനറിയുമോ?" ആ സമയം കാലൊടിഞ്ഞ കഴുത തൊടിയിലൂടെ ഞൊണ്ടി നടക്കുന്നുണ്ടായിരുന്നു.

"ഇല്ല," മുല്ല സമ്മതിച്ചു. അഹമ്മദ് എന്തിനുള്ള പുറപ്പാടാണെന്നറിയണമല്ലോ. എപ്പോഴും കുതർക്കവുമായി വരുന്ന വ്യക്തിയാണ്. അതിനാൽ സൂക്ഷിക്കണം. എങ്കിലും നസ്റുദ്ദീന്റെ ഉത്തരം അഹമ്മദ് പ്രതീക്ഷിച്ചതുതന്നെയാണെന്നു തോന്നി.

"അയ്യോ, കഷ്ടം. എന്റെ കഴുതയ്ക്കുപോലും അതറിയാം. അങ്ങോട്ടു നോക്കൂ," അഹമ്മദ് മുല്ലയെ കളിയാക്കി. അപ്പോഴും ഒടിഞ്ഞ കാലും വലിച്ചിഴച്ച് കഴുത വളപ്പിലൂടെ നടക്കുന്നുണ്ട്.

"അപ്പോൾ നിങ്ങൾക്കു ഞൊണ്ടി നടക്കുന്നതായി അഭിനയിക്കാമോ?" മുല്ല മറുചോദ്യം ചോദിച്ചു. "തീർച്ചയായും." അതുപറഞ്ഞ് അഹമ്മദ് പറമ്പിലൂടെ വേച്ചുവേച്ച് നടക്കാൻ തുടങ്ങി.

"വളരെ സന്തോഷം. ഒരു കഴുതയ്ക്ക് അറിയാവുന്നതെല്ലാം താങ്കൾക്കും അറിയാമല്ലോ." അതു പറഞ്ഞ് നസ്റുദ്ദീൻ നടന്നകന്നു. അതുനോക്കി മറുപടിയില്ലാതെ അഹമ്മദ് അമ്പരന്നു നിന്നു.

സ്വന്തം കഴിവുകേട് അപരന്റെ കഴിവ് ആവാതിരിക്കാൻ ശ്രദ്ധിക്കുക. ഏതൊരു ശക്തനും എതിരാളിയുടെ ബലഹീനതയിലാണ് കൈ വെക്കുന്നത്. സിംഹം മാനിന്റെ കഴുത്തിലാണ് കടിക്കുന്നത്. കാലിലല്ല. ■

മനംമാറ്റം

താൻ ഒരു വില്ലാളിവീരനാണെന്ന് സ്വയം അവകാശപ്പെടുന്ന ഒരു മല്ലൻ എന്നും മടിപിടിച്ച് ചുരുണ്ടുകൂടി ഉറങ്ങുമായിരുന്നു. ഒരു പണിയും ചെയ്യാതെ അലസജീവിതം നയിക്കുന്ന അയാളെ ഭാര്യ ഗുണദോഷിക്കുമ്പോൾ ടിയാൻ പറയും: "ഞാൻ ഒരു വില്ലാളിവീരനാണെന്ന് അറിയാമല്ലോ. എനിക്കു പറ്റിയ പണിയേ ഞാൻ എടുക്കൂ. ഞാറു നടാനും തെങ്ങു കയറാനും എന്നെ കിട്ടില്ല."

അങ്ങനെ ഉപയോഗശൂന്യനായ ഒരു ഭർത്താവുമായി നിരാശയായി ജീവിക്കുമ്പോഴാണ് ഭാര്യ ഒരു വാർത്ത കേട്ടത്. കഴിഞ്ഞ ദിവസം ഗ്രാമത്തിൽ ചെന്നായകളിറങ്ങിയിരുന്നു. അവ കൂടുപൊളിച്ച് ആടുകളേയും വളർത്തുമുയലുകളേയും കടിച്ചുകൊന്ന് കാട്ടിലേക്കുതന്നെ രക്ഷപ്പെട്ടിരിക്കുന്നു. അവയെ പിടിച്ചുകൊടുക്കുന്നവർക്ക് ഗ്രാമത്തലവൻ നൽകുന്ന ഇനാമുണ്ട്. വിവരമറിഞ്ഞപാടേ വത്സ വില്ലാളിവീരനെ വാർത്തയറിയിച്ചു. "ചെന്നായ്ക്കളെ കൊന്നു കൊണ്ടുവന്നു കൊടുത്താൽ നല്ലൊരു സമ്മാനം നേടാം."

കൊല്ലും കൊലയും ചോരയുമൊക്കെ ഹരമായ വില്ലാളിവീരൻ താമസമന്യേ കാട്ടിലേക്ക് പുറപ്പെട്ടു. ചെന്നായ്ക്കൾ അങ്ങനെ പകൽ പുറത്തിറങ്ങി അലഞ്ഞു നടക്കുന്നവയല്ല. അതിനാൽ ഒരു ചെന്നായയേയും വില്ലാളിവീരനു കണ്ടെത്താൻ കഴിഞ്ഞില്ല. പക്ഷേ മറ്റൊന്നുണ്ടായി. കാനനച്ഛായയിലാകെ മാനുകൾ മേഞ്ഞുനടക്കുന്നു. അവയുടെ സൗന്ദര്യവും ശാന്തസ്വഭാവവും ആദ്യമായാണ് വീരൻ അത്രയടുത്തുനിന്നു കാണുന്നത്. അയാളെ കണ്ടപ്പോൾ അവ അടുത്തു വന്നു. എന്നിട്ട് കാൽ നക്കിത്തുടയ്ക്കാനും വസ്ത്രം കടിച്ചു തിന്നാനുമൊക്കെ തുടങ്ങി. ഉടനെ ഒരു പ്ലാവിൽ കയറി അയാൾ അവയ്ക്കായി ഒരു പഴുത്ത ചക്കയിട്ടു കൊടുത്തു.

എന്തിനധികം, തിരിച്ചുവരുമ്പോൾ മൂന്നാലു മാനുകളെ ഒക്കത്തും തോളിലുമെല്ലാം ചുമന്നാണ് വില്ലാളിവീരൻ ഗ്രാമത്തിൽ തിരിച്ചെത്തിയത്. "വീട്ടിൽ ആഘോഷമാണ്. മാനിറച്ചി വിശേഷമാണ്. വില പറഞ്ഞോളൂ," മാനുകളുമായി കാട്ടിൽ നിന്നെത്തിയ വില്ലാളിയോട് ഗ്രാമത്തലവൻ പറഞ്ഞു.

"ഇവയെ കൊല്ലാൻ കൊടുക്കാനല്ല കൊണ്ടുവന്നത്. വളർത്താനാണ്," അതെന്തിനെന്നറിയാതെ വില്ലാളിവീരൻ പറഞ്ഞു.

അറിയാത്ത ലോകങ്ങൾ അതിശക്തമാകുന്നു. അവയെ കീഴടക്കുമ്പോഴല്ല, അവയ്ക്കു കീഴടങ്ങുമ്പോഴാണെന്നു മാത്രം. കാരണം സംഹാരത്തിന്റെ രൗദ്രമല്ല, സ്നേഹത്തിന്റെ താഖത്താകുന്നു അറിവ്. ■

ദണ്ഡ്

ഉസ്താദും മുരീദും എവിടേക്കോ ഉള്ള യാത്രയിലാണ്. മുളങ്കൊമ്പു കൊണ്ടുള്ള വടിയും ഊന്നിക്കൊണ്ടാണ് വൃദ്ധന്റെ നടപ്പ്. അതൊരു മാന്ത്രികവടിയാണെന്നായിരുന്നു ഗുരുവിന്റെ പൂർവശിഷ്യന്മാർക്കിടയിലുള്ള അടക്കം പറച്ചിൽ.

ആ സമയം അതുവഴി വന്ന തടിയനായ ഒരു പൂർവ്വശിഷ്യൻ ഗുരുവിന്റെ വടി തട്ടിയെടുത്തുകൊണ്ട് ഓടി. തന്റെ സ്വന്തം ആശ്രമനിർമ്മാണം പൂർത്തീകരിക്കാൻ ഈ മാന്ത്രികദണ്ഡിന്റെ കുറവു മാത്രമേയുള്ളൂ എന്ന് വിശ്വസിച്ച് നടക്കുകയായിരുന്നല്ലോ കുറേക്കാലമായി അയാൾ.

തടിയൻ വടി പിടിച്ചുപറിച്ച് മുന്നോട്ടോടിയതും അയാൾക്കെതിരെയെന്ന വണ്ണം രണ്ടു നായ്ക്കൾ ഓടിവരുന്നതാണ് കണ്ടത്. പേപ്പട്ടികളാണോയെന്ന് തോന്നിപ്പിക്കുന്ന പെരുമാറ്റം. അവ കുരച്ചു ചാടി തന്നെ കടിച്ചു കീറുമെന്നായപ്പോൾ ആ ശിഷ്യൻ വടി വീശി. അതിന്റെ ആഘാതത്തിൽ പട്ടികളുടെ തലയ്ക്കും ഉടലിനും കാലിനുമൊക്കെ കനത്ത പരിക്കേറ്റെന്നു തോന്നി. അതെന്തായാലും പിന്നീട് വടി പേടിച്ച് കരഞ്ഞു കൊണ്ടവ ഓടി മറയുന്നതാണ് കണ്ടത്.

പക്ഷേ അതുകൊണ്ടൊന്നും തടിയനെതിരെയുള്ള ഭീഷണി തീർന്നിരുന്നില്ല. അല്പദൂരം കൂടി ഓടിയപ്പോൾ ബഞ്ചാരകളുടെ വിവാഹഘോഷയാത്ര വഴിനിറഞ്ഞ് എതിരെ വരുന്നു. ഒരു വടിയും ചുഴറ്റി ഒരുവൻ ഓടി വരുന്നതു കണ്ടപ്പോൾതന്നെ അത് വധുവിനെ തട്ടിയെടുക്കാനുള്ള പരിശ്രമമായിരിക്കുമെന്ന് ബാറാത്ത് സംഘത്തിലുള്ളവർ തീർച്ചപ്പെടുത്തി. നാടോടികളായ ബഞ്ചാരകളുടെ സ്ത്രീകളേയും കുട്ടികളേയും തദ്ദേശീയർ തട്ടിക്കൊണ്ട് പോയി ചൂഷണത്തിനും പീഡനത്തിനുമിരയാക്കുക എന്നത് യുഗങ്ങളായുള്ള നടപ്പാണല്ലോ എല്ലാ നാട്ടിലും.

അതോർത്ത ആ പരദേശി ജിപ്സികൾ തടിയനെ വളഞ്ഞുവെച്ച് ആക്രമിക്കാൻ തുടങ്ങിയെങ്കിലും അവന്റെ വടിവീശലിനിടയിൽ നിരായുധരായ അവർക്ക് വളരെയൊന്നും പിടിച്ചു നിൽക്കാൻ കഴിഞ്ഞില്ല. തുടർന്ന് ആ മുൻശിഷ്യൻ അവരിൽനിന്നും കുതറിമാറി കഷ്ടിച്ച് രക്ഷപ്പെട്ടു.

കഷ്ടിച്ച് എന്നു പറയാൻ കാരണമുണ്ട്. ഇപ്പോൾ ശിഷ്യനു പിന്നിൽ ഒരു കാളക്കൂറ്റൻ മുക്രയിട്ടോടുന്നുണ്ട്. ആ കുപ്രസിദ്ധന്റെ മുന്നോട്ടാഞ്ഞ കൂർത്ത കൊമ്പുകൾക്കിടയിൽ കുടുങ്ങി വീണവർ ധാരാളമാണ്. അതറിയാവുന്ന തടിയൻ ഓട്ടത്തിനിടയിൽ വടി വലിച്ചെറിഞ്ഞ് വഴിയരികിലെ

ആഴമേറിയ കുളത്തിലേക്ക് വീഴുകയോ ചാടുകയോ ചെയ്തു. ശത്രു വിന്റെ തിരോധാനം ഉറപ്പു വരുത്തിയ കാള അതുകഴിഞ്ഞ് എങ്ങോ പോയി മറയുകയും ചെയ്തു.

അപ്പോഴേക്കും ഉസ്താദും മുരീദും കുളക്കരയിൽ എത്തിയിരുന്നു. അതിനടിയിലതാ പൂർവശിഷ്യൻ നീന്താനറിയാതെ മുങ്ങിത്താഴുന്നു. ഉടനെ മുരീദ് അവിടെ കിടന്ന ഗുരുവിന്റെ മാന്ത്രിക ദണ്ഡ് അയാൾക്കു നേരെ നീട്ടിക്കൊടുത്തു. അതിന്റെ അറ്റം പിടിച്ചു തടിയൻ കുളത്തിൽ നിന്നും മുങ്ങിച്ചാവുന്നതിനു മുമ്പേ മുകളിലേക്കു കയറി.

വടി ഉസ്താദിനു തിരിച്ചു കൊടുത്തുകൊണ്ടവൻ പറഞ്ഞു: "കണ്ടില്ലേ, വടിയുടെ മാന്ത്രികശക്തി. ഇതു കൈക്കലാക്കാൻ ശ്രമിച്ച എന്നെ സർവ്വ ശക്തികളും ഒന്നിച്ചു വന്നാണല്ലോ എതിർത്തു തോൽപ്പിച്ചത്. നായകളും നാടോടികളും കാളയും കുളവുമൊക്കെ പൊടുന്നനെ ശത്രുക്കളായി മുന്നിൽ പ്രത്യക്ഷപ്പെടുകയായിരുന്നു. അങ്ങനെ ഞാൻ തോറ്റു."

അതുകേട്ടു ആചാര്യൻ അവനെ ആശ്വസിപ്പിച്ചു:

"സംഭവിച്ചതൊന്നും അങ്ങനെയല്ല. എല്ലാ തടസ്സങ്ങൾക്കെതിരെയും മാന്ത്രികദണ്ഡ് നിന്റെ പാത സുഗമമാക്കുകയായിരുന്നു. അതുമൂലം മേൽ പ്പറഞ്ഞ എതിർപ്പുകളെയൊക്കെ നിനക്കു മറികടക്കാൻ കഴിഞ്ഞു."

ശേഷം ഗുരു വടി അവനു കൈമാറിക്കൊണ്ട് കൂട്ടിച്ചേർത്തു: "നിന ക്കെതിരെ തീർത്ത പ്രതിരോധങ്ങളെ പഴിക്കുകയല്ല മറിച്ച് നിന്റെ കയ്യി ലുള്ള ഉപകരണങ്ങളെ അവസരമാക്കുകയാണ് നീ ചെയ്യേണ്ടത്. അങ്ങനെയേ അവനെത്തേടിയുള്ള പാതയിൽ മുന്നേറാൻ കഴിയൂ."

ആ മുൻശിഷ്യൻ നടന്നു മറഞ്ഞപ്പോൾ മുർഷിദ് സഹയാത്രികനു നേരെ തിരിഞ്ഞു. "ആ മുളന്തണ്ടിന് ഒരു പ്രത്യേകതയുമില്ല. പക്ഷേ അതിൽ സിഹ്റ് എന്ന മാന്ത്രികശക്തി കുടികൊള്ളുന്നെന്ന തോന്നലാണ് അവനെക്കൊണ്ട് ഈ സാഹസമെല്ലാം ചെയ്യിച്ചതും അതേസമയം വെല്ലു വിളികൾ നേരിടാൻ സഹായിച്ചതും. വിശ്വാസം രക്ഷിച്ചു." ∎

സഹവാസം

പ്രസേനജിത്തിന്റെ രാജസദസ്സിൽ മൂന്നു പണ്ഡിതന്മാർ വന്നുകയറി.

"പ്രഭോ, അങ്ങയുടെ രാജ്യം അധികം വൈകാതെ വലിയ ഭീഷണി നേരിടും. അതിനു കാരണം ഇവിടുത്തെ ഭിഷഗ്വരന്മാരാണ്." അവർ രാജാവിനെ തെര്യപ്പെടുത്തി.

"അവർ എന്തു ചെയ്യുന്നു," പ്രസേനജിത്തിന് അദ്ഭുതമായി.

"അവർ ജനങ്ങളുടെ അസുഖം മാറ്റാനുപയോഗിക്കുന്ന വഴികൾ തെറ്റാണ്. എല്ലാ രോഗങ്ങൾക്കും കാരണം ശരീരത്തിനകത്തെ പ്രശ്ന മാണെന്നവർ പറയുന്നു. അവർ നാഡി പിടിച്ചു ഞെക്കുകയും കണ്ണിൽ തുറിച്ച് നോക്കുകയും ചെയ്യുന്നു. മലം, മൂത്രം, കഫം, വിയർപ്പ് എന്നിവ യെക്കുറിച്ച് അന്വേഷിക്കുന്നു. രോഗങ്ങൾക്കു കാരണം ഇവയൊന്നു മല്ലല്ലോ." ത്രിമൂർത്തികൾ ഉണർത്തിച്ചു.

"പിന്നെ എന്താണ്?" രാജാവ്.

"ജനനവും മരണവുമെല്ലാം വേരും കായും ഇലയും പൂവും ഇടിച്ചു പിഴിഞ്ഞു കഴിച്ചാൽ ഭേദപ്പെടുമോ? വെയിലും മഴയും രാവും പകലും മരുന്നുകൾ കൊണ്ടു മാറ്റാനാകുമോ? ഇല്ലെങ്കിൽ പിന്നെങ്ങനെ രോഗ ശാന്തി മാത്രം മരുന്നിനാൽ സാധ്യമാവും?" അവർ തുടർന്ന് ചോദിച്ചു.

"ആ പറഞ്ഞവയെല്ലാം ഈശ്വരൻ നിശ്ചയിക്കുന്ന കാര്യങ്ങളല്ലേ? അവ നമുക്കനുകൂലമാവുമ്പോൾ നാം അവനോട് നന്ദി പറയുന്നു. പ്രതി കൂലമാവുമ്പോൾ അവനോട് പരാതി പറയുന്നു." പ്രസേനജിത്ത് നിരീ ക്ഷിച്ചു.

"ശരി, വളരെ ശരി. പക്ഷേ അത്രമാത്രമോ?"

"അല്ല. പ്രാർത്ഥന മാത്രമല്ല. യാതനകൾ കുറയ്ക്കാനായി നാം യാഗവും യജ്ഞവും നടത്തുന്നു. വേദനകൾ ശമിക്കാനായി നാം ബലിയും ഹോമവും കഴിക്കുന്നു."

"അങ്ങു സത്യത്തിലേക്കടുത്തുകൊണ്ടിരിക്കുന്നു. ദേവീകോപം വസൂരി വിതറുമ്പോൾ മരുന്നിനതിനെ തടുക്കാനാവുമോ? മുജ്ജന്മപാപം മൂലം മർത്ത്യൻ മത്സ്യമായും പുലി എലിയായും ജനിക്കുന്നതിനെ മരുന്നു കൾ മാറ്റുമോ?"

"ഇല്ല. അവയൊക്കെ ദൈവനിയോഗമാണ്. തവളയുടെ വായിലിരി ക്കുന്ന പുൽച്ചാടിയുടെ സ്വാതന്ത്ര്യമേ മനുഷ്യനു ഭൂമിയിലുള്ളൂ. മിന്നുന്ന കൊള്ളിയാനിൽ നിന്നാർക്കെങ്കിലും ഒഴിഞ്ഞു മാറാൻ പറ്റുമോ? കടലിൽ പതിച്ചു ലയിച്ചു നശിക്കണമെന്നുദ്ദേശിച്ചല്ലല്ലോ കാട്ടാറുകൾ കാനനത്തിൽ

നിന്നും കുതിച്ചിറങ്ങുന്നത്. ചീവീട് ഇണയ്ക്കായാണ് കരയുന്നതെങ്കിലും അതിനു കാതോർത്തിരിക്കുന്നത് അവന്റെ അന്തകനാണല്ലോ. ഉയരെ പറക്കുന്നതുകൊണ്ടാണോ കഴുകന് സൂക്ഷ്മദൃഷ്ടികൾ ലഭിച്ചത്, അഥവാ ജാഗ്രനേതൃങ്ങൾ ഉള്ളതുകൊണ്ടാണോ അവൻ ഉയർന്നു പറക്കുന്നത് എന്നാർക്കറിയാം. പാറമേൽ ആഞ്ഞടിക്കുന്ന തിരമാലകൾ അവയെ ആലിംഗനം ചെയ്തു ചുംബിക്കുകയാണോ അതോ അടിച്ചുടച്ചു തകർക്കാൻ ശ്രമിക്കുകയാണോ എന്നും എങ്ങനെയറിയാം? അതിനാൽ അവയൊക്കെ നിയോഗമാണ്. നമ്മുടെ വരുതിയിൽ ഒതുങ്ങാത്ത ചേതനകൾ. അതിനാൽ മാറുന്ന രോഗത്തിനു മരുന്നും മാറാരോഗത്തിനു മന്ത്രവും വേണം."

അതുകേട്ടാണ് ഭഗവാൻ അങ്ങോട്ട് കയറിച്ചെന്നത്. "ഓ, ഗൗതമാ! അങ്ങു പ്രതിഭാസത്തേയും തോന്നലുകളേയും അനുഭവങ്ങളേയും ഒന്നാക്കുന്നവൻ. ഞങ്ങൾക്കു കേവലമായതൊക്കെ അങ്ങേക്കു ആപേക്ഷികമാണല്ലോ, ഉലകനാഥാ." അവർ ഒന്നിച്ചു അപേക്ഷിച്ചു.

അതുകേട്ടു തഥാഗതൻ മൊഴിഞ്ഞു. "ഇക്കാര്യത്തിൽ എന്തിനു വിഭിന്ന മതം? എന്തിനെ ഒരുവൻ അറിയുന്നുവോ അത് അവനു ശാസ്ത്രം. എന്തിനെ ഒരുവൻ അനുഭവിക്കുന്നുവോ അതവനു ദൈവം. അറിയുന്നതിനെ അനുഭവിക്കുകയും അനുഭവിക്കുന്നതിനെ അറിയുകയും എപ്പോൾ ചെയ്യുന്നുവോ അപ്പോൾ ആത്മബോധം. ആഴിയിൽ അലകൾ അടങ്ങിയാലും മനസ്സിൽനിന്ന് മോഹങ്ങൾ മറയുന്നില്ല. ഉടലിന്റെ വ്യാധികൾ മാറിയാലും ഉയിരിന്റെ ആധികൾ മായുന്നില്ല. എല്ലാ തൃഷ്ണയും വ്യാമോഹമാണ്, മറിച്ചും. തൃഷ്ണ അന്ധകാരവും ആത്മബോധം പ്രകാശവുമാണ്. അവ ഒന്നിച്ചു വസിക്കുകയില്ല." ഭഗവാൻ അരുളിചെയ്തു. ∎

സ്നേഹസാരം

ദീർഘടവും അതിദീർഘവുമായ ഒരു യാത്രയ്ക്കുശേഷം വർധമാനൻ തന്റെ ശിഷ്യന്മാരോടൊപ്പം സന്തോക്കിൽ വന്നു തമ്പടിച്ചു. അപ്പോഴേക്കും ആയിരക്കണക്കിന് ജനങ്ങൾ ഭഗവാനെ കേൾക്കാനായി മൈതാനിയിലെത്തിയിരുന്നു.

സത്സംഗം തുടങ്ങുന്നതിനു മുമ്പേ നാലഞ്ചു പൗരപ്രമുഖർ മഹാവീരനെ കാണാനെത്തി. "പ്രഭോ, അങ്ങേക്കു എന്തു സഹായമാണ് ഞങ്ങൾ ചെയ്തു തരേണ്ടത്? ദയവായി ആജ്ഞാപിച്ചാലും," അവർ അപേക്ഷിച്ചു.

"നാം ഇവിടെയെത്താൻ പിന്നിട്ട വഴി ശ്രദ്ധിച്ചില്ലേ? അതു നിറയെ കല്ലും മുള്ളുമായിരുന്നു. ഇനിയങ്ങോട്ടെങ്കിലും ആ കല്ലും മുള്ളും ഒഴിവാക്കി ഭാവി യാത്ര സുഗമമാക്കണം," ഭഗവാൻ അരുളിചെയ്തു.

അപ്പറഞ്ഞത് പ്രഭുക്കൾക്ക് ഇഷ്ടപ്പെട്ടില്ല. "അങ്ങ് പറഞ്ഞത് വളരെ ശരിതന്നെ. പക്ഷേ ഞങ്ങൾ ഇന്നാട്ടിലെ വലിയവരാണ്. അതിനാൽ വലിയ ഏതെങ്കിലും കാര്യമായിരുന്നു ഞങ്ങളെ ഏല്പിക്കേണ്ടിയിരുന്നത്. കല്ലും മുള്ളും വഴിയിൽനിന്നും നീക്കുന്ന കാര്യം ഇവിടെ തടിച്ചു കൂടിയ സാധാരണക്കാരുടെ ചുമതലയാണ്," അവർ ഒന്നിച്ചു പറഞ്ഞു.

സത്സംഗ് തുടങ്ങാറായതിനാൽ വർധമാനൻ മറ്റൊന്നും പറഞ്ഞില്ല. അദ്ദേഹം തന്റെ ബോധനം ആരംഭിച്ചപ്പോൾ മുൻനിരയിൽതന്നെ പ്രഭുക്കൾ ഉപവിഷ്ടരായിരുന്നു.

"ഭഗവാൻ, ഞങ്ങൾ എന്തുചെയ്യണമെന്ന് അറിയിച്ചാലും," ജനം വിളിച്ചു ചോദിച്ചു.

"നിങ്ങൾ സാധാരണക്കാരായതിനാൽ നിങ്ങൾക്ക് ഒരു കർത്തവ്യമുണ്ട്. നടന്നുവന്ന വഴികളിലേക്ക് ഒന്നു പിന്തിരിഞ്ഞു നോക്കുക. അവിടെ കല്ലും മുള്ളും നിറഞ്ഞു കിടക്കുന്നില്ലേ?" ജിനൻ ചോദിച്ചു.

"തീർച്ചയായും. ഭൂതത്തിൽ ഞങ്ങൾ ചെയ്യാത്ത കുറ്റങ്ങളും ഏർപ്പെടാത്ത പാപകർമ്മങ്ങളുമില്ല." അവർ ഒന്നിച്ചു വിളിച്ചുപറഞ്ഞു.

"ഇനിയുള്ള യാത്രയെങ്കിലും സുഗമമായ വഴികളിലൂടെ ആയിരിക്കണമെന്ന് നിങ്ങൾക്ക് ആഗ്രഹമില്ലേ?"

"തീർച്ചയായും. ഇനി സൽക്കർമ്മങ്ങൾ ചെയ്തും അപരനെ സേവിച്ചും അപരിചിതനെ സ്നേഹിച്ചും അസ്പർശ്യനെ സന്തോഷിപ്പിച്ചും അച്യുതനെ സഹായിച്ചും ഞങ്ങൾ ജീവിച്ചുകൊള്ളാം." ഭക്തഗണം ആണയിട്ടു.

ഇതെല്ലാം കണ്ടുകൊണ്ടിരുന്ന പ്രധാനികൾ തീർത്ഥങ്കരന്റെ കാൽക്കൽ വീണു: "ഞങ്ങൾക്ക് അറിയാതെ തെറ്റു പറ്റി. അതിനാൽ ഞങ്ങൾക്കുമേലും അവിടുത്തെ കരുണാകടാക്ഷം ഉണ്ടാകണം." "ശരി. പക്ഷേ സമ്പത്തും സന്താനവും അധികാരവും അസഹിഷ്ണുതയുമുള്ളവന് ഇതെല്ലാം ഒട്ടും സുഗമമായിരിക്കില്ല." മഹാവീരൻ താക്കീതു നൽകി.

അതുകേട്ടു അവർ സമ്പത്തും സന്താനവും അധികാരവും അഹങ്കാരവും വിട്ടൊഴിഞ്ഞ് സന്ന്യാസം സ്വീകരിച്ചു. ശേഷം പതിതരും പാവങ്ങളും പട്ടിണിക്കാരുമായ സാധാരണക്കാരെ സേവിക്കുന്നതിലായി അവരുടെ ശ്രദ്ധ.

മാനവസേവ മാധവസേവ എന്നാണല്ലോ. ∎

മാളം

ഭക്ഷണം തേടി മൂന്നു ഭിക്ഷുക്കൾ ഒരു വീട്ടിലെത്തി. "അമ്മാ, തായേ! വല്ലതും തരണേ. മൂന്നു ദിവസമായി ഞങ്ങൾ പട്ടിണിയിലാണ്," അവരിലൊരാൾ പറഞ്ഞു.

അതുകേട്ടു കുടുംബിനി പുറത്തു വന്നു. "എന്റെ ഭർത്താവ് മൂന്ന് ദിവസം മുമ്പ് കാട്ടിലേക്ക് പോയതാണ്. നാളെ രാവിലെ തിരിച്ചെത്തുമെന്നാണ് പറഞ്ഞിരിക്കുന്നത്. പതിവുപോലെ രത്നങ്ങൾ തേടിയുള്ള യാത്രയാണ്. എന്തു കിട്ടുന്നോ അതിന്റെ പകുതി ഭിക്ഷക്കാർക്ക് ദാനം ചെയ്യുമെന്ന ശപഥവുമായാണ് പോയിരിക്കുന്നത്." വീട്ടിൽ ആഹാരമൊന്നും ഇരിപ്പില്ലെന്നും അവർ കൂട്ടിച്ചേർത്തു.

അതുകേട്ടു ഒന്നാമത്തെ ഭിക്ഷു പറഞ്ഞു: "പൂർവ്വാശ്രമത്തിൽ ഞാനൊരു പിച്ചക്കാരനായിരുന്നു. അതിനാൽ അനേക ദിവസം പട്ടിണി കിടന്ന പരിശീലനം എനിക്കുണ്ട്. അതെനിക്ക് പുത്തരിയല്ല. പക്ഷേ ഒരു രത്നം, അങ്ങനെയൊന്ന് നാളിതുവരെ ഞാൻ കണ്ടിട്ടില്ല. അതിനാൽ നാളെ രാവിലെവരെ ഭജനയുമായി ഈ മുറ്റത്തിരിക്കാനാണ് എന്റെ തീരുമാനം."

അതുകേട്ടു രണ്ടാമൻ: "എന്റെ കാര്യം മറിച്ചാണ്. ഭിക്ഷുവാകുന്നതിന് മുമ്പ് ഞാൻ രത്നങ്ങൾ കൊണ്ട് ആറാടിയ ഒരു വ്യാപാരിയായിരുന്നു. രത്നങ്ങളുമായി പോയ എന്റെ ഒരു കപ്പൽ മുങ്ങിയിട്ടും എന്റെ വ്യാപാരം തകർന്നില്ല. പക്ഷേ വിശപ്പ്, അത് ഇതിൽ കൂടുതൽ എനിക്ക് സഹിക്കാൻ കഴിയില്ല." അത്രയും പറഞ്ഞ് അയാൾ മുറ്റത്തു തളർന്നു വീണു.

അവരിൽ മൂന്നാമൻ ഒരു പഴയ കള്ളനായിരുന്നു. അയാൾ ഇങ്ങനെ ആലോചിച്ചു: മോഷണം നിർത്തിയെങ്കിലും സ്വർണ്ണവും രത്നവും എവിടെയെന്ന് കണ്ടുപിടിക്കാൻ എന്റെ മൂന്നാം കണ്ണിനു കഴിയും. അതിനാൽ ഞാനൊന്നുറങ്ങട്ടെ. പാതിരാത്രി കഴിഞ്ഞ് പണിതുടങ്ങാം. വീട്ടുകാരൻ മുമ്പ് കൊണ്ടുവന്നു കുഴിച്ചിട്ട രത്നങ്ങൾ കാണുമല്ലോ.

അതിരാവിലെ വീട്ടിലെത്തിയ ഗൃഹനാഥൻ കണ്ടത് മൂന്ന് ഭിക്ഷുക്കൾ മുറ്റത്തു കൂർക്കം വലിച്ചുറങ്ങുന്നതാണ്. അവരെ തട്ടിയുണർത്തി ഭാര്യയോട് കാര്യം തിരക്കിയപ്പോൾ അവർ നടന്നതെല്ലാം പറഞ്ഞു.

"എവിടെയാണ് നിങ്ങൾ കൊണ്ടുവന്ന രത്നം?" അതു ചോദിച്ചത് അയാളുടെ ഭാര്യയും മൂന്നു ഭിക്ഷുക്കളും ഒന്നിച്ചായിരുന്നു.

മൂന്നു ദിവസത്തെ തിരച്ചിലിനു ശേഷവും ഒരു രത്നവും കിട്ടാതെ ഞാൻ സങ്കടപ്പെട്ടു പോരുകയായിരുന്നു. പെട്ടെന്നാണ് ആഴമുള്ളൊരു ഗർത്തത്തിലേക്ക് തെന്നിവീണത്. ചുറ്റും നോക്കിയപ്പോൾ അവിടമാകെ രത്നമയം. അത്യാർത്തിയോടെ അതെല്ലാം വാരിക്കൂട്ടാൻ ശ്രമിക്കുമ്പോഴാണ് ഒരു കാര്യം ശ്രദ്ധിച്ചത്. എന്നെപ്പോലെ ഗർത്തത്തിൽ വീണു രത്നങ്ങൾ മാറാപ്പുകെട്ടി ഇരിക്കുന്ന കറേപ്പേർ അവിടെയുണ്ടായിരുന്നു. അവരെല്ലാംതന്നെ അത്യന്തം അവശരും മൃതപ്രായരുമായിരുന്നു. കാര്യം തിരക്കിയപ്പോൾ അവർ പറഞ്ഞു; "ഞങ്ങൾ രത്നക്കെട്ടുമായി പുറത്തു കടക്കാനുള്ള മാർഗം ആലോചിക്കുകയാണ്."

അതിനുമുമ്പ് കെണിയിൽ വീണവരുടെ അസ്ഥിപഞ്ജരങ്ങളും തലയോട്ടികളും അവിടെയൊക്കെ ചിതറിക്കിടന്നിരുന്നു. അപ്പോഴാണ് അകപ്പെട്ട ദുരന്തത്തെക്കുറിച്ച് എനിക്ക് ബോധ്യം വന്നത്. രത്നം വേണ്ട ജീവൻ മതി എന്നോർത്തതും ഞാൻ കുഴിക്കു മുകളിൽ നിൽക്കുന്നതായാണ് കണ്ടത്. അപ്പോൾ താഴെയിരിക്കുന്നവർ വിളിച്ചു പറയുന്നുണ്ടായിരുന്നു -'എടോ വിഡ്ഢീ, രത്നമില്ലാതെ ജീവിതമെന്തിന്' എന്ന്.

അതുകേട്ടു പലദിവസം പട്ടിണിയിലായ ഭിക്ഷുക്കൾ വിശപ്പും ക്ഷീണവും മറന്ന് ചോദിച്ചു: "ആ രത്നഖനി മലയിൽ എവിടെയാണെന്ന് ഒന്നു കാണിച്ചു തരുമോ? വെറുതെ ഒരു കൗതുകത്തിനാണ്."

"അതിനൊരു പ്രയാസവുമില്ല. നിങ്ങൾ ഇപ്പോൾ ഇരിക്കുന്നത് ആ മാളത്തിനരികിൽ തന്നെയാണ്." എന്നിട്ടയാൾ ആ രത്നക്കുഴിയുടെ അടയാളം അവർക്കു പറഞ്ഞുകൊടുത്തു. "ഞങ്ങൾ പോകുന്നത് കുണ്ടിലേക്കിറങ്ങി രത്നം വാരാനല്ല, അതിലകപ്പെട്ടവരെ രക്ഷിക്കാനാണ്." വിവരമറിഞ്ഞ് ഖനിയിലേക്കോടുമ്പോൾ അവർ വൃഥാ വിളിച്ചുപറഞ്ഞുകൊണ്ടിരുന്നു.

"അവർക്കിനി എന്തു സംഭവിക്കും?" അയാളുടെ ഭാര്യ ചോദിച്ചു.

"എന്തു പറ്റാൻ? അവരുടെ മനസ്സുകൾ എപ്പോഴേ ആ മാളത്തിലകപ്പെട്ടിരിക്കുന്നു. ഇപ്പോൾ ശരീരവും."

ജലത്തിൽ വിഹരിക്കുന്ന മത്സ്യങ്ങൾ ജലത്തെ അറിയുന്നില്ല. വായുവിൽ കയറി വീർപ്പുമുട്ടുമ്പോഴേ അവ ജലത്തെ മനസ്സിലാക്കുന്നുള്ളൂ. വായുവിൽ പറക്കുന്ന പക്ഷി കാറ്റിനെ അറിയുന്നില്ല. അതിനായി പറവ വെള്ളത്തിൽ വീഴണം. നിങ്ങളുടെ കാലിനടിയിൽ ഞെരിഞ്ഞു മരിക്കുന്ന ഒരു കീടത്തേയും നിങ്ങൾ ശ്രദ്ധിക്കുന്നില്ല, തിരിഞ്ഞു കടിക്കുന്ന ഉറുമ്പിനേയോ തേളിനേയോ അല്ലാതെ.

■

അതീന്ദ്രിയം

വർഷങ്ങൾക്കു ശേഷം കണ്ടുമുട്ടി ചില ദിവസങ്ങളായി ഒന്നിച്ചു താമസിക്കുന്ന രണ്ടു സൂഫികൾ സംസാരിച്ചിരിക്കുകയായിരുന്നു.

"താങ്കളുടെ ധ്യാനം അതീന്ദ്രിയവും അത്യന്തം ഗാഢവും ശ്രദ്ധാഭംഗം വരാത്തതുമാണെന്നു ഞാൻ മനസ്സിലാക്കുന്നു. ഇതെങ്ങനെ കരസ്ഥമാക്കാൻ കഴിഞ്ഞു?" ഒന്നാമൻ ചോദിച്ചു.

"അടയിരിക്കുന്ന അമ്മപ്പക്ഷിയെ താങ്കൾ ശ്രദ്ധിച്ചിട്ടുണ്ടോ? തന്റെ മുട്ടകൾ അമൂല്യമാണെന്നു മനസ്സിലാക്കുന്ന പറവ വിശപ്പും ദാഹവും വകവെക്കാതെ അവയ്ക്കു അനവരതം ഊഷ്മാവേകി കൂട്ടിൽ തന്നെയിരിക്കുന്നു. പ്രലോഭനങ്ങൾക്കു ശക്തികൂടും തോറും അവയെ ചെറുക്കുന്നതിലുള്ള വാശിയേറുമ്പോഴാണ് ധ്യാനം ഗാഢമാവുന്നത്," രണ്ടാമൻ വിശദീകരിച്ചു.

"അപ്പോൾ താങ്കളുടെ ധ്യാനഗുരു ഒരു പക്ഷിയാണെന്നാണോ?"

"അല്ല. അവർ ഒരു സാധാരണ സ്ത്രീ മാത്രം." രണ്ടാമൻ പറഞ്ഞു. എന്നിട്ട് ഒരു വനിതയുടെ ഊരും പേരും ഒന്നാമന് കുറിച്ചുകൊടുത്തു. അയാൾ ആ വിവരവുമായിപ്പോയി ആ വനിതയെ കണ്ടുപിടിച്ചു. അവർ ഒറ്റയ്ക്കു താമസിക്കുന്ന ഒരു മധ്യവയസ്കയായിരുന്നു. യൗവനത്തിൽ അവർ അതിസുന്ദരിയായിരുന്ന ഒരു മഹിളയായിരുന്നെന്നു വ്യക്തം.

അവർക്ക് സൂഫിമാർഗവുമായി ഒരു ബന്ധവുമില്ലെന്നും ഒരുത്തനും അവരുടെ ശിഷ്യത്വം ചോദിച്ച് അങ്ങോട്ടു പോവാറില്ലെന്നും നാട്ടുകാരിൽ നിന്നും മനസ്സിലാക്കിയ ഫക്കീർ അനുമാനിച്ചത് അവർ നിഗൂഢതകൾ സൂക്ഷിക്കുന്ന ഒരു മഹാഗുരു ആയിരിക്കുമെന്നാണ്. സൂഫികളിൽ അത്തരം ഉദാഹരണങ്ങൾ നിരവധിയുണ്ടല്ലോ. ബോധോദയം സിദ്ധിച്ച അവർ അക്കാര്യം ആരേയും അറിയിക്കാതെയും സന്ന്യാസം സ്വീകരിച്ച് മലകയറാതെയും ജനങ്ങൾക്കിടയിൽ സാധാരണക്കാരായി ജീവിക്കുന്നു. ആശാരികളായും മൂശാരികളായും പണിയെടുക്കുന്നു. അത്തരക്കാർ ശിഷ്യന്മാരെ സ്വീകരിക്കാൻ അതീവ വിമുഖരാണ്. ഇവരും ആ ഗണത്തിൽപെടുമായിരിക്കും. അതിനാൽ വളഞ്ഞ വഴിയിലൂടെ ആ മഹിളാമണിയുടെ ശിഷ്യത്വം സ്വീകരിക്കാൻ അയാൾ തീരുമാനിച്ചു.

അങ്ങനെ അല്പം ക്ലേശിച്ച് ഉപാസകൻ അവരുടെ വേലക്കാരനായി കൂടെക്കൂടി. വർഷങ്ങൾ ഇരവുപകലില്ലാതെ അവരെ സേവിച്ചെങ്കിലും ആ വനിതയിൽ ദിവ്യത്വമോ പാണ്ഡിത്യമോ ദർശിക്കാതെ നിരാശനായ സൂഫി ഒരു ദിവസം അവരോടു കാര്യങ്ങൾ നേരിട്ടു ചോദിക്കാൻതന്നെ തീരുമാനിച്ചു.

തന്റെ സുഹൃത്തായ രണ്ടാമൻ സൂഫിക്ക് അവർ അതീന്ദ്രിയജ്ഞാനം എങ്ങനെ പകർന്നു നൽകി എന്നതായിരുന്നു ഭൃത്യൻ ചമഞ്ഞെത്തിയ ഒന്നാമത് അറിയേണ്ടിയിരുന്നത്.

ചോദ്യം കേട്ട് ആ മധ്യവയസ്ക ചിരിക്കാൻ തുടങ്ങി: "നിങ്ങൾ പറയുന്ന സാധനം എന്താണെന്ന് എനിക്കറിയില്ല. പക്ഷേ ആ മനുഷ്യനെ എനിക്കറിയാം. അയാൾ ഒരിക്കൽ ഒറ്റക്കു താമസിക്കുന്ന എന്റെ അയൽവാസിയായിരുന്നു. അന്ന് അയാൾ യുവാവും ഞാൻ സുന്ദരിയുമായിരുന്നു."

"എന്റെ ചോദ്യം അതല്ല," ഒന്നാമൻ ഇടപെട്ടു. അതീന്ദ്രിയധ്യാനം...

"അറിയാം. തന്റെ വിശപ്പും ദാഹവും അടക്കിയൊതുക്കി അടയിരിക്കുന്ന അമ്മപ്പക്ഷിയെ താങ്കൾ ശ്രദ്ധിച്ചിട്ടുണ്ടോ? അതുപോലെ തന്റെ അഭിനിവേശവും ആസക്തിയും തല്ലിക്കെടുത്തി ധ്യാനനിമഗ്നയായി കണ്ണു മടച്ചു കൂട്ടിനിളംകിളിയെ കണ്ടില്ലെന്നു നടിക്കുന്ന കുഞ്ഞാറ്റപ്പെെങ്കിളിയെ ശ്രദ്ധിച്ചിട്ടില്ലേ? അതായിരുന്നു അയാൾ." ആ സ്ത്രീ വീണ്ടും ചിരിച്ചു.

"നന്ദി. വളരെ നന്ദി. പ്രലോഭനങ്ങൾക്കു ശക്തികൂടും തോറും അവയെ ചെറുക്കുന്നതിലേറുന്ന വാശിയാണ് ഗാഢമായ ധ്യാനം." അതുപറഞ്ഞ് ആ നവഗുരുവിനെ നമിച്ച് അയാൾ സ്ഥലം വിട്ടു.

■

അകവും പുറവും

ഉച്ചകഴിഞ്ഞൊരു നേരത്ത് അച്ഛനും രണ്ടു കുഞ്ഞുമക്കളും പൂമുഖത്തിരുന്ന് കളിച്ചുകൊണ്ടിരിക്കെ അവിടേക്ക് ഒരു അവധൂതൻ കയറി വന്നു. “ഇന്നും നാളെയും ഇവിടെ തങ്ങിയിട്ട് മറ്റന്നാൾ രാവിലെയേ പോകുന്നുള്ളൂ,” അയാൾ പറഞ്ഞു.

അതുകേട്ട് ഗൃഹനാഥൻ ആ പരിത്യാഗിയെ സസന്തോഷം അകത്തേക്ക് ക്ഷണിച്ചു: “അതുമതി. അതുവരെ ഇവിടെ ഒന്നിനും കുറവുണ്ടാകാതെ നോക്കാം.” എന്നിട്ട് കുടിക്കാനും തിന്നാനും വല്ലതുമെടുക്കാനായി അയാൾ ഭാര്യയെ അന്വേഷിച്ച് അകത്തേക്കു പോയി.

അന്നേരം ആഗതന്റെ മുഷിഞ്ഞ ഭാണ്ഡക്കെട്ടുകണ്ട് മൂത്തവനും ഇളയവളും അതുതന്നെ നോക്കിനിന്നു. അപ്പോൾ വഴിപോക്കൻ പറഞ്ഞു: “പുറത്തെ മോടിയൊന്നും ശ്രദ്ധിക്കേണ്ട. അകത്തെന്തുണ്ടോ അതാണ് പുറത്തുമെന്നു മനസ്സിലാക്കുക.”

എന്നിട്ടയാൾ മാറാപ്പു തുറന്ന് അതിൽനിന്നും ഒരു ഓടക്കുഴലെടുത്ത് ഊതിനോക്കി. അതിൽനിന്നുമുതിർന്ന ദിവ്യഗാനത്തിൽ ലയിച്ച് അവരങ്ങനെയിരിക്കുമ്പോൾ വൃദ്ധൻ ആലാപനം മതിയാക്കി ഇളയവളുടെ നേരെ തിരിഞ്ഞു:

“ഇനി നീ ഈ മുളന്തണ്ട് ഒന്നു മീട്ടി നോക്കുക. ഒട്ടും മോശമായിരിക്കില്ല. അകത്തെന്തുണ്ടോ അതാണ് പുറത്തും ദർശിക്കുക.”

അതൊന്നും മനസ്സിലായില്ലെങ്കിലും തനിക്കു നേരെ നീട്ടിയ ഓടക്കുഴൽ വാങ്ങി ഇളയവൾ ഊതാൻ തുടങ്ങി. പിന്നെപ്പിന്നെ ആ അപസ്വരം താളനിബദ്ധമായ മാസ്മരിക സംഗീതമായി പരിണമിച്ചു. നേരം അപ്പോഴേക്കും വൈകുന്നേരമായിരുന്നു.

അത്രയുമായപ്പോൾ ഭിക്ഷു അവർ രണ്ടുപേരോടുമായി പറഞ്ഞു: “അതിമനോഹരമായിരിക്കുന്നു. ഇനി നമുക്കു പുറത്തെന്തുണ്ടോ എന്നു കൂടി നോക്കാം.” എന്നിട്ട് അവധൂതൻ കുട്ടികളേയും കൂട്ടി മുറ്റത്തിറങ്ങി. അപ്പോഴതാ വീടിന്റെ മേൽക്കൂരക്കുമേൽ നിന്ന് ഒരു ആൺമയിൽ നൃത്തമാടുന്നു. എല്ലാം മറന്നുള്ള അതിന്റെ ചുവടുവെപ്പുകൾ കണ്ട് പഥികൻ ഇളയവളെ നോക്കിപ്പറഞ്ഞു:

“നീയെന്തു മനസ്സിൽ കണ്ടോ അതു നാം മാനത്തു കാണുന്നു.” ആ മനോഹരദൃശ്യം കണ്ടു നിൽക്കുമ്പോഴാണ് അന്നാട്ടിലെവിടെയും ഒരു മയിൽ പോലുമില്ലെന്ന് അവളോർത്തത്.

അടുത്ത ദിവസം തെണ്ടിനടന്ന് കിട്ടിയതുമായി അവധൂതൻ ഉച്ച കഴിഞ്ഞ് തിരിച്ചെത്തി. അതുകണ്ട് ഇളയവൾ വന്നപ്പോൾ കിഴവൻ മുളന്തണ്ട് വീണ്ടും അവൾക്കെടുത്തു കൊടുത്തു. അപ്പോഴാണ് മൂത്തവൻ അവിടെ എത്തിയത്.

“ഇന്ന് എന്റെ ഊഴമാണ്.” അതുപറഞ്ഞ് അവൻ അവളുടെ മുതുകത്ത് രണ്ടടിവെച്ചുകൊടുത്ത് അനിയത്തിയുടെ കയ്യിൽനിന്നും ബാസുരി പിടിച്ച് വലിച്ചൂരി ഒരു മൂലയിലേക്കു പോയി. അവൾ കരഞ്ഞുകൊണ്ട് അകത്തുള്ള അച്ഛന്റെയടുത്തേക്കും.

“ഇന്നു ഞാൻ രണ്ടു മയിലുകളെ പുരപ്പുറത്തു വരുത്തും.” അവൾ പോകുന്നതു നോക്കി അവൻ വീരവാദമുന്നയിച്ചു.

പക്ഷേ ആ ഓടക്കുഴൽ അവനു വഴങ്ങുമായിരുന്നില്ല. സഞ്ചാരി സഹായിച്ചിട്ടും അപശ്രുതിയല്ലാതെ മറ്റൊന്നും കേൾപ്പിക്കാൻ അവന് കഴിഞ്ഞില്ല.

സായാഹ്നമായപ്പോൾ അവധൂതൻ പറഞ്ഞു: “ഇനി പാട്ടു നിർത്തി നമുക്കു പുറത്തുപോയി നോക്കാം. അകത്തുള്ളതുതന്നെയാണല്ലോ പുറത്തും ദർശിക്കുക.” അതുകേട്ടപ്പോൾ മുളങ്കുഴൽ വലിച്ചെറിഞ്ഞ് മൂത്തവൻ മുറ്റത്തേക്കു പാഞ്ഞു. ഉപാസകനും ഇളയവളും അവനു വളരെ പിന്നിലും.

മേൽക്കൂരമേൽ രണ്ടു മയിലുകളെ കാണാനായി മേൽപ്പോട്ടു നോക്കിയ ബാലൻ ഭയവിഹ്വലനായി അകത്തേക്കോടി.

“അയ്യോ, അങ്ങോട്ടു പോകരുത്. അതു നിങ്ങളെയെല്ലാം കടിച്ചു കീറും.” അവൻ ഒരു അപസ്മാരരോഗിയെപ്പോലെ വിലപിച്ചുകൊണ്ടിരുന്നു.

കാര്യമറിയാനായി സാധകനും കുഞ്ഞുമോളും മുറ്റത്തിറങ്ങിനോക്കി. ശരിയാണ്, മേൽക്കൂരയിലുള്ളത് രണ്ട് മയിലുകളല്ല, ഒരു സിംഹമാണ്. “അയ്യോ, ഈ സിംഹം എങ്ങനെ പുരപ്പുറത്തു കയറി? ഇവിടെയെങ്ങും ഒരു സിംഹത്തെ കണ്ടിട്ടേയില്ലല്ലോ.” ഇളയവൾ കരയുമെന്നായി.

“ഭയപ്പെടാനൊന്നുമില്ല. ചേട്ടന്റെ പാട്ടു കേട്ടെത്തിയതാണ് സിംഹം. അകത്തെന്തുണ്ടോ അതാണ് പുറത്തും. സ്നേഹം സ്നേഹത്തേയും ശക്തി ശക്തിയേയും ആകർഷിക്കുന്നു. ഒരു ഓടക്കുഴലും ഒന്നും പാടുന്നില്ല. നമ്മുടെ മനസ്സാണ് പാടുന്നത്. ചിരിക്കുന്നതും കരയുന്നതും അതുതന്നെ.” അവധൂതൻ പറഞ്ഞു പിരിഞ്ഞു. ■

സൗകര്യ ദൈവങ്ങൾ

ഒരു മധുരനാരങ്ങാകച്ചവടക്കാരൻ തന്റെ ഭാരിച്ച കുട്ടയും ചുമന്ന് ഒരു പള്ളിക്കരികിലൂടെ പോകുമ്പോൾ നിസ്കാരത്തിനായുള്ള മുഅസ്സിന്റെ ബാങ്കുവിളി കേട്ട് അയാൾ കുട്ട പള്ളിമുറ്റത്ത് വെച്ച് അകത്തേക്ക് കയറി. അല്പനേരത്തെ പ്രാർത്ഥന കഴിഞ്ഞ് വ്യാപാരി പുറത്തിറങ്ങി നോക്കുമ്പോൾ കുട്ടയിൽ അധികമൊന്നും നാരങ്ങകൾ അവശേഷിച്ചിട്ടില്ല എന്നു കണ്ടു.

അതോടെ അയാൾ അവിടെയവിടെയായിക്കണ്ട അഞ്ചാറു തെരുവു പിള്ളേരെ പിടിച്ച് വലിച്ച് ഖാസിയുടെ മുന്നിൽ ഹാജരാക്കി നടന്നതൊക്കെ വിവരിച്ചു കൊടുത്തു.

"പക്ഷേ ഈ പിള്ളേരാണ് നാരങ്ങാക്കള്ളന്മാർ എന്ന് നിങ്ങൾക്കെങ്ങനെ പറയാൻ കഴിയും? അതിനർത്ഥം നിങ്ങൾ പ്രാർത്ഥനയിൽ ദൈവത്തെ സ്മരിച്ചിരുന്നില്ല എന്നല്ലേ. മാത്രവുമല്ല, നിങ്ങൾ ഒളികണ്ണിട്ട് മുറ്റത്തേക്കു മാത്രമായിരിക്കണം നോക്കിയിരുന്നതും." ഖാസി വാദിയെ ഖണ്ഡിച്ചുകൊണ്ടു പറഞ്ഞു.

"അതല്ല സത്യം. പ്രാർത്ഥനയ്ക്കിടയിൽ ഈശ്വരൻ എന്റെ മുന്നിൽ വന്നു ചോദിച്ചു: 'നിന്റെ നാരങ്ങകൾ ആ തെരുവുപിള്ളേർ മോഷ്ടിച്ചു ഭക്ഷിക്കുന്നുണ്ട്. അവർക്കു നാം ഇന്നു നാരകവും നാളെ നരകവും നൽകി അതിന്റെ പ്രതിഫലം നിനക്കു സ്വർഗത്തിൽ വേണമോ' എന്ന്." വ്യാപാരി വെളിപ്പെടുത്തി.

"അതിനു നിങ്ങളെന്തു മറുപടി നൽകി?" ഖാസി ചോദിച്ചു.

"ഞാൻ പറഞ്ഞു: പടച്ചോനെ, എനിക്ക് ഈ നിസ്കാരം കൊണ്ട് കിട്ടുന്ന സ്വർഗം മതി. ആ പിള്ളേർക്കു നരകം വിധിക്കുമെന്ന് ഇന്നു പറയുന്ന നീ നാളെ അവരൊന്നു കണ്ണീരൊഴുക്കിയാൽ അവർ പശ്ചാത്തപിച്ചെന്നു പറഞ്ഞു മൊത്തം ചെക്കന്മാർക്കും മാപ്പു കൊടുത്തെന്നും വരും. അപ്പോൾ പരമകാരുണികനായ നിന്നെ ഞാനെങ്ങനെ വിശ്വസിക്കും?"

അതുകേട്ട് ന്യായാധിപൻ ആ അങ്ങാടിപ്പയ്യന്മാരുടെ നേരെ തിരിഞ്ഞു: "കേട്ടില്ലേ, നിങ്ങൾക്ക് ശിക്ഷ നൽകാനാണ് ദൈവത്തിന്റെ വിധി. അതിനാൽ നിങ്ങൾക്ക് നൂറു ചാട്ടവാറടി ശിക്ഷയായി നൽകുന്നു."

അതിൽ പ്രതിഷേധിച്ചുകൊണ്ടവർ പറഞ്ഞു: "വാസ്തവത്തിൽ സംഭവിച്ചത് അതല്ല. ഇയാൾ പള്ളിയിൽ കയറിയപ്പോൾ ദൈവം ഞങ്ങളുടെ അരികിൽ വന്നു പറഞ്ഞു, 'ഇയാളുടെ നിസ്കാരം നാട്യമാണ്. അതുകൊണ്ട് ഒരു പ്രയോജനവുമില്ല. നിങ്ങൾ ഇയാളുടെ കുറേ നാരങ്ങ

കട്ടുതിന്നുകൊള്ളുക. അങ്ങനെയെങ്കിലും പള്ളി വിടുന്നതിനുമുമ്പ് ഇയാൾക്കൊരു സൽക്കർമ്മം ഇരിക്കട്ടെ," എന്ന്.

നാളെ മഅ്ശറയിൽ നാരങ്ങ മുതലാളിക്ക് മുതൽക്കൂട്ടാകുന്ന ഒരു പുണ്യമായി കാണണം ഈ മോഷ്ടാക്കളുടെ ചെയ്തി. അതിനാൽ അവരെക്കൊണ്ട് ഉപദ്രവമല്ല, മറിച്ച് ഉപകാരമാണ് കച്ചവടക്കാരനുണ്ടായിരിക്കുന്നത്. അതംഗീകരിച്ച് പിള്ളേരെ വിട്ടയച്ചതിനുശേഷം ഖാസി കച്ചവടക്കാരന്റെ നേരെ തിരിഞ്ഞു:

"നാരങ്ങക്കള്ളന്മാരെ വെറുതെ വിട്ടതിനുള്ള ശിക്ഷ എനിക്കു ലഭിക്കുമെന്നറിയാം. ബാക്കി വന്ന നാരങ്ങകൂടി ഇവിടെ വെച്ചിട്ടു പോവുക. അങ്ങനെ എന്റെ പരലോകശിക്ഷ കൂടിയാലും വേണ്ടില്ല, നിങ്ങളുടെ സത്കർമ്മം വർദ്ധിച്ചു കിട്ടുമല്ലോ. എനിക്കതു മതി."

എല്ലാ ചെലവു പുസ്തകങ്ങളും ദൈവത്തിന്റെ പേരിൽ എഴുതപ്പെട്ട വയാണ്. വരവു പുസ്തകങ്ങൾ അവനവന്റെ പേരിലും. അതുകൊണ്ടാണ് 'എന്റെ കണക്കുകൂട്ടലുകളെല്ലാം തെറ്റി' എന്ന് ഓരോരുത്തരും വിലപിക്കുന്നത്.

■

അശ്വം

ഒരു വെളുപ്പാൻ കാലം പ്രഭു ഉറക്കത്തിൽ ചിരിക്കുന്നതു കണ്ട് അയാളെ കുലുക്കിയുണർത്തി ഭാര്യ സ്വപ്നത്തെക്കുറിച്ച് ചോദിച്ചു.

"ഞാൻ എന്നും അതിരാവിലെ അങ്ങാടിയിലൂടെ കുതിരസവാരി പോകുമ്പോൾ നാൽക്കവലയിൽവെച്ച് ഒരു പിച്ചക്കാരൻ ഭിക്ഷ ചോദിക്കാനായി എന്നെ തടഞ്ഞുനിർത്താൻ ശ്രമിക്കാറുണ്ട്. അപ്പോൾ എനിക്കു വരുന്ന ദേഷ്യത്തിനു കണക്കില്ല. കുതിരയ്ക്കും അതു കാണുമ്പോൾ വലിയ കോപമാണ്. അവനു പലപ്പോഴും ആ മനുഷ്യനെ ഇടിച്ചിട്ടു പോകേണ്ടി വന്നിട്ടുണ്ട്. പക്ഷേ ഇന്നലെ അതു സംഭവിച്ചു." പ്രഭു വിശദീകരിച്ചു.

"ഏതു സംഭവിച്ചു?" പത്നി ചോദിച്ചു.

"ഇന്നലെ അയാൾ നിന്നിരുന്നത് നാൽക്കവലയിൽനിന്നും ദൂരെ പാറക്കുഴിക്കടുത്തുള്ള നിരത്തുവക്കിലായിരുന്നു. ആ അഗാധഗർത്തത്തിൽ വീണവരാരും തിരിച്ചു വന്നിട്ടില്ല. എന്നെക്കണ്ടപ്പോൾ അയാൾ ഓടുന്ന കുതിരയെ തടഞ്ഞു നിർത്താനായി നടുറോട്ടിൽവെച്ച് കയ്യും കലാശവും കാണിക്കാൻ തുടങ്ങി. കുതിരയെ ശിലാഗർത്തത്തിനടുത്തുകൂടി മുന്നോട്ടു പോകുന്നതിൽനിന്നും വിലക്കുകയാണ് അയാളുടെ ഉദ്ദേശ്യമെന്നു തോന്നി. അവിടെ അങ്ങനെ ഒരു തടസ്സം പരിചയമില്ലായിരുന്ന കുതിര അയാളെ തട്ടിത്താഴെയിട്ടു. അപ്പോൾ ഒരു താക്കീതുപോലെ ഈ കുതിരയ്ക്കു ഭ്രാന്താണെന്നു വിളിച്ചു പറഞ്ഞ് അയാൾ എന്നെ അവഹേളിക്കുന്നുണ്ടായിരുന്നു. അയാൾ പാറക്കുഴിയിൽ വീണു ചത്തോ എന്നൊന്നും നോക്കാൻ ഞാൻ നിന്നില്ല. അങ്ങനെയാണെങ്കിൽ നന്നായി എന്നോർക്കുകയായിരുന്നു. ഒരു ശല്യം തീർന്നു കിട്ടിയില്ലേ. ആ ചിരിയാണ് നീ കേട്ടത്." പ്രഭു വീണ്ടും ചിരിച്ചു.

"അയ്യോ, അതു കഷ്ടമായിപ്പോയില്ലേ? നിങ്ങൾ ഉടനെച്ചെന്ന് സ്വപ്ന മേത് സത്യമേത് എന്നു കണ്ടുപിടിച്ചു വരണം." അവർക്കാശങ്കയായി. "അയാൾ വെറുമൊരു തുട്ടു ചോദിക്കാനല്ല അവിടെ നിൽക്കുന്നതെന്നു തോന്നുന്നു."

"ഏതായാലും ഞാൻ പതിവുസവാരിക്ക് ഉടനെ ഇറങ്ങുകയാണല്ലോ. അപ്പോൾ കവലയിൽ കുതിരയെ നിർത്തി അന്വേഷിക്കാം." പ്രഭു ഉറപ്പു കൊടുത്തു.

അയാൾ ചത്വരത്തിലെത്തുമ്പോൾ ഇരുളിറങ്ങുന്നതേ ഉണ്ടായിരുന്നുള്ളൂ. അതിനാൽ അപ്പോൾ അവിടം വിജനമായിരുന്നു, പ്രസ്തുത

യാചകന്റെ ഒരു സഹതെണ്ടിയൊഴികെ. പ്രഭു കുതിരപ്പുറത്തു നിന്നിറങ്ങി അയാളോടു നമ്മുടെ പിച്ചക്കാരനെക്കുറിച്ച് അന്വേഷിച്ചു.

"അറിഞ്ഞില്ലേ? ഇന്നലെ രാത്രി ഞങ്ങൾ രണ്ടുപേരും ഉറങ്ങിക്കിടക്കുമ്പോൾ അങ്ങയുടെ ഈ അശ്വം ഇവിടെ ഓടിക്കിതച്ചെത്തിയിരുന്നു. അതു നേരേ പാറക്കുഴി ലക്ഷ്യമാക്കിയാണ് നീങ്ങുന്നതെന്ന് ഇത്തരം കാര്യങ്ങളറിയാവുന്ന എന്റെ കൂട്ടുകാരൻ പറഞ്ഞു. കുതിരയുടെ ശരീരഭാഷയിൽനിന്നും അതിനു ഭ്രാന്തുപിടിച്ചിരിക്കയാണെന്നുറപ്പായപ്പോൾ അയാൾ അതിന്റെ പുറത്തു ചാടിക്കയറി അതിനെ പ്രഭുമന്ദിരത്തിൽ തിരിച്ചു കൊണ്ടുചെന്നാക്കി. പക്ഷേ മടങ്ങുമ്പോൾ വഴിയിലെ ഇരുട്ടിൽ വീണ് പരിക്കു പറ്റിയതിനാൽ അയാൾ വീട്ടിൽ കിടപ്പാണ്. ഏതായാലും അങ്ങ് ഈ ഭ്രാന്തൻ കുതിരപ്പുറത്തു വന്നത് ഒട്ടും ശരിയായില്ല." ഭിക്ഷക്കാരൻ അറിയിച്ചു. "ഇക്കാര്യം അങ്ങയോടു പ്രത്യേകം പറയാൻ അയാൾ എന്നെ ഏൽപിച്ചിട്ടുണ്ട്."

"ഭ്രാന്തോ? എന്റെ കുതിരയ്ക്കോ," പ്രഭു പുച്ഛത്തോടെ അട്ടഹസിച്ചു. "എന്റെ കുതിരയെ അപമാനിക്കാനും എന്നെ ശാസിക്കാനും ആ തെണ്ടി യാരാണ്. ഏതായാലും കിട്ടേണ്ടത് കിട്ടുമ്പോൾ ആർക്കും മനസ്സിലാവും."

അതു പറഞ്ഞ് അയാൾ ആ ഭ്രാന്താശ്വത്തിനു പുറത്തേറി ഓടിച്ചു പോയി, നേരേ പാറക്കുഴിയിലേക്ക്. ∎

കാള

ഇടുങ്ങിയ ബസാറിലൂടെ ഒരുവൻ അമിതവേഗതയിൽ തന്റെ ഒറ്റക്കാള വണ്ടി തെളിച്ചുകൊണ്ടുവരുന്നു. പെട്ടെന്ന് തന്റെ മുന്നിൽ വന്നുപെട്ട ഒരു വൃദ്ധനെ കുത്തിവീഴ്ത്തി വണ്ടി മുന്നോട്ടു പോകുന്നു. അതുകണ്ടു വണ്ടിക്കാരൻ വൃദ്ധനെ അസഭ്യം പറയുകയും കണ്ടുനിന്നവർ വീണയാളെ പരിഹസിച്ചു ചിരിക്കുകയും ചെയ്യുന്നു. "ചാകാൻനേരം കാളക്കുത്തും ചോദിച്ച് ഓരോരുത്തർ വരും, മനുഷ്യനെ മെനക്കെടുത്താൻ." തുടർന്നു അവന്റെ അശ്ലീല വർഷം.

ദിവസം പത്തുപതിനഞ്ചു കഴിഞ്ഞപ്പോൾ രംഗം ആവർത്തിച്ചു. ഇപ്രാവശ്യം ആ ചട്ടമ്പി തന്റെ കാളയെക്കൊണ്ട് കുത്തിച്ചു വീഴ്ത്തിയത് ഒരു ചെറുപ്പക്കാരനെയായിരുന്നു എന്ന വ്യത്യാസമുണ്ട്.

പക്ഷേ അതു രാജ്യത്തെ രാജകുമാരനായിരുന്നു. ആൾ വേഷപ്രച്ഛന്നനായിരുന്നെന്നുമാത്രം. വിവരമറിഞ്ഞ പ്രജകൾ പ്രകമ്പനം കൊണ്ടു. അപ്രതീക്ഷിതം, ഭയാനകം, കടുത്ത രാജ്യദ്രോഹം.

ഉടനെ കല്പന വന്നു. "കാളയെ അറുത്തു മാംസം പാവങ്ങൾക്കിടയിൽ വിതരണം ചെയ്യുക. കാളയുടെ കുടലിലെ വിസർജ്യം വണ്ടിക്കാരനെ തീറ്റിക്കുക."

പ്രതീക്ഷിച്ചതുപോലെ വണ്ടിക്കാരൻ ഒളിവിൽ പോയി. ശരണം ലഭിക്കുമെന്നു തോന്നിയിടത്തൊക്കെ ആ ഊക്കൻ ചെന്നു മുട്ടി. വിവരമറിഞ്ഞ് അവിടങ്ങളിലെല്ലാമെത്തിയ രാജസേവകർ ബന്ധുവീടുകളൊക്കെ ഇടിച്ചു നിരപ്പാക്കി കുടുംബങ്ങളെ നാടുകടത്തി.

അവസാനം ആരോ ഒരു ഗുണകാംക്ഷി വണ്ടിക്കാരനോട് പറഞ്ഞു. "നീയിങ്ങനെ പിടികൊടുക്കാതെ മുക്കിൽനിന്ന് മൂലയിലേക്കോടിക്കൊണ്ടിരുന്നാൽ നിന്റെ കുലം മുടിയും. പകരം ഒരു കാര്യം ചെയ്യുക. നഗരപ്രാന്തത്തിൽ തമ്പടിച്ചു താമസിക്കുന്ന ഒരു ദർവേശുണ്ട്. അദ്ദേഹത്തെ ചെന്നുകാണുക. ആ മഹാത്മാവ് രാജകുമാരന്റെകൂടി ഗുരുവാണ്. എന്തെങ്കിലും ചെയ്യാൻ അദ്ദേഹത്തിനു മാത്രമേ കഴിയൂ." മറ്റൊരു പോംവഴിയും കാണാതെ കുറേ ദിവസമായപ്പോൾ അയാൾ ഔലിയയെ തേടിച്ചെന്നു.

വണ്ടിക്കാരൻ തമ്പിലെത്തിയപ്പോൾ ഗുരുമുഖത്തേക്ക് അവൻ ഒന്നേ നോക്കിയുള്ളൂ. അവിടെ പീഠത്തിലിരിക്കുന്നത് താൻ ഒന്നാമനായി കാളയെക്കൊണ്ട് കുത്തിച്ച വൃദ്ധനായിരുന്നു. കുർസിയിലിരിക്കുന്നവന്റെ കാൽക്കലിരിക്കുന്നത് രണ്ടാമതു വീണ രാജകുമാരനും.

പിന്നീടയാൾ താമസിച്ചില്ല, അവരുടെ മുന്നിൽ സാഷ്ടാംഗം നമസ്ക്കരിച്ചു. "എല്ലാം എന്റെ കാളയുടെ തെറ്റാണ്. അതിനാൽ ക്ഷമിച്ചു മാപ്പാക്കണം. ഇന്നലെ അത് എന്നേയും കുത്തിമലർത്തി. കണ്ടില്ലേ, പുറം തകർന്നിരിക്കുന്നത്." വണ്ടിക്കാരൻ കരഞ്ഞു പറഞ്ഞു. സംഗതി ശരിയായിരുന്നു. അവന്റെ മുതുകു കണ്ടാൽ ആർക്കും വ്യക്തമാകും, അതു കാള കുത്തിയും കടിച്ചും മുറിച്ചു പൊളിച്ചതാണെന്ന്.

"സാരമില്ല. നിങ്ങളുടെ കാളയെ ഇനി അറുക്കേണ്ടതില്ല. നിങ്ങൾ തടവിൽ കിടക്കേണ്ടതുമില്ല." അതു പറഞ്ഞത് കുമാരനായിരുന്നു. "നിങ്ങളുടെ എല്ലാ അപരാധങ്ങളും ക്ഷമിച്ചു മാപ്പാക്കിയിരിക്കുന്നു."

ആ അവിശ്വസനീയവാക്കുകൾ കേട്ട് ആശ്വസിച്ചു മന്ദഹസിച്ച വണ്ടിക്കാരൻ ഒരു ഉറപ്പിനായി ദിവ്യന്റെ മുഖത്തേക്കു നോക്കി.

"ശരിയാണ്. ഇനി അതിന്റെയൊന്നും ആവശ്യമില്ല. കഴിഞ്ഞ ദിവസം ഒരു പേപ്പട്ടിയെ നിങ്ങളുടെ കാള കുത്തിയിരുന്നു. അതു തിരിച്ചു കടിച്ചതിൽ നിന്നും കാളയ്ക്കു വിഷം പകർന്നിരുന്നു. പേ പിടിച്ച ആ കാളയാണ് നിങ്ങളെ മാരകമായി കുത്തിയതും കടിച്ചതും. അതിപ്പോൾതന്നെ ചത്തുകാണും. ഇനി ഇവിടെ നിന്നു ആയുസ്സിലെ ബാക്കി നിമിഷങ്ങൾ കൂടി കളയേണ്ട. ഉടനെ വീട്ടിലേക്കു മടങ്ങിക്കൊള്ളുക."

ദർവേശ് പറഞ്ഞതുകേട്ട് അയാൾ ഞെട്ടി. "പക്ഷേ ഈ പ്രദേശത്തെവിടേയും പേപ്പട്ടികൾ ഉള്ളതായി കേട്ടിട്ടില്ലല്ലോ." അയാൾ പറഞ്ഞു.

"എന്നാരു പറഞ്ഞു? ഏതു ശക്തനെതിരെയും കുരച്ചു ചാടുന്നവനും ആരുടേയും വരുതിയിൽ നിൽക്കാത്തവനും എല്ലാവരാലും വെറുത്ത് ആട്ടിപ്പായിക്കപ്പെടുന്നവനും ജനങ്ങളുടെ കണ്ണിൽ പേപ്പട്ടി തന്നെയാണ്." ദർവേശിനെ ഒളികണ്ണിട്ടു നോക്കി അതു പറഞ്ഞത് രാജകുമാരനായിരുന്നു.

ആഴമറിയാതെ വീണെന്നിരിക്കും. പക്ഷേ ആഴം നോക്കാതെ ചാടരുത്.

■

കാണുന്നതും അറിയുന്നതും

ക്രിസ്റ്റഫർ മാർലോ പിസയിലെ ഗോപുരത്തിന്റെ മുകളിലേക്ക് കയറി അറ്റത്ത് നിലയുറപ്പിച്ചു. ആ വൃദ്ധന്റെ സാഹസത്തെക്കുറിച്ച് കേട്ടറിഞ്ഞ വലിയൊരു പുരുഷാരം ഗോപുരച്ചുവട്ടിൽ തടിച്ചുകൂടി. അതുകണ്ട് മാർലോ വിളിച്ചു പറഞ്ഞു:

“എന്റെ കഴുത്തിൽ കിടന്നാടുന്ന വമ്പൻ സ്വർണ്ണമാല കണ്ടില്ലേ. ഇത് സാത്താൻ ഡോക്ടർ ഫോസ്റ്റസിനു സമ്മാനിച്ചതാണ്. ഇതുമായി ഞാൻ താഴേക്കു ചാടുകയാണ്.” മാല കണ്ടാൽ അതിനു പല റാത്തൽ തൂക്കമുണ്ടെന്നുറപ്പാണ്.

അതുകേട്ടു ജനം ഇളകി. “എത്ര പവന്റെ മാലയാണത്?” അവർ വിളിച്ചു ചോദിച്ചു.

അപ്പോൾ മാർലോ മറുപടി നൽകി: “മാലോകരേ, ഡോ. ഫോസ്റ്റസിനു പറ്റിയ പറ്റ് നിങ്ങൾക്കു പറ്റരുത്. മരണം ഏവർക്കും സുനിശ്ചിതമാണ്. പക്ഷേ അദ്ദേഹം മരിക്കുന്നതിനു മുമ്പേ നരകം ഉറപ്പാക്കി.”

“ആ മാല ഇരുപത്തിനാലു കാരറ്റാണോ അതോ ഇന്ത്യയിലെപ്പോലെ വെറും 916 ആണോ?” ജനം ആർത്തുകൊണ്ടിരുന്നു.

“ഹേ മനുഷ്യരേ, നിങ്ങളുടെ ദുർബല നിമിഷങ്ങളിൽ ഡോ. ഫോസ്റ്റസിനെ ഓർത്ത് ജാഗരൂഗരാവുക. അദ്ദേഹം ഒരു ബലഹീന നിമിഷത്തിൽ ഹെലനു വേണ്ടി സ്വർഗ്ഗം വെടിഞ്ഞവനാകുന്നു.” മാർലോ കരഞ്ഞു.

“ആ മാലയുടെ മദ്ധ്യത്തിൽ എന്തോ ഒരു പതക്കം കിടന്നു തിളങ്ങുന്നുണ്ടല്ലോ. അതു വല്ല ഡയമണ്ടുമാണോ?” ഗോപുരമുരട്ടിലെ ആബാലവൃദ്ധങ്ങൾ അക്ഷമരായിക്കൊണ്ടിരുന്നു.

“അല്ലയോ മർത്ത്യാ, നീ വിമോചകനായ പുത്രനെ ഒറ്റുകൊടുത്ത് അനുസരണകെട്ട ശിഷ്യനെ പുൽകുകയാണോ? സ്വർഗരാജ്യം ത്യജിച്ച് അവന്റെ രക്തസാക്ഷിത്വം തള്ളിപ്പറയുകയാണോ? കോഴി കൂവുന്നതിനു മുമ്പേ അവനെ ഒറ്റുകൊടുത്തു ക്രൂശിക്കാനാശിച്ചവരിൽ നിങ്ങളും പെടുമോ?” മാർലോ വീണ്ടും അവരെ നേർമാർഗത്തെക്കുറിച്ച് ഉണർത്തിക്കൊണ്ടിരുന്നു.

അതുകേട്ടു ജനലക്ഷങ്ങൾ ക്രുദ്ധരായി. “മാർലോ, നിങ്ങൾ മാല താഴോട്ടെറിയുന്നോ അതോ ഞങ്ങൾ അങ്ങോട്ടു കയറി വരേണമോ?” അവർ ആക്രോശിച്ചു.

ആ സംഭാഷണം അങ്ങനെ എതിർദിശകളിൽ പുരോഗമിക്കുന്നതു കണ്ടു ആവേശഭരിതനായി നിൽക്കുകയായിരുന്നു സാത്താൻ. ഒരു

സ്വർണ്ണഹാരം കാണിച്ച് ഒരു ജനതയെ മുഴുവൻ നരകത്തിലേക്കു നയിക്കാ മെങ്കിൽ ഫോസ്റ്റസിനായി താൻ വലിയ വില നൽകി എന്ന് ആ കശ്മലൻ ദുഃഖത്തോടെ ഓർത്തു.

അതിനിടയിൽ മാല മോഹിച്ച് സ്തംഭത്തിനകത്തേക്ക് ലോകം മുഴുവൻ തള്ളിക്കയറാൻ തുടങ്ങിയതു കണ്ട് സാത്താൻ ഒരു കഴുകനെ വിട്ടു മാർലോയുടെ കഴുത്തിൽനിന്നും അതു തട്ടിപ്പറിപ്പിച്ചു പറത്തി.

"അയ്യോ, ഇനി അവർ മുകളിലെത്തുമ്പോൾ ഹാരമില്ലാതെ നിൽ ക്കുന്ന മാർലോയെ കണ്ട് തങ്ങളെ ചതിച്ചെന്നു പറഞ്ഞ് അദ്ദേഹത്തെ അക്രമിക്കില്ലേ?" അത് ചോദിച്ചത് പിശാചിന്റെ മുഷ്ടിയിൽ കിടന്നു പിടയുന്ന ഡോ. ഫോസ്റ്റസായിരുന്നു.

"തീർച്ചയായും. ആ കൊലപാതകം കൂടിയാവുമ്പോൾ അവർ നരകം ഉറപ്പാക്കും." സാത്താൻ ചിരിച്ചു.

∎

അമിതാവേശം

യോഗ്യനായ ഒരു ഗുരുവിനു മാത്രമേ സെൻവെളിച്ചം നൽകാൻ കഴിയൂ എന്ന് വയോധികനായ മന്ത്രി പറഞ്ഞറിഞ്ഞ യുവരാജൻ ഒരു ദിവസം സിംഹാസനത്തിൽ നിന്നിറങ്ങി കൊട്ടാരം വിട്ടു മന്ത്രിസമേതനായി ഗുരുവിനെ തേടിയുള്ള യാത്രയിൽ വിശാലമായൊരു പുൽമൈതാനത്തെത്തി. ആ സമയം അവിടെ മേഞ്ഞുകൊണ്ടു നിന്നിരുന്ന അസംഖ്യം മൃഗങ്ങളിൽപെട്ട ഒരു കൊമ്പൻകാള രാജാവിന്റെ നേരെ പാഞ്ഞടുത്തു. അത്ര ധൈര്യമുണ്ടെങ്കിൽ നീ ഈ മഹാരാജ്യത്തെ ഉഗ്രപ്രതാപിയായ രാജാവിനെ ഒന്നു കുത്തിക്കേ എന്നു മനസ്സിൽ കരുതി യുവരാജൻ നെഞ്ചു വിരിച്ച് ഒരു നിൽപ്പങ്ങനെ നിന്നു.

പക്ഷേ മാനവർക്കിടയിലുള്ള സംസാരവൈശിഷ്ട്യവും കുലമഹിമയും ഒന്നും മനസ്സിലാകാതിരുന്ന ആ അഹങ്കാരിക്കാള രാജാവിനെ കുത്തി മലർത്തി കടന്നുപോയി. “ഈ കാളയെ ആയിരം കഷണമാക്കി കുപ്പത്തൊട്ടിയിലെറിയൂ.” രാജാവ് കോപം കൊണ്ടു വിറച്ചു.

“ഇന്നിനി എങ്ങോട്ടും പോകേണ്ട. തിരിച്ചു കൊട്ടാരത്തിലേക്കു മടങ്ങാം.” മന്ത്രി നിർദ്ദേശിച്ചു.

അതങ്ങനെ കഴിഞ്ഞു. ദിവസം പലതായപ്പോൾ ലക്ഷണമൊത്ത ഗുരുവിനെ അന്വേഷിച്ചുള്ള വഴിയിൽ രാജനും വയോധികനും വീണ്ടും പുൽമൈതാനത്തെത്തി. അപ്പോഴുമുണ്ട് അവിടെ മേയുന്ന അനേകം കാലികളിൽ നിന്നൊരു അഹംഭാവിക്കൊമ്പൻ രാജാവിന്റെ നേർക്ക് പാഞ്ഞടുക്കുന്നു. “അവനു നമ്മെ ശരിക്കുമറിയില്ല,” രാജാവ് ആത്മഗതം ചെയ്തു. അതിനിടയിൽ കുത്താൻ ആഞ്ഞ കാളയെക്കണ്ട് പൊടുന്നനെ ഒരു വശത്തേക്ക് ചാടിയതിനാൽ പരിക്കേൽക്കാതെ രാജാവ് രക്ഷപ്പെട്ടു. എങ്കിലും വീണിരുന്നത് ഒരു ചെളിക്കുണ്ടിലായിരുന്നു.

“ഇന്നിനി എങ്ങോട്ടും പോവേണ്ട, കൊട്ടാരത്തിലേക്ക് മടങ്ങാം.” മന്ത്രി ആവർത്തിച്ചു. അതിനു മുമ്പേ ആ കാളയെ തലയ്ക്കടിച്ചുകൊന്ന് കടലിലൊഴുക്കാൻ നൃപൻ ഉത്തരവു നൽകിയിരുന്നു.

ദിനങ്ങൾ പലതു കഴിഞ്ഞൊരു നാൾ അദ്ദേഹം മന്ത്രിയോടൊപ്പം വീണ്ടും മൈതാനത്തെത്തി. അപ്പോൾ അവിടെ മേയുന്ന എത്രയോ അക്രമി കൊമ്പൻമാരിൽ പലരും ഒരു ഭീഷണിയെന്നോണം രാജാവിനെതിരെ നിലകൊണ്ടു.

“ഇവയുടെ അഹങ്കാരം തീർക്കാതെ നമുക്ക് വഴി സുഗമമാവില്ല. അതിനാൽ ധിക്കാരികളും പോക്കിരികളുമായ എല്ലാ മൃഗങ്ങളേയും കൊന്നു കുഴിച്ചുമൂടുക.” രാജകിങ്കരന്മാർ അതുതന്നെ വിളംബമന്യേ നടപ്പാക്കി.

“ഇന്നിനി എവിടേക്കും പോവേണ്ട. നമുക്ക് കൊട്ടാരത്തിലേക്ക് മടങ്ങാം.” മന്ത്രി അന്നും പറഞ്ഞു. അധമവികാരങ്ങൾ അങ്ങനെ അകന്നു പോയതോടെ അദ്ദേഹത്തിനു ആത്മബോധം കൈവരാൻ സമയമായി എന്നു തോന്നി.

അടുത്തൊരു ദിവസം യുവരാജാവ് ഒറ്റയ്ക്കു മൈതാനത്തെത്തു മ്പോൾ അവിടെ ആരുമില്ല. അഹന്തയെല്ലാം അറ്റുപോയ അന്തരംഗം ശാന്തം, സുന്ദരം. നാൽക്കാലികളിൽ ഒന്നുപോലും മനസ്സിൻപുറത്തു മേയുന്നുമില്ല. അങ്ങനെ തന്റെ വഴി സുഗമമായിരിക്കുന്നതു കണ്ട് രാജാവ് സന്തോഷിച്ചു. അസഹിഷ്ണുതയും അഹങ്കാരവും അതിക്രമവും മൈതാനത്തുനിന്നും അപ്രത്യക്ഷമായിരിക്കുന്നു. അങ്ങനെ നിൽക്കു മ്പോഴാണ് വയോധികനായ മന്ത്രി അങ്ങോട്ടു കടന്നു വന്നത്.

“അങ്ങേക്കിനി യോഗ്യരായ ഗുരുക്കന്മാരെ അന്വേഷിച്ച് എവിടേയും പോകണമെന്നില്ല. കാരണം അവരെയെല്ലാം ഈ മൈതാനത്തുനിന്നു തന്നെ കണ്ടുകിട്ടിയല്ലോ. അതുകൊണ്ട് ഇനി കൊട്ടാരത്തിലേക്കുതന്നെ മടങ്ങാം.” ആത്മബോധം സ്വയം സിദ്ധിച്ച യജമാനനെക്കുറിച്ചോർത്തു മന്ത്രി പറഞ്ഞു.

“പിന്നെ മൈതാനത്തെ നാൽക്കാലികളോ?”

“അവ അവിടെത്തന്നെയുണ്ട്. അവയങ്ങനെ മൈതാനത്തു എന്നും മേഞ്ഞുകൊണ്ടിരിക്കും. അങ്ങയെപ്പോലെ അവസാനത്തെ മനുഷ്യനും ആ അഹങ്കാരികളേയും അഹംഭാവികളേയും അക്രമികളേയും കഷണ മാക്കി കുപ്പത്തൊട്ടിയിലെറിഞ്ഞും തലയ്ക്കടിച്ചുകൊന്ന് കടലിലൊഴു ക്കിയും ജീവനോടെ കുഴിച്ചുമൂടിയും മനോമൈതാനത്തുനിന്നും അദൃശ്യ മാക്കുന്നതു വരെ.” മന്ത്രി തുടർന്നു പറഞ്ഞു. ■

ആർത്തി

പണക്കാരിയായി അറിയപ്പെട്ടിരുന്ന ഒരു വൃദ്ധ അന്തരിച്ചു. ചെറുപ്പത്തിൽ ഒരു ദിവസം വീട്ടിൽനിന്നും കാണാതായ അവർ വയസ്സുകാലത്താണ് ജന്മഗ്രാമത്തിലേക്ക് തിരിച്ചു വന്നത്. ഇക്കാലമത്രയും അവർ എവിടെ എന്തെടുക്കുകയായിരുന്നെന്ന് ആരും ചോദിച്ചില്ല, അവർ പറഞ്ഞുമില്ല. കൂടെ ഭർത്താവും കുട്ടികളുമൊന്നുമില്ലാതിരുന്ന അവർ ഒറ്റയ്ക്കായിരുന്നു ബംഗ്ലാവിൽ കഴിഞ്ഞിരുന്നത്.

സമ്പന്നയായിരുന്നെങ്കിലും മരണാനന്തര ചെലവുകൾക്കായി അവരുടെ കാശ് എവിടെയാണെന്നറിയാത്തതിനാൽ മഹല്ലിലെ ഖാസി സാധാരണപോലെ സംഭാവനയ്ക്കായി ഒരു അപേക്ഷ നടത്തി. ഭൂമിയിൽ കടം വരുത്തി ഒരുവൻ മരിച്ചാൽ മയ്യത്ത് മറവുചെയ്യുന്നതിനു മുമ്പ് ആ കടം ഉറ്റവരോ ഉടയവരോ മറ്റോ ഏറ്റെടുക്കണം. അല്ലെങ്കിൽ കടം കൊടുത്തവർ മാപ്പാക്കണം. ഇല്ലെങ്കിൽ പരേതനു മോക്ഷമില്ല എന്നാണു വെപ്പ്. അതിനാൽ ഖത്തീബിന്റെ ആഹ്വാനം കേട്ടയുടനെ മൂന്നുപേർ മുഴുവൻ ചെലവും താന്താങ്ങൾ ഒറ്റയ്ക്കു വഹിക്കാം എന്നു പറഞ്ഞു മുന്നോട്ടു വന്നു ഭാരിച്ച തുകകൾ ഖാസിയെ ഏൽപിച്ചു. അതിൽ ഒന്നാമൻ നാട്ടിൽ അറ്റകൈയ്ക്ക് ഉപ്പു തേയ്ക്കാത്ത ഒരു മധ്യവയസ്കനായിരുന്നു.

"മരിച്ചത് എന്റെ അമ്മായിയാണ്. കുടുംബാംഗങ്ങൾ ആരുമില്ലാത്തതിനാൽ അവരുടെ ഇഹലോകത്തെ സമസ്ത സ്വത്തിനും അനന്തരാവകാശി ഞാനാണ്. അതിനാൽ ഉദകക്രിയയ്ക്കുള്ള ചെലവു വഹിക്കാനും ഞാൻ ബാധ്യസ്ഥനാണ്." അയാൾ നാലാൾ കേൾക്കേ പ്രഖ്യാപിച്ചു.

ഇതറിഞ്ഞിട്ടെന്നവണ്ണം അതിനിടയിൽ രണ്ടാമനായ യുവാവും എങ്ങുനിന്നോ അവിടെ ഓടിക്കിതച്ചെത്തിയിരുന്നു: "മരിച്ചത് എന്റെ അമ്മയാണ്. അവർ ഈ നാടുവിട്ട് ഞങ്ങളുടെ നഗരത്തിൽ എത്തിയ ശേഷം പിഴച്ചു പെറ്റ സന്തതിയാണ് ഞാൻ. അതിനാൽ അമ്മയ്ക്കു ഭർത്താവോ മറ്റു സന്തതികളോ ഇല്ല. മാത്രവുമല്ല, സമ്പത്തൊക്കെ എന്റെ പ്രയത്നം കൊണ്ടുകൂടി ഉണ്ടായതാണ്." യുവാവ് അറിയിച്ചു.

ഇതെല്ലാം കേട്ടു അപരിചിതനായ ഒരു വൃദ്ധൻ സദസ്സിൽ ഇരിപ്പുണ്ടായിരുന്നു. മറ്റു രണ്ടുപേരും പരസ്പര വിരുദ്ധമായ അവകാശ വാദങ്ങൾ ഉന്നയിച്ചപ്പോൾ മൂന്നാമനായ അയാൾ ഇടപെട്ടു.

"മരിച്ചത് എന്റെ ഭാര്യയാണ്. ചെറുപ്പകാലത്ത് അന്യോന്യം രഹസ്യമായി അനുരക്തരായ ഞങ്ങൾ ഒരു രാത്രിയിൽ ആരുമറിയാതെ എന്റെ നഗരത്തിലേക്ക് ഒളിച്ചോടുകയായിരുന്നു. പക്ഷേ അവൾക്ക് പ്രസവിക്കാൻ

കഴിയില്ല എന്ന ദുഃഖസത്യം വളരെ വൈകിയാണ് ഞങ്ങൾ മനസ്സിലാക്കിയത്. അതോടെ അവൾ വലിയ മനഃസ്താപത്തിലായി, ഉൾവലിഞ്ഞു. ഒരു ദിവസം ആരേയും അറിയിക്കാതെ എന്റെ മുഴുവൻ സമ്പത്തും കൈക്കലാക്കി അവൾ എവിടേക്കോ സ്ഥലം വിട്ടു. മരണവാർത്ത കേട്ടപ്പോഴാണ് അവൾ ഇവിടെയായിരുന്നു എന്നറിഞ്ഞത്." മൂന്നാമൻ പ്രസ്താവിച്ചു.

ഇതെല്ലാം കണ്ട് പണത്തിന്റെ പങ്കുപറ്റുക എന്ന ഏകോദ്ദേശ്യത്തോടുകൂടി പരേതയുടെ മരണാനന്തര ചടങ്ങുകളിൽ ഭാഗഭാക്കാകാനെത്തിയ മൂവരേയും ഖാദി ഒരു മൂലയിലേക്കു വിളിച്ചു ഒരു കടലാസ് വായിച്ചു കേൾപ്പിച്ചു.

"മരണത്തിനു മുമ്പ് അവർ സാക്ഷികളുടെ സാന്നിധ്യത്തിൽ എഴുതി എന്നെ ഏൽപിച്ച ഒസ്യത്താണിത്. ഇതുപ്രകാരം അവർ അവിവാഹിതയും കന്യകയുമായ ഒരു സന്ന്യാസിനി ആയിരുന്നെന്നു വ്യക്തമായല്ലോ. പിന്നെ അവരുടെ സ്വത്തിന്റെ കാര്യം. അവർ താമസിച്ചിരുന്ന ഈ ബംഗ്ലാവിന്റെ വാടകപോലും കുടിശ്ശികയാണ്. മറ്റനേകം കടങ്ങൾ വേറേയും. നിങ്ങൾ തന്ന തുകകൾ അവ കൊടുത്തു തീർക്കാൻ തികഞ്ഞേക്കും. അതിനുള്ള പ്രതിഫലവും നിങ്ങൾക്കു പരലോകത്തു ലഭിക്കും." ഖാസി പ്രസ്താവിച്ചു.

ഭൂമിയിലുണ്ടൊരു സ്വർഗമെന്നുറപ്പിച്ചു ആഹ്ലാദിക്കാനെത്തിയവർ അതു പരലോകത്താണെന്നറിഞ്ഞു മ്ലാനവദനരായി മടങ്ങി.

■

സാക്ഷി

ഒരു രാത്രിയിൽ ഷെയ്ഖ് ചില്ലിയുടെ വീട്ടിലേക്ക് മൂന്നു നാലുപേർ തലയിൽ മുണ്ടിട്ടു കടന്നുവന്നു.

"വന്ദ്യവയോധികനായിരുന്ന ഞങ്ങളുടെ അഭിവന്ദ്യപിതാവ് ഈയിടെ പെരുവഴിയിൽവെച്ചു കൊല്ലപ്പെട്ട വിവരം താങ്കളും അറിഞ്ഞിരിക്കുമല്ലോ. അതിന്റെ കേസ് പ്രതികൾക്കെതിരെ ഖാസിയുടെ കോടതിയിൽ തുടരുകയാണ്. പക്ഷേ രാത്രി നമസ്കാരത്തിനുശേഷം നടന്ന ആ പാതിരാ കൊലപാതകത്തിനു ഒരു സാക്ഷിയുമില്ലാത്തതിനാൽ ഞങ്ങൾ വലിയ വിഷമം നേരിടുകയാണ്. അതിനാൽ താങ്കൾ വന്നു കൊല കണ്ടിട്ടുണ്ടെന്നു കള്ളസാക്ഷി പറയണം." പരേതന്റെ മക്കൾ ഷെയ്ഖ് ചില്ലിയോടു നിർദ്ദേശിച്ചു.

"ശരിയാണ്. പാതിരാക്കൊലപാതകമാവുമ്പോൾ ഒരു തച്ചംപൊയിൽക്കാരനെങ്കിലും കള്ളസാക്ഷിയായി വേണം. നിറം പിടിപ്പിച്ച നുണകൾ പറയാനും എഴുതാനും തയ്യാറുമുണ്ടായിരിക്കണം. എങ്കിലേ വിസ്താര നേരം പിടിച്ചു നിൽക്കാൻ കഴിയൂ. ഏതായാലും നിരാലംബരായ നിങ്ങളോടെനിക്ക് സ്നേഹമാണ്. അതിനാൽ വന്ദ്യവയോധികൻ കൊല ക്കേസ്സിന്റെ വിചാരണ സമയത്ത് ഞാൻ വന്ന് നിങ്ങൾക്കായി സാക്ഷി പറയാം." അവർ നൽകിയ സ്വർണ്ണക്കിഴി സന്തോഷത്തോടെ സ്വീകരിച്ചു കൊണ്ട് ചില്ലി ഉറപ്പുകൊടുത്തു.

വിചാരണ സമയത്ത് ഷെയ്ഖ് ചില്ലി തങ്ങൾക്കെതിരെ കള്ളസാക്ഷി പറഞ്ഞെന്നു കണ്ട് പ്രതിയുടെ ആൾക്കാർ അദ്ദേഹത്തിന്റെ വീട്ടിൽ വന്നു.

"ആ കൊലപാതകം നടത്തിയത് ഞങ്ങളല്ലെന്ന് ലോകത്തിന് മുഴുവൻ അറിയാം. മറ്റു ചില കാര്യങ്ങളിലുള്ള പൂർവ്വവൈരാഗ്യം വെച്ച് ഞങ്ങളെ മനപ്പൂർവ്വം കുടുക്കാനായി പരേതന്റെ അനന്തരാവകാശികൾ വെച്ച കെണിയാണിത്. അതിനാൽ താങ്കൾ കൊലപാതകം കണ്ടിട്ടുണ്ടെന്നും പക്ഷേ ഞങ്ങളല്ല അതു നടത്തിയതെന്നും എതിർവിസ്താര സമയത്തു മാറ്റിപ്പറയണം." ആഗതർ അപേക്ഷിച്ചു. എന്നോ ഇരുട്ടിൽ കണ്ട മുഖം ഇന്നു തിരിച്ചറിയാൻ ആർക്കു കഴിയും.

"നിഷ്കളങ്കരായ നിങ്ങളോടെനിക്ക് അതീവ സ്നേഹമാണ്. അതുകൊണ്ട് എതിർവിചാരണ വേളയിൽ ഞാൻ നിങ്ങളുടെ ദൃക്സാക്ഷിയായിരിക്കും." അവർ നീട്ടിയ വലിയ സ്വർണ്ണക്കിഴി അതീവ സന്തോഷത്തോടെ സ്വീകരിച്ചുകൊണ്ട് ഷെയ്ഖ് തീർത്തു പറഞ്ഞു.

അതങ്ങനെത്തന്നെ നടന്നു. എതിർവിചാരണ കഴിഞ്ഞു ഖാസി വിധിയെഴുതാൻ ദിവസങ്ങൾ ബാക്കി നിൽക്കേ ചില്ലി രണ്ടു സ്വർണ്ണക്കിഴികളുമായി ന്യായാധിപനെ കാണാൻ അദ്ദേഹത്തിന്റെ വസതിയിലെത്തി.

"പ്രമാദമായ വന്ദ്യവയോധികൻ കൊലക്കേസിന്റെ വിധി എഴുതാൻ തുടങ്ങുകയാണല്ലോ അങ്ങ്. സാക്ഷികളില്ലാത്ത ആ കേസിലെ ഏക വ്യാജസാക്ഷിയാണ് ഞാൻ. അതിനായി രണ്ടു കക്ഷികളും തന്ന സ്വർണ്ണക്കിഴികളാണിവ. ഇവ സ്വീകരിച്ച് കള്ളസാക്ഷി പറഞ്ഞതിനുള്ള പരമാവധി ശിക്ഷയായ മൂന്നുമാസത്തെ കാരാഗ്രഹവാസം എനിക്കു നൽകണം." ചില്ലി അപ്രതീക്ഷിതമായ കുറ്റസമ്മതം നടത്തി. "എന്നിട്ട് സാഹചര്യത്തെളിവുകൾ വെച്ച് കേസ് തീരുമാനിക്കണം." അതുകേട്ട് ഖാസിക്ക് അദ്ഭുതമായി.

"സ്വർണ്ണം നഷ്ടപ്പെടുകയും ജയിലിൽ പോകേണ്ടിവരികയും ചെയ്യുമ്പോൾ താങ്കൾ അതീവമായി ദുഃഖിക്കില്ലേ?" അദ്ദേഹം ചോദിച്ചു.

"ഒരിക്കലുമില്ല. അതെനിക്കു പരമമായ സന്തോഷം തരും. കാരണം ഞാൻ അത്യന്തം സ്നേഹിക്കേണ്ടിയിരുന്നത് വന്ദ്യവയോധികനായ പരേതനെയായിരുന്നെന്ന് ഇപ്പോൾ തിരിച്ചറിയുന്നു." ഷെയ്ഖ് ചില്ലി മറുപടി നൽകി.

എല്ലാമുള്ളവരോട് ഇഷ്ടം നടിക്കാൻ ഏവരും കാണും. ആരുമില്ലാത്തവരെ അരുമയായി കാണുന്നതാണ് സ്നേഹശക്തി.

ഗുരുശിഷ്യം

കുമാരന്റെ അഹങ്കാരം സഹിക്കവയ്യാതെ വ്യാകുലചിത്തനായ രാജാവ് പ്രശ്നപരിഹാരം തേടി മന്ത്രിയെ തന്റെ ഗുരുവിന്റെയടുത്തേക്കയച്ചു. എല്ലാം വിശദമായിത്തന്നെ മഹാമന്ത്രി ആചാര്യനെ അറിയിക്കുകയും ചെയ്തു.

"പേടിക്കേണ്ട. വൈകാതെ ഞാൻ കൊട്ടാരത്തിലെത്തുന്നുണ്ട്. അതിനു മുമ്പായി രണ്ടു ശിഷ്യന്മാരെ ഉടനെത്തന്നെ അങ്ങോട്ടയയ്ക്കാം," ഗുരു സചിവനെ സമാധാനിപ്പിച്ച് തിരിച്ചയച്ചു.

അല്പദിനങ്ങൾ കഴിഞ്ഞ് രണ്ടു ശിഷ്യന്മാർ കമ്പിളി നിറച്ച ഒരു കുട്ടയുമായി കൊട്ടാരത്തിലെത്തി.

"ഈ കുട്ടയിലുള്ളത് വെറും കമ്പിളിയല്ല, വിജ്ഞാനമാണെന്നാണ് ഗുരുജി പറയുന്നത്. ഇതും തലയിൽ വെച്ച് നഗരത്തിലൂടെ ഇടയ്ക്കിടെ ഒന്ന് നടന്നാൽ ഏത് അഹങ്കാരവും പമ്പ കടക്കും എന്നാണ് അദ്ദേഹം അറിയിച്ചിട്ടുള്ളത്," ശിഷ്യന്മാർ രാജാവിനെ മുഖം കാണിച്ചു.

വിവരം രാജകുമാരൻ അറിഞ്ഞപ്പോൾ സ്വാഭാവികമായും അവൻ കുപിതനായി. "ഒരു കമ്പിളിക്കൊട്ടയുമായി അങ്ങാടിയിലൂടെ നടന്നാൽ എനിക്കു ഭ്രാന്താണെന്ന് ജനം മുദ്രകുത്തില്ലേ? ഞാൻ നിന്ദിക്കപ്പെടാനും അപമാനിക്കപ്പെടാനും അതു കാരണമാകും." തുടർന്ന് രാജഗുരുവിന്റെ ചാപല്യമോർത്ത് അദ്ദേഹത്തെ പഴിക്കാനും കുമാരൻ ഒരുമ്പെട്ടു.

അതുപറഞ്ഞ് കുട്ടയിൽ നിന്നും കമ്പിളികളെടുത്ത് കുമാരൻ ധാർഷ്ട്യത്തോടെ അവ പുഴയിലേക്കു വലിച്ചെറിഞ്ഞു. അപ്പോഴായിരുന്നു ഗുരുജിയുടെ ആഗമനം. അവിടെ അതുവരെ നടന്നതൊക്കെ മനസ്സിലാക്കിയ ഗുരു കമ്പിളിയിൽ വിജ്ഞാനമിരിക്കുന്നെന്നു ശിഷ്യന്മാർ പറഞ്ഞത് തെറ്റാണെന്ന് കുമാരനെ അറിയിച്ചു.

"അവർക്കെന്തറിയാം. സത്യത്തിൽ പാണ്ഡിത്യമിരിക്കുന്നത് സാക്ഷാൽ കുട്ടയിലാണ്. ആ കാലിക്കുട്ടയാണ് ഞാൻ ദിവസവും തലയിലേറ്റി കാടുമുഴുവൻ നടക്കുന്നത്. അതാണ് എന്റെ വിജ്ഞാനത്തിന്റെ സ്രോതസ്സ്. അതിനാൽ കുട്ട എനിക്ക് തിരിച്ച് തരാൻ ദയവുണ്ടാവണം." ഗുരു കേണു.

"ഒരിക്കലുമില്ല. ഈ കുട്ടയാണ് താങ്കൾ കാടുമുഴുവൻ വഹിച്ചു കൊണ്ടു നടക്കുന്നതെന്നു ജനം മനസ്സിലാക്കട്ടെ. ആ പമ്പരവിഡ്ഢിത്തത്തെക്കുറിച്ച് അറിഞ്ഞ് അവർ താങ്കളെ നിന്ദിക്കുകയും അപമാനിക്കുകയും ചെയ്യട്ടെ." കുമാരൻ കടുപ്പിച്ചു പറഞ്ഞു. എന്നിട്ട് കുട്ടയും തലയിലേറ്റി കുമാരൻ സ്വയം തെരുവു ചുറ്റാനിറങ്ങി. ഗുരുവിന്റെ കിറുക്ക്

പ്രജകളെ ബോധ്യപ്പെടുത്തുകയായിരുന്നു ലക്ഷ്യം. പക്ഷേ അതുകണ്ടു ജനം അടക്കം പറയാൻ തുടങ്ങി: ഒരു കാലിക്കൊട്ടയുമായി അങ്ങാടി ചുറ്റാൻ കുമാരനെന്താ ഭ്രാന്തായോ, അവർ തമ്മിൽ തമ്മിൽ ചോദിച്ചു.

ജനങ്ങളുടെ അടക്കം പറച്ചിൽ പിന്നെപ്പിന്നെ പരസ്യമായ പരിഹാസമായും പരമപുച്ഛമായും കൂകിവിളിയായും പരിണമിച്ചു. അനാദരവിനും അധിക്ഷേപത്തിനും വിധേയമാകുന്ന അഹംബോധമാണല്ലോ അചിരേണ സ്വയംബോധമായി പരിണമിക്കുന്നത്. വിജ്ഞാനക്കൊട്ട ശിരസ്സിലേന്തിയവന് വിനയം വരാതെ വഴിയില്ല.

അത്രയുമായപ്പോൾ ആചാര്യനെ കുട്ടയിൽ കയറ്റിയിരുത്തിയായി കുമാരന്റെ പിന്നീടുള്ള പ്രയാണം. ഗുരുപാദം ശിരസ്സിലേന്തിയവൻ ഭൂമിയേക്കാൾ താഴ്ന്നവനാകുന്നു. അവനല്ലോ ഈ മണ്ണിന്റെ ഉപ്പും ആ വിണ്ണിന്റെ തൂണും.

■

അപരൻ

എവിടെ സ്വസഹോദരനു നേരെ വിദ്വേഷം പ്രചരിപ്പിക്കപ്പെടുന്നുവോ അവിടെ സർവനാശം ഉറപ്പാണ്. പണ്ട് കാക്കകളും വവ്വാലുകളും തികച്ചും രമ്യമായാണ് കഴിഞ്ഞിരുന്നത്. ഒരാൾ സസ്തനിയാണെങ്കിലും രണ്ടും പറവകൾ. കറുത്ത ആ വികൃതന്മാരെ മറ്റു സുന്ദരന്മാർക്കൊന്നും കണ്ടുകൂടാ. അതുകൊണ്ട് ഇവ രണ്ടിനേയും മറ്റു പക്ഷികൾ ആക്രമിച്ചുകൊണ്ടിരുന്നു. അതിനാൽ പകൽ കാക്കകൾ നരച്ചീറുകൾക്കു കാവൽ നിൽക്കും. കാരണം സൂര്യപ്രകാശത്തിൽ അവക്കു കണ്ണുകാണില്ലല്ലോ. പകരം രാത്രിയിൽ കാക്കക്കൂട്ടത്തിനു വവ്വാലുകളും സംരക്ഷണം നൽകും.

അങ്ങനെ ഏകോദര സഹോദരന്മാരെപ്പോലെ അവർ ജീവിക്കുമ്പോൾ സൂത്രൻ കുറുക്കൻ ഒരിക്കൽ കാക്കകളോടു പറഞ്ഞു:

"പകലുറങ്ങുന്ന വവ്വാലുകൾക്ക് ആരെങ്കിലും കാവൽ നിൽക്കുമോ? നിങ്ങൾ അവരോട് രാത്രിയുറങ്ങാൻ പറയണം. അല്ലെങ്കിലും വവ്വാലുകൾ നിങ്ങളുടെ പക്ഷി വർഗത്തിൽപെട്ടതല്ല, ഞങ്ങളുടെ മൃഗജാതിക്കാരാണവർ. അവർ നിങ്ങളേയും ചതിക്കും."

കുറുക്കന്റെ വാക്കുകൾ കാക്കകളുടെ മനസ്സിൽ സംശയത്തിന്റെ വിത്തുപാകി. അവർ നമ്മിൽ പെട്ടവരല്ല, അവർക്ക് സംരക്ഷണവുമില്ല. അതിനാൽ അവർ നാടുവിടണം. കാക്കകൾ വവ്വാലുകളെ പകൽ ആക്രമിച്ചു തുരത്താൻ തുടങ്ങി. അതോടെ അവർ തമ്മിൽ ആജന്മ ശത്രുക്കളായി മാറി.

കള്ളവും കിംവദന്തിയുമായി പറഞ്ഞു തുടങ്ങുന്നതാണ് കശാപ്പിലും കലാപത്തിലും ചെന്നവസാനിക്കുന്നത്.

തുടർന്ന് വവ്വാലുകളും ശക്തമായി തിരിച്ചടിക്കാൻ തുടങ്ങി. അവയുടെ ഇരുട്ടിന്റെ മറവിലുള്ള യുദ്ധത്തിൽനിന്നും എങ്ങനെ രക്ഷനേടാമെന്നായി അതോടെ കാക്കകളുടെ ചിന്ത. അതറിഞ്ഞപ്പോൾ കുറുക്കൻ വീണ്ടും പ്രത്യക്ഷപ്പെട്ടു.

"അതിനു വഴി ഒന്നേയുള്ളൂ. രാത്രിയെ പകലാക്കുക. പകൽസൂര്യന്റെ വെട്ടത്തിലാണ് ജീവജാലങ്ങൾ തങ്ങളുടെ ദിനചര്യകൾ നടത്തിപ്പോരുന്നത്. സൂര്യനിൽ തീയുണ്ട്. അതാണ് അതിന്റെ പ്രകാശത്തിന്റെ രഹസ്യം. ഭൂമിയിൽ തീയില്ല. അതുകൊണ്ടാണ് ഇരവിൽ ഇരുട്ട് പരക്കുന്നത്." കുറുക്കൻ പറഞ്ഞതുകേട്ട് പരിഭ്രാന്തരായ കാക്കകൾ പരിഹാര നിർദ്ദേശത്തിനായും അവനോടിരന്നു.

"അതു ലളിതം. നിങ്ങളുടെ പക്ഷിരാജാവാണല്ലോ ഗരുഡൻ. ഏഴ്

ആകാശങ്ങൾക്കും മീതെ പറക്കുന്നവൻ. ഗരുഡൻ പോയി സൂര്യനിൽ നിന്നും അഗ്നി കൊണ്ടുവരട്ടെ."

എന്തിനധികം, കാക്കകളുടെ അഭ്യർത്ഥന മാനിച്ച് ഗരുഡൻ അവർക്ക് തീ കൊണ്ടുകൊടുത്തു. അതോടെ വവ്വാലുകളുടെ ശനിദശ അതിന്റെ പാരമ്യത്തിലെത്തി. രാത്രിയും പകലും ഒരുപോലെ കുരുടന്മാരായി മാറിയ അവർക്ക് എവിടെയും രക്ഷയില്ലാതായി.

ഒരു രാത്രിയിൽ വവ്വാലുകളുടെ താവളത്തിനു തീവെച്ച് അവയെ കൊന്നും കൊള്ളയടിച്ചും ആട്ടിയോടിച്ച് കാക്കകൾ വിജയഭേരി മുഴക്കി തിരിച്ചുവരികയായിരുന്നു. അപ്പോഴാണ് അങ്ങു താഴെ ഒരു ഗ്രാമത്തിൽ മനുഷ്യർ മുറ്റത്തെ പരമ്പിൽ നെല്ല് ഉണക്കാനായി ഇട്ടിരിക്കുന്നത് അവരുടെ ശ്രദ്ധയിൽപെട്ടത്.

"പകൽ ഒരു മണി നെല്ലുപോലും കൊത്താൻ അനുവദിക്കാത്തവ രാണ് മനുഷ്യർ. ഈ രാവിൽ അവർ കുന്തം വിഴുങ്ങിയവരെപ്പോലെ അന്തം വിട്ടു കിടന്നുറങ്ങുകയായിരിക്കും. അതിനാൽ നമുക്കുടനെ ചെന്ന് അവരുടെ പരമ്പുകൾ കാലിയാക്കി മടങ്ങാം." അതു പറഞ്ഞതു കാക്ക കളുടെ തലവനായിരുന്നു.

ഉടനെ കാക്കകൾ ഭൂമിയിലിറങ്ങി ഒരു തൊഴുത്തിന്റെ പിന്നിലെ കുറ്റി യിൽ തങ്ങളുടെ തീക്കുന്തം നാട്ടിവെച്ചു. എന്നിട്ടു മുറ്റത്തേക്കു ചെന്നു.

ഈ അവസരവും കാത്തിരിക്കുകയായിരുന്നു കാക്കകൾക്കു കെണി യൊരുക്കി തൊഴുത്തിൽ ഒളിച്ചിരുന്ന മനുഷ്യർ. പരമ്പിൽ പാകിയ പതി രൊക്കെ തങ്ങളെ ചതിക്കാനുള്ള വിദ്യയായിരുന്നെന്ന് കാക്കകൾ സ്വപ്നേപി ചിന്തിച്ചതേയില്ല.

അങ്ങനെ അഗ്നി മാനവനു സ്വന്തമായി. രണ്ടു സഹോദരന്മാർ തമ്മി ലടിച്ചതിന്റെ പ്രയോജനം ഒരു ചതിയൻ വശത്താക്കി. അതു മനസ്സി ലാക്കാത്ത അവരാകട്ടെ ഇപ്പോഴും വിദ്വേഷ്യം വിടാതെ രാവും പകലും ഊഴമിട്ട് പരസ്പരം പോരടിച്ചു നശിച്ചുകൊണ്ടേയിരിക്കുന്നു.

സ്നേഹമില്ലാത്തവൻ നേടുന്ന ശക്തി സ്വനാശത്തിനു അചിരേണ വഴിവെക്കും. അക്രമം ആഗ്രഹിക്കുന്നവനാണല്ലോ ആയുധം ആരായു ന്നതും അണിയുന്നതും. ∎

റബ്ബ്

കിഴുക്കാംതൂക്കായ ഒരു മലയുടെ മുകളിൽ പാമരനായ ഒരു പരമഭക്തൻ പാർത്തിരുന്നു. യുഗങ്ങളായി അയാളവിടെ പ്രാർത്ഥനയിലാണെന്നറിഞ്ഞ് അയാളെ മൂസയുടെ സന്ദേശം അറിയിക്കാനായി റബ്ബി യഹൂദ് അവിടെയെത്തി. എന്നിട്ട് ഒരു പഴയ കണ്ണാടിയെടുത്ത് ഭക്തന് നൽകി. അയാൾ കണ്ണാടിയെക്കുറിച്ച് കേൾക്കുകയോ തന്റെ മുഖത്തിന്റെ പ്രതിഫലനം എവിടെയെങ്കിലും അതിനുമുമ്പ് കാണുകയോ ചെയ്തിരുന്നില്ല.

റബ്ബി പറഞ്ഞു: "ഇതിൽ നോക്കൂ! നിങ്ങൾക്കിതിൽ മൂസയെ കാണാനാകും. നിങ്ങൾ അവനെ മാടി വിളിച്ചാൽ അവനും മാടിവിളിക്കും. നിങ്ങൾ പുഞ്ചിരിച്ചാൽ അവനും പുഞ്ചിരിക്കും. അവൻ സീനായിക്കുന്നിലെ കുറ്റിപ്പൊന്തയിൽ മൂന്നാം മാസം ഈശ്വരനെ കണ്ടവനാണ്." എന്നിട്ട് റബ്ബി എക്സോഡസ് പത്തൊമ്പത് വായിച്ചു കേൾപ്പിച്ചു. ദർപ്പണത്തിൽ ദർശിക്കുന്നതും തന്നെ അനുകരിക്കുന്നതും സ്വന്തം ഛായയാണെന്ന് ഈ കാടനറിയില്ലല്ലോ.

കിഴവൻ കണ്ണാടിയെടുത്ത് നോക്കി പുഞ്ചിരിച്ചു. "ശരിയാണ്, ഇവൻ എന്റെ കൊച്ചുമോനെപ്പോലെയിരിക്കുന്നു. എന്നെപ്പോലെ വൃദ്ധനായിട്ടില്ല. നരച്ച താടിയില്ല, പല്ലു കൊഴിഞ്ഞിട്ടില്ല. കവിളൊട്ടിയിട്ടില്ല," പാമരൻ പറഞ്ഞു.

ആ ഭ്രാന്തൻജല്പനങ്ങൾ കേട്ട് യഹൂദ് ഭക്തന്റെ പിന്നിൽചെന്ന് അയാളുടെ കയ്യിലെ കണ്ണാടിയിലേക്കു നോക്കി. അവിശ്വസനീയം തന്നെ. ആ പഴയ കണ്ണാടിയിൽ കാണുന്നത് വൃദ്ധന്റെ മുഖമല്ല. അപരിചിതനായ പ്രായം കുറഞ്ഞ മറ്റേതോ ഒരാളുടെ മുഖമാണ്.

"ആരാണിയാൾ?" റബ്ബി ഞെട്ടലോടെ ചോദിച്ചു. "അറിയില്ലേ, ഇതെന്റെ കൊച്ചു മകൻ. അതായത് ഇസ്ഹാക്കിന്റെ മകൻ," പാമരൻ പറഞ്ഞു.

"അപ്പോൾ അങ്ങ് ആരാണ്?" റബ്ബി അമ്പരന്നു.

"എന്നെ അബ്രഹാം എന്നു വിളിക്കും. തൊള്ളായിരത്തി തൊണ്ണൂറ്റി ഒമ്പതു വർഷമായി ഇവിടെയാണ്. മൂത്തമകൻ ഇഷ്മാമേൽ ജനിച്ചതു തന്നെ അറുപത്തി എട്ടാം വയസ്സിലായിരുന്നു."

അതു കേട്ട് റബ്ബി ആ കണ്ണാടി തട്ടിപ്പറിച്ച് മലയിറങ്ങിയോടി തന്റെ ഇടത്തിലേക്കെത്തി. എന്നിട്ട് നാട്ടിലെ പാമരന്മാരായ ഭക്തന്മാരെയൊക്കെ വിളിച്ചുകൂട്ടിപ്പറഞ്ഞു: "മൂസയെ കാണേണ്ടവരൊക്കെ ഈ കണ്ണാടിയിലേക്കു നോക്കുക."

അവർ നോക്കി. പക്ഷേ അതിൽ മൂസ ഉണ്ടായിരുന്നില്ല. അവർ മാത്രം ഉണ്ടായിരുന്നു.

നാമും കണ്ണാടിയിലേക്കു നോക്കുന്നു. നമ്മെക്കാണാനായി മാത്രം നോക്കുന്നു. അതിനാൽ മോശയേയും യേശുവിനേയും കാണുന്നില്ല. രാമനേയും റഹീമിനേയും ദർശിക്കുന്നില്ല.

"ബുരാ ജോ ദേഖാ മേ ചലാ, ബുരാ മിലാ ന കോയി; ജോ മൻ ദേഖാ അപ്ന, മുജ്സെ ബുരാ ന കോയി."

ലോകത്തിന്റെ ആഭാസങ്ങൾ കാണാനായി ഞാൻ അന്വേഷിച്ചു നടന്നെങ്കിലും ഒന്നും കണ്ടെത്തിയില്ല. അവസാനം ഞാൻ അന്തരംഗ ത്തേക്കു നോക്കി, അപ്പോൾ കണ്ടു എന്നേക്കാൾ ആഭാസനായി മറ്റാരു മില്ലെന്ന്. (സന്ത് കബീർദാസ്)

∎

രാജകർമ്മം

അതിപ്രതാപിയായിരുന്ന ഞങ്ങളുടെ വള്ളുവനാട്ടരചന് പല പതിനായിരം പറകൾ പാട്ടമളക്കുമായിരുന്നു. അദ്ദേഹമാണെങ്കിൽ കോലോത്തെ കാര്യസ്ഥന്മാരായിരുന്ന മൂപ്പിൽ നായന്മാരെപ്പോലെയും കോപ്പിൽ മേനോന്മാരെപ്പോലെയും പിടിച്ചു പറിക്കാനൊന്നും പോകാറുണ്ടായിരുന്നില്ല. പകരം വിസ്തൃത താമ്പൂലം, ഇടക്കഴി, അന്തഃപുര മോഹിനിയാട്ടം എന്നിവയിൽ തല്പരനായി ഒതുങ്ങിക്കഴിഞ്ഞു.

വരൾച്ചയും വെള്ളപ്പൊക്കവും വേനലും വറുതിയുമൊക്കെ പ്രകൃതിയുടെ വരദാനമാണല്ലോ. അതൊക്കെ മുറയ്ക്കു വന്നുപോവുകയും ചെയ്യും. അങ്ങനെയൊരു കൊല്ലം പാട്ടമളന്നപ്പോൾ പല ആയിരപ്പറകൾ കുറവായിക്കണ്ടു. ഏറ്റവും വലിയ കുടിയാനായിരുന്ന തുലാത്തുവീട്ടിൽ ഇടവനായിരുന്നു അളവു കുറച്ചവരിൽ പ്രധാനി. അവനെ മല്ലന്മാർ കൈയും കാലും കൂട്ടിക്കെട്ടി നാടുവാഴിയുടെ ഉമ്മറത്തു കൊണ്ടുവന്നിട്ടു.

"പാട്ടം വടിക്കാൻ അമാന്തിച്ചതിനു കാരണമുണ്ടെങ്കിൽ ഇപ്പോൾ തിരുമുമ്പിൽ ബോധിപ്പിക്കാം." മൂപ്പിൽ നായർ നിർദ്ദേശിച്ചു.

"ഇപ്രാവശ്യം നെല്ലായിട്ട് പാതിയേ ഇടവന് കിട്ടിയുള്ളൂ. ബാക്കിയൊക്കെ പതിരായിരുന്നു." ഇടവൻ കരഞ്ഞു പറഞ്ഞു.

"എങ്കിൽ ആ പകുതി പതിരൊക്കെ മുഴുവനായും കോലോത്തേക്കയയ്ക്കുക." എല്ലാം അറിയുന്നവനെപ്പോലെ അരചൻ നിർദേശിച്ചു. ആ വിഡ്ഢിത്തം കേട്ട് മൂപ്പിൽ പെട്ടെന്നിടപെട്ടു:

"ഇടവന്റെ പാതി പതിരായതിന്റെ കാരണം ബോധിപ്പിക്കൂ."

"മഴക്കുറവു ബാധിച്ചതു തുലാത്തുവീട്ടിൽ മാത്രമല്ല. കർക്കിടകം ദേശത്തിലും കടന്നമണ്ണ അംശത്തിലും അതു കുറവായിരുന്നു. അതിനാൽ പതിരെല്ലാം ബാക്കി വെച്ച് നെല്ലെല്ലാം ചാഴിയും കുറുഞ്ചാത്തനും കൊണ്ടുപോയി." ഇടവൻ പലവുരു ആവർത്തിച്ച സത്യം തിരുമുമ്പിലും ബോധിപ്പിച്ചു.

അതുകേട്ട് നാട്ടരചന്റെ മുഖം വികസിച്ചു. ഏതോ മോഷ്ടാവിനെ കയ്യോടെ പിടിച്ച സന്തോഷമായിരുന്നു ആ മുഖത്ത് അപ്പോൾ.

"നമുക്കറിയാം ആ കള്ളക്കർക്കടകന്മാരെ. ആ ചാഴിയേയും ചാത്തനേയും പാതിയാക്കി മടക്കി വരിഞ്ഞുകെട്ടിക്കൊണ്ടു വരൂ," അദ്ദേഹം ആജ്ഞാപിച്ചു.

അതുകേട്ടു മൂപ്പിൽനായരടക്കം മൂക്കത്തു വിരൽ വെച്ചുപോയി. ചാഴി, കുറുഞ്ചാത്തൻ എന്നിവ കതിരിൻനീര് വലിച്ച്കുടിച്ച് മണിയാകേണ്ട

നെല്ലിനെ പതിരാക്കുന്ന കീടങ്ങളാണെന്നും അവ പരസഹസ്രം കോടി വരുമെന്നും ഒന്നോ രണ്ടോ എണ്ണത്തെ ഉള്ളം കയ്യിലെടുത്തു കൊണ്ടു വന്നു കാണിച്ചതു കൊണ്ടൊരു കാര്യമില്ലെന്നും തിരുമുമ്പിൽ ബോധിപ്പിക്കാൻ മുതിർന്നാൽ അരചന്റെ കോപം കൊടുങ്കാറ്റായി മാറുമെന്നു നന്നായി അറിയാമായിരുന്ന ഇടവൻ മറുത്തൊന്നും പറഞ്ഞില്ല.

"ഉത്തരവുപോലെ ചെയ്യാം," എന്നു പറഞ്ഞ് രംഗം അവസാനിപ്പിച്ചത് മൂപ്പിൽനായരായിരുന്നു.

പുറത്തിറങ്ങിയപ്പോൾ നായർ ഇടവനെ അടുത്തു വിളിച്ചു: "ഇടവാ, നിനക്കിനി ഒന്നേ രക്ഷയുള്ളൂ. ഊരിൽ പോയി വല്ല മിസ്കീൻ മാപ്പിളയേയും നായാടിയേയും കണ്ടെത്തിക്കൊണ്ടു വരിക."

"അതെന്തിനാണ്?" ഇടവൻ ചോദിച്ചു.

"അറിയില്ലേ? മിസ്കീൻ മാപ്പിളമാർക്ക് ചെന്തമിൾ മലയാളമെല്ലാം അറിയാമെങ്കിലും അവർ ഏതുനേരവും 'അല്ലാഹു, അല്ലാഹു' എന്നു മാത്രം ഉരുവിട്ടു നടക്കുന്നവരാണ്.ഈശ്വരൻ തന്ന നാക്കുകൊണ്ട് മറ്റെന്തെങ്കിലും പദം ഉച്ചരിക്കുന്നത് മഹാപാപമാണെന്നാണ് മിസ്കീൻമാരുടെ വിശ്വാസം." നായർ വിശദീകരിച്ചു.

"അപ്പോൾ നായാടിയോ?"

"അവന്റെ വർഗം പാണ്ടിദേശത്തെ ഏതോ കാട്ടിൽനിന്നും കുറ്റിയും കോലും പറിച്ചെത്തിയവരാണ്. ആ പണ്ടാരങ്ങൾക്ക് മലയാളം ഒരക്ഷരം വശമില്ല."

"ഇവരെക്കൊണ്ട് എനിക്കെന്തുകാര്യം?" ഇടവൻ അദ്ഭുതപ്പെട്ടു.

"ഊരും പേരും ഉറ്റവരും ഉടയവരും ഇല്ലാത്തവരാണ് മിസ്കീനും നായാടിയും. അതിനാൽ അവരെ അന്വേഷിച്ചാരും വരികയില്ല. അതിനു പുറമെ എന്തു ചോദിച്ചാലും അവർ ഉത്തരം പറയുകയുമില്ലല്ലോ. അതിനാൽ മിസ്കീനെ നീ ചാഴി എന്നു വിളിച്ചും നായാടിയെ കുറുഞ്ചാത്ത നെന്നു പേരിട്ടും തിരുമുമ്പിൽ ഹാജരാക്കുക. ബാക്കി കാര്യം ഞാനേറ്റു."

ആ പറഞ്ഞതൊന്നും പൂർണ്ണമായി ദഹിച്ചിരുന്നില്ലെങ്കിലും വള്ളുവനാട്ടെ ഒരു കാര്യസ്ഥൻ പറഞ്ഞത് നിരസിക്കാൻ ഒരു കുടിയാനാകുമായിരുന്നില്ല. എങ്കിൽ അയാൾ കർഷകത്തൊഴിലാളിയായി മാറും. തിരുവിതാംകൂറിലാണെങ്കിൽ സർക്കാരിന്റെ കന്യാവനങ്ങളും കണ്ണായ സ്ഥലങ്ങളും കുറിഞ്ഞിത്തോപ്പും തട്ടിയെടുക്കാൻ കുടിയേറ്റം, കയ്യേറ്റം, കുടികിടപ്പ്, പട്ടയം, പതിച്ചു നൽകൽ, പോക്കുവരവ് തുടങ്ങി പല കള്ളസൂത്രങ്ങളും നിലവിലുണ്ട്. അതവർ വള്ളുവനാട്, ഏറനാട്, വയനാട്, കോലത്തുനാട് എന്തിനു തുളുനാട് വരെ പയറ്റിയെന്നിരിക്കും.

അതൊന്നും തദ്ദേശീയനായ ഇടവനു പരിചയമില്ല. എങ്കിലും ആത്മ രക്ഷയാണല്ലോ പ്രഥമരക്ഷ. അതിനായി കള്ളം പറയുന്നതും കുതികാൽ വെട്ടുന്നതും കുപ്പിയിലാക്കുന്നതും കുന്തം കിട്ടാൻ കുടത്തിൽ തെരയു ന്നതും കുറ്റകരമല്ലെന്ന് വേദങ്ങളും ശാസ്ത്രങ്ങൾ വരെയും പറയുന്നുണ്ടു താനും. മർത്ത്യനു ജന്മം പാപം തന്നെ. പക്ഷേ ജീവൻ അമൂല്യവുമാണ്.

അങ്ങനെ ചിന്തിച്ച് ഇടവൻ ഒടുവിൽ ഓരോ മിസ്‌കീനേയും നായാടി യേയും കണ്ടെത്തി കയറിട്ടു കെട്ടി കോനാതിരിക്കു മുന്നിൽ കൊണ്ടു വന്നാക്കി.

"ഇതാണ് ചാഴി. പാതിപ്പതിരിനു ഉത്തരവാദി. അടുത്തു നിൽക്കുന്നത് ചാത്തൻ. ഇവർ രണ്ടുപേരും കൂടിയാണ് നാടു കട്ടുമുടിച്ചത്." അവരുടെ മുഖത്തു നോക്കാതെ ഇടവൻ പറഞ്ഞു.

"അതേ തിരുമേനി. പക്ഷേ ഇവർ കുറ്റം സമ്മതിക്കുന്നില്ല. അതി നാൽ അതുവരെ ഇവരെ തടവിലിടാം," മൂപ്പിൽ നായർ നിർദ്ദേശിച്ചു. കോപ്പിൽ മേനോൻ പിന്തുണച്ചു.

"ശരി, അക്കാലമത്രയും അവരെ പതിരു വേവിച്ചു തീറ്റിച്ചാൽ മതി." ഉത്തരവായി.

അങ്ങനെ ഒന്നും മിണ്ടാത്ത മിസ്‌കീനും ഒന്നും മനസ്സിലാകാത്ത നായാടിയും ജയിലിലായി. പക്ഷേ അദ്ഭുതങ്ങൾ തീരുന്നില്ല. ജയിലിൽ പതിരു വേവിച്ചു വിളമ്പുന്നതൊക്കെ മുന്തിയതരം ചോറായി മാറുന്നു എന്നറിഞ്ഞു അരചൻ മിസ്‌കീനെ വെറുതെ വിട്ടു. പിന്നീടു തനിക്കു വന്ന മാറാരോഗം അവസാനം നായാടിയുടെ ഒറ്റമൂലിക്കു മാത്രം മാറ്റാൻ കഴിഞ്ഞപ്പോൾ അവനും മോചനം ലഭിച്ചു.

മനുഷ്യനു വേണ്ടാത്തവരെ മതി ഈശ്വരന്. ∎

മനസ്സും കർമ്മവും

എല്ലാംകൊണ്ടും അനുഗൃഹീതനായ അൽയഹീദ് വാർദ്ധക്യത്തിൽ മരണദേവനായ അസ്റായേലിനെ കാണാൻ ചെന്നു.

"സുഹൃത്ത് അസ്റായേലേ, താങ്കൾ ഇന്നല്ലെങ്കിൽ നാളെ സമസ്ത ജീവജാലങ്ങളെയും പിടികൂടുന്നതുപോലെ എന്നെയും ഒരിക്കൽ പിടി കൂടുമെന്നറിയാം. പക്ഷേ ആ വിവരം പത്തുവർഷം മുമ്പ് എന്നെ അറി യിച്ചുകൂടെ?" അൽയഹീദ് ചോദിച്ചു.

അതുകേട്ട് മരണദേവന്റെ മനസ്സലിഞ്ഞു. വലിയ സത്കർമ്മങ്ങ ളൊന്നും ചെയ്യാതെ ജീവിച്ച ജന്മമാണ്. എങ്കിലും പത്തുവർഷം ഈശ്വര ധ്യാനം മാത്രം ചെയ്ത് സ്വർഗം നേടാമെന്നായിരിക്കും ഉദ്ദേശ്യം. സർവ്വേ ശ്വരൻ പരമകാരുണികനാണല്ലോ. മുട്ടിപ്പായി പ്രാർത്ഥിച്ചാൽ ഏതു മഹാ പാപവും അവൻ മാപ്പാക്കും. എന്തെന്നാൽ പശ്ചാത്താപവും പ്രായ ശ്ചിത്തവും അവനുള്ളതാണല്ലോ. അസ്റായേൽ വൃദ്ധന്റെ മനസ്സു വായി ക്കാൻ ശ്രമിച്ചു. എന്നിട്ടു ചോദിച്ചു.

"ആട്ടെ, എന്തിനാണ് ഈ പത്തുവർഷം?"

"ഒരുപാടു കാര്യങ്ങൾ ചെയ്യാനുണ്ട്. പല കണക്കുകൾ തീർക്കാനു മുണ്ട്. യുവത്വത്തിൽ കച്ചവടം ചെയ്യുമ്പോൾ എന്നെ ചതിച്ചു പോയ ചിലരുണ്ട്. അവരെ കണ്ടെത്തി പണം വസൂലാക്കണം. അവരില്ലെങ്കിൽ അനന്തരാവകാശികളെ കണ്ടുപിടിച്ച് ഒരു പാഠം പഠിപ്പിക്കണം. പിന്നെയും പലതുണ്ട്," കിഴവൻ പറഞ്ഞു.

"അതു കടന്ന കയ്യല്ലേ, നിരപരാധികളെ വകവരുത്തുന്നത്?" അസ്റാ യേൽ ചോദിച്ചു.

"അല്ല, ഭൂമിയിൽ നന്മ നിലനിൽക്കണമെങ്കിൽ ഹിംസ അനിവാര്യ മായി വരും." യഹീദ് ഒരു പ്രവാചകനെന്നവണ്ണം മൊഴിഞ്ഞു.

"അതു വിടാം. അഞ്ചുവർഷം മാത്രം കിട്ടിയാൽ എന്തുചെയ്യും?"

"ഒരു പടി കാര്യങ്ങളുണ്ട്. താരുണ്യത്തിൽ ഒരുവൾ എന്റെ പിന്നാലെ പ്രേമാഭ്യർത്ഥന നടത്തി നടന്നിരുന്നു. അതു സത്യമാണെന്നു കരുതി അവൾക്കു ഞാൻ മുക്കുപണ്ടവും കള്ളപ്പണവും സമ്മാനമായി നൽകു മായിരുന്നു. ഒരു ദിവസം അവൾ ഒരുത്തനുമായി ഒളിച്ചോടി. അതു കഴിഞ്ഞാണ് ആ ജാരനെക്കുറിച്ച് ഞാൻ അറിയുന്നതുതന്നെ." അയാൾ വിലപിച്ചു.

"അതുപോട്ടെ ചേട്ടാ, അവളിപ്പോൾ ജീവിച്ചിരിക്കുന്നുണ്ടെങ്കിൽ

പോലും മുതുക്കിളവിയായി മാറിയിരിക്കും. പിന്നെ അവളെ എന്തു ചെയ്യാൻ?" മരണദേവൻ തന്തയെ സാന്ത്വനിപ്പിക്കാൻ ശ്രമിച്ചു.

"അതെനിക്കറിയാം. പക്ഷേ അവൾക്കു പെൺമക്കൾ കണ്ടേക്കും. അല്ലെങ്കിൽ ആൺമക്കളുടെ പെൺമക്കൾ. അവർക്കെല്ലാം ഇപ്പോൾ പറ്റിയ പ്രായമായിരിക്കും. എനിക്കാണെങ്കിൽ അവർക്കുവേണ്ട ആരോഗ്യ വുമുണ്ട്." അയാൾ മോഹിച്ചു.

"അതു വൻപാപമല്ലേ, നിഷ്കളങ്കരെ ഭേദിക്കുന്നത്?" അസ്റായേൽ ചോദിച്ചു.

"അല്ല, ഭൂമിയിൽ നീതി നിലനിൽക്കണമെങ്കിൽ ശിക്ഷ അത്യന്താ പേക്ഷിതമാണ്," അൽയഹീദ് ഒരു അവതാരത്തെപ്പോലെ പ്രതിവചിച്ചു.

"അതുവിടാം. രണ്ടു വർഷം മാത്രം ആയുസ്സായി ലഭിച്ചാൽ എന്തു ചെയ്യാനാണ് ഭാവം?" മലക്കുൽ മൗത്ത് തുടർന്നു ചോദിച്ചു.

"ഒരുപാടുണ്ട്. എന്റെ മക്കളുമായി മല്ലിടുന്ന അനേകം അയൽവാസി കളുണ്ട്. അവരുടെ ശല്യം സഹിക്കവയ്യാത്തതിനാൽ അവരെ തല്ലി യൊതുക്കി നിർത്തിയിരിക്കുകയാണ്. ഇന്നത്തെ കാലത്ത് ആരെ യെങ്കിലും കൊല്ലാൻ പോയാൽ ആ കശ്മലന്മാർ നമ്മെ തിരിച്ചു തല്ലാൻ വരുന്ന അവസ്ഥയുണ്ട്. ശാശ്വതസമാധാനം വേണമെങ്കിൽ അവരുടെ ഭവനങ്ങൾ കയ്യേറി അവരെ കാട്ടിലേക്കോടിച്ചു വിടണം. എന്നിട്ട് സ്വന്തം മക്കളെ അവിടെ താമസിപ്പിക്കണം."

"അയ്യോ, അതു ദൈവം പൊറുക്കാത്ത മാനവ ദ്രോഹമല്ലേ?" മരണ ദേവൻ ചോദിച്ചു.

"എന്നാരു പറഞ്ഞു. ഒരു കണ്ണിന് രണ്ടു കണ്ണ്. ഒരു പല്ലിന് മുപ്പത്തി രണ്ടു പല്ല് എന്നത് അവന്റെതന്നെ പഴയ നിയമമാണ്." വൃദ്ധൻ ഒരു ദിവ്യനെപ്പോലെ അരുളിച്ചെയ്തു.

"അത്രയൊന്നും സമയം ലഭിച്ചില്ലെങ്കിലോ? ഉദാഹരണത്തിന് ഒരു വർഷം മാത്രമെങ്കിൽ?"

അതുകേട്ടപ്പോൾ വൃദ്ധന്റെ ബീഭത്സമുഖം അപ്പാടെ മാറി അവിടെ പുഞ്ചിരിയുടെ പൂനിലാവ് പരന്നു.

"എങ്കിൽ എന്റെ കൊച്ചു മകളുടെ വിവാഹം നാളെത്തന്നെ നടത്തും. പത്തുമാസം കഴിഞ്ഞവൾ പ്രസവിക്കും. പിന്നീടുള്ള രണ്ടുമാസം ആ കുഞ്ഞിനെ നെഞ്ചത്തുകിടത്തി തലയിൽ മുത്തമിട്ടും മടിയിലിരുത്തി മാറിൽ തലോടിയും ആ കുഞ്ഞുകൈകൾകൊണ്ട് എന്റെ കവിളുകൾ മാന്തിച്ചും കുഞ്ഞുകാലുകളാൽ എന്റെ ചങ്കിൽ ചവിട്ടിച്ചും കൈ ഉയർത്തു ന്നതും കാൽ ഉറക്കുന്നതും നോക്കിനിന്നും മനം നിറഞ്ഞും ആയുസ്സു തീർക്കും." വൃദ്ധൻ പ്രസന്നനായി.

"താങ്കളുടെ കാര്യത്തിലും ഈശ്വരൻ അതുതന്നെ ആഗ്രഹിക്കുന്നു. താങ്കളെ തോളിൽ നിർത്തിയും ഒക്കത്തിരുത്തിയും തഴുകാനും തലോടാനും തന്നിലലിയിക്കാനും അവനും കൊതിക്കുന്നു. പക്ഷേ പ്രശ്നം അതല്ല, ഇനിയും നിമിഷങ്ങൾമാത്രം താങ്കൾക്കുള്ളതിനാൽ ഇനിയിപ്പോൾ എന്തു ചെയ്യും?" അസ്റായേൽ ചോദിച്ചു.

"അയ്യോ, എനിക്ക് പ്രാർത്ഥിക്കണം. അവനോട് എല്ലാ തെറ്റുകളും ഏറ്റു പറഞ്ഞ് മാപ്പപേക്ഷിക്കണം. മേൽപറഞ്ഞ ദുരാഗ്രഹങ്ങളൊക്കെ ഞാൻ ഉപേക്ഷിച്ചിരിക്കുന്നു. ഒരു പാഠവും എനിക്കു പഠിപ്പിക്കാനില്ല. ഒരു കണക്കും എനിക്കു തീർക്കാനുമില്ല. ഞാൻ ജീവിക്കേണ്ട എന്നാണെങ്കിൽ എനിക്കു മരിക്കണം, മനുഷ്യനായി." അൽയഹീദ് വിലപിച്ചു.

അതുകണ്ടു മഹാദേവന്റെയും മനസ്സലിഞ്ഞു. അവൻ അസ്റായേലിനെ വിളിച്ചു പറഞ്ഞു:

"ഇപ്പറഞ്ഞതുപോലെ പത്തുവർഷവും ജീവിക്കാൻ തയ്യാറാണെങ്കിൽ അത്രസമയം അവനു നൽകുക. ആ മാതൃക ഭൂമിയിൽ നന്മയും നീതിയും മാനവസ്നേഹവും നിലനിർത്താനുതകും. അല്ലെങ്കിൽ അവനെ ഉടനെ ഇങ്ങോട്ടെടുക്കുക. ഇല്ലെങ്കിൽ ഭൂമിയിൽ ഹിംസയും പ്രതികാരവും മാനവ ദ്രോഹവും വ്യാപരിക്കും."

∎

വസ്തുതയും വിശ്വാസവും

പ്രവാചകപത്നിയായിരുന്ന ബീവി ഖദീജ ആരുടേയോ ക്ഷണം ലഭിച്ച തിനനുസരിച്ച് ഒരു വിദൂര യാത്രയ്ക്കൊരുങ്ങി. വിവരമറിഞ്ഞ മക്കയിലെ ചില വനിതകളും സഹചാരികളായി കൂടെക്കൂടി. അനേകം ഒട്ടകങ്ങളും കഴുതകളുമടങ്ങിയ അവരുടെ ഖാഫില യാത്രയ്ക്കിടയിൽ ഒരു തണൽ തോട്ടം കണ്ട് അല്പം വിശ്രമിക്കാനായി അവിടെയിറങ്ങി.

അപ്പോൾ കൂട്ടത്തിലെ രണ്ടുമൂന്നു സ്ത്രീകൾ ബീവിയുടെ അടുത്തെത്തി നാം എങ്ങോട്ടു പോകുന്നു എന്നു ചോദിച്ചു. തങ്ങൾ താമസിക്കാൻ ചെല്ലുന്ന ആ കുടുംബത്തിന്റെ പേര് ബീവി പറഞ്ഞു. അതുകേട്ട് അന്വേഷകർ ക്രുദ്ധരായി.

"എങ്കിൽ ഞങ്ങളില്ല. തലമുറകൾക്കു മുമ്പ് അവർ ഞങ്ങളുടെ കുടുംബത്തിന്റെ കൂടെ പങ്കുകച്ചവടം ചെയ്തിരുന്നവരാണ്. വ്യാപാരത്തിലുള്ള അവരുടെ മുടിഞ്ഞ സത്യസന്ധത കാരണം ഞങ്ങൾ അവരെ ഉപേക്ഷിച്ചു. അവരാണെങ്കിൽ തുലഞ്ഞു പോവുകയും ചെയ്തു." സ്ത്രീകൾ സ്ഥലം വിടാനൊരുങ്ങി.

അതുകഴിഞ്ഞപ്പോൾ വേറെ നാലഞ്ചു സഹചാരികൾ മഹതിയുടെ അടുത്തെത്തി സന്ദർശിക്കാൻ പോകുന്ന കുടുംബത്തെക്കുറിച്ചാരാഞ്ഞു. അവർ വിവരം പറഞ്ഞു. അതുകേട്ടപ്പോൾ ആ വനിതകൾക്ക് നീരസമായി.

"നൂറ്റാണ്ടുകൾക്കു മുമ്പ് ഞങ്ങളുടെ ആൾക്കാരും അവരും ഒന്നിച്ച് വ്യാപാര സംഘങ്ങൾക്ക് സായുധ അകമ്പടിക്കായി പോകുമായിരുന്നു. പക്ഷേ വിശുദ്ധമായ ഉപവാസ മാസത്തിൽ അവർ ആയുധമെടുക്കാൻ തയ്യാറാകുമായിരുന്നില്ല. അതിനാൽ അക്കാലത്ത് ഞങ്ങളുടെ ആൾക്കാർക്കു മാത്രമായിരുന്നു സുരക്ഷാചുമതല. ഈ ദൗർബല്യമറിയാവുന്ന കൊള്ളക്കാർ ഞങ്ങളുടെ ആളുകളെ കൊന്നൊടുക്കുകയും ചരക്കുകളുമായി കടന്നുകളയുകയും ചെയ്യുക പതിവായിരുന്നു. അവർ ചതിയന്മാരാണ്." യാത്രയിൽനിന്നും പിന്തിരിഞ്ഞുകൊണ്ട് ആ മഹിളകൾ വെളിപ്പെടുത്തി.

അപ്പോഴാണ് കൂടെ വന്നവരിൽനിന്നും ആറേഴു പേരടങ്ങിയ മൂന്നാമത്തെ സംഘം ബീവി ഖദീജാവിനെ സമീപിച്ചത്. അതേ ചോദ്യവും അതേ ഉത്തരവും കഴിഞ്ഞപ്പോൾ കൂടെ വന്നവർ അറിയിച്ചു:

"അവരുടെ ഭവനത്തിലേക്കു പോകാൻ ഞങ്ങൾ ഭയപ്പെടുന്നു. കാരണമുണ്ട്. നമ്മുടെ വീട്ടിലെങ്ങാനും ഒരുത്തൻ കുഷ്ഠരോഗിയായാൽ മറ്റുള്ളവരുടെ രക്ഷയെ കരുതി നാം ആ വ്യക്തിയെ മരുഭൂമിയിൽ

ഉപേക്ഷിക്കുകയാണല്ലോ പതിവ്. എന്നാൽ മറ്റുള്ളവരാൽ അങ്ങനെ ത്യജിക്കപ്പെട്ടവരെകൂടി തേടിപ്പിടിച്ച് സ്വന്തം വീട്ടിലേക്കു കൊണ്ടുപോയി ശുശ്രൂഷിക്കുകയും സംരക്ഷിക്കുകയും ചെയ്യുന്നവരാണവർ. അതിനാൽ അവരിൽതന്നെ പലരും ഇന്നു സ്വയം കുഷ്ഠരോഗികളാണ്. അവരുടെ സഹവാസം അതുകൊണ്ടാരും ഇഷ്ടപ്പെടുന്നില്ല."

പെട്ടെന്നാണ് സായുധരായ കുറേ ബദുക്കൾ അവരുടെ മുന്നിൽ ചാടി വീണത്. ആ കാട്ടുകൊള്ളക്കാർ മഹിളാസംഘത്തെ തങ്ങളുടെ വലയത്തിലാക്കി. എന്നിട്ട് അവരിൽ പ്രധാനികളെന്നു തോന്നിയ രണ്ടുമൂന്നു പേർ മുന്നോട്ടു വന്നു സംഘത്തിന്റെ യാത്രോദ്ദേശ്യം ചോദിച്ചു. മാതാ ഖദീജാവ് തങ്ങൾ സന്ദർശിക്കാൻ പോകുന്ന കുലത്തിന്റെ പേർ പറഞ്ഞു.

അതുകേട്ടു പ്രധാനികളിലൊരുത്തൻ പറഞ്ഞു: "അതു നന്നായി. നിങ്ങളുടെ നാഗരികതയിൽ ന്യായവിലയ്ക്ക് സാധനങ്ങൾ വിൽക്കുന്നവരാണവർ. അവർ പലിശ വാങ്ങാതെ ഞങ്ങൾക്കു കടം തരുന്നുണ്ട്."

രണ്ടാം പ്രമാണിക്കും മറ്റൊന്നല്ല പറയാനുണ്ടായിരുന്നത്. "അവർ യുദ്ധനിയമങ്ങൾ പാലിക്കുന്നവരാണ്. ഒരിക്കലും ഓർക്കാപ്പുറത്ത് ആക്രമിക്കുകയോ തിരിഞ്ഞു കുത്തുകയോ ചെയ്തിട്ടില്ല. അതിനാൽ കൊള്ളക്കാരായിട്ടും ഞങ്ങൾ അവരെ ഭയപ്പെടാതെ കഴിയുന്നു."

തുടർന്ന് മൂന്നാമത്തെ പ്രധാനിയും മറ്റു രണ്ടുപേരെ പിന്താങ്ങി: "ഞങ്ങൾ അവരോട് ഒരുപടി കടപ്പെട്ടിരിക്കുന്നു. കാരണം ഞങ്ങളുടെ ഗോത്രങ്ങളിലെ അശരണർക്കും വൃദ്ധർക്കും രോഗികൾക്കും അവരാണ് ആശ്രയം. അതിനാൽ ഞങ്ങൾ അല്ലലില്ലാതെ ഇങ്ങനെ അലയുന്നു."

അത്രയുമായപ്പോൾ പ്രവാചകപത്നി തന്റെ യാത്ര തുടരാനായി എഴുന്നേറ്റു. എന്നിട്ട് കൂടെ വരാൻ വിസമ്മതിച്ച മൂന്നു വിഭാഗങ്ങളെ ചൂണ്ടിക്കാട്ടി ബദുക്കളോട് അവർക്കു മക്കയിലേക്ക് തിരിച്ചു പോകാൻ സംരക്ഷണം നൽകണമെന്നാവശ്യപ്പെട്ടു. അപ്പോൾ അവർ ആ കാൽക്കൽ വീണു കരഞ്ഞു.

അതുകണ്ടു ബീവി ഖദീജാവ് മൊഴിഞ്ഞു: "നാം വസ്തുതകളെന്നു കരുതി വിദ്വേഷിക്കുന്നത് വെറും വിശ്വാസത്തെയാണ്. അവർ വെറും വിശ്വാസമെന്നു പരിഹസിച്ചു നിഷേധിക്കുന്നത് വസ്തുതകളേയും." ■

വിനാശം

മക്കളില്ലാതിരുന്ന ഒരു രാജാവ് മത്സരത്തിലൂടെ തന്റെ അനന്തരാ വകാശിയെ കണ്ടെത്താൻ തീരുമാനിച്ചു. വിളംബരം വഴി വിവരമറിഞ്ഞ അനേകം യുവാക്കൾ നിശ്ചിതദിവസം കൊട്ടാരമൈതാനത്ത് തടിച്ചുകൂടി. അവരിൽ പ്രഭുകുമാരന്മാരും പണ്ഡിതവരേണ്യന്മാരും വീരശൂര പരാക്രമി കളുമൊക്കെയുണ്ടായിരുന്നു. എങ്കിലും മത്സരത്തെക്കുറിച്ച് ഒരു സൂചനയും ലഭ്യമല്ലാത്തതിനാൽ അവരുടെയെല്ലാം മുഖത്ത് അങ്കലാപ്പ് കാണാമായിരുന്നു.

പ്രഖ്യാപിത സമയമായപ്പോൾ മന്ത്രി വന്ന് മത്സരത്തെക്കുറിച്ച് വിശദ വിവരം നൽകി. അതീവ ലളിതമായ പരീക്ഷയുടെ നിബന്ധനകളെക്കുറിച്ച് കേട്ടപ്പോൾ അവരുടെയൊക്കെ അങ്കലാപ്പ് അവിശ്വാസമായി മാറി.

"കൊട്ടാരോദ്യാനത്തിൽ കയറി പനിനീർപൂക്കളുടെ ദളങ്ങൾ ഓരോ ന്നായി പറിക്കണം. പൂക്കൾ ഒന്നിച്ച് മുറിച്ചെടുക്കുകയോ ഇലയ്ക്കും തണ്ടിനും മൊട്ടുകൾക്കും കേടുപാടുകൾ വരികയോ ചെയ്യരുത്. ചുരു ങ്ങിയ സമയം കൊണ്ട് പരമാവധി ഇതളുകൾ ശേഖരിച്ച് എണ്ണിത്തിട്ട പ്പെടുത്തി കൊണ്ടുവരണം. എണ്ണം പിഴച്ചാലും അപകടം പിണഞ്ഞാലും മത്സരത്തിൽ തോൽക്കും." മന്ത്രി ജനാവലിയെ ഓർമ്മപ്പെടുത്തി.

കൂടുതലൊന്നും ചോദിക്കാനും അറിയാനും നിൽക്കാതെ മന്ത്രി പറഞ്ഞു തീരുന്നതിനു മുമ്പുതന്നെ മത്സരാർത്ഥികളെല്ലാം കൊട്ടാര ത്തിലെ ഉദ്യാനത്തിലേക്കു കുതിച്ചിരുന്നു.

അനുവദിക്കപ്പെട്ട സമയം എത്രയാണെന്ന് പറഞ്ഞിരുന്നില്ലെങ്കിലും മണി മുഴങ്ങിയാൽ ഇതൾ ശേഖരണം നിർത്തണമെന്നായിരുന്നു ശട്ടം. അതു പ്രകാരം സമയം കഴിഞ്ഞപ്പോൾ തങ്ങൾ പറിച്ച പനിനീരിതളു കളുമായി ഓരോരുത്തരായി എത്തിത്തുടങ്ങി. അവരിൽനിന്നും എണ്ണം പിഴയ്ക്കാതെ പരമാവധി ശേഖരിച്ച കുറച്ചു പേരെ കണ്ടെത്തി രാജാ വിന്റെ മുമ്പിൽ ഹാജരാക്കി.

അദ്ദേഹം അവരുടെ കൈകൾ പരിശോധിക്കുകയും ചോദ്യങ്ങൾ ചോദിക്കുകയും ചെയ്തു. അവരെല്ലാം ഏറെക്കുറെ ചെടിയുടെ മുള്ളു കൊണ്ട് കൈകൾ മുറിഞ്ഞവരോ മുകുളങ്ങൾ നശിപ്പിച്ചവരോ ആയിരുന്നു. അനവധാനതയും അശ്രദ്ധയും കാരണം അയോഗ്യരായവരെയെല്ലാം പറഞ്ഞുവിട്ടപ്പോൾ ഒരുത്തൻ മാത്രം ബാക്കിയായി. അപ്പോൾ നിനക്കി തെങ്ങനെ കഴിഞ്ഞു എന്നു രാജാവ് ചോദിച്ചു. അവന്റെ മറുപടി ഇതാ യിരുന്നു:

"മലർവാടിയിലെത്തിയപ്പോൾ ഞാൻ മത്സരത്തെക്കുറിച്ച് മറന്നുപോയി. ഓർത്തത് രാജ്യത്തേയും അവിടുത്തെ പ്രജകളെയുമായിരുന്നു. നിരപരാധികളെ പീഡിപ്പിക്കരുത് എന്നോർത്തതുകൊണ്ട് ഒരു മൊട്ടും നശിപ്പിച്ചില്ല. ശത്രുക്കളെ പരിപൂർണ്ണമായി നശിപ്പിക്കാൻ കഴിയില്ല എന്നറിയാമായിരുന്നതിനാൽ അവരുടെ ആക്രമണത്തിൽ നിന്നും ഒഴിഞ്ഞുമാറുകയാണല്ലോ അഭികാമ്യം എന്നു തോന്നി. അതിനാൽ മുള്ളുകൾ കുത്തിയില്ല. ഓരോ പ്രജയ്ക്കും സംരക്ഷണം നൽകുകയാണ് രാജധർമ്മം എന്നോർത്തപ്പോൾ ഇതളുകളൊന്നും പൊഴിയാതെയും എണ്ണം തെറ്റാതെയും എത്തിക്കാൻ കഴിഞ്ഞു. പൂക്കളോടു തോന്നിയ സ്നേഹം കാരണം അവയൊന്നും പറിക്കാതെതന്നെ പരമാവധി ഇതളുകൾ കുറഞ്ഞ സമയത്തിനുള്ളിൽ കണ്ടെത്താൻ കഴിഞ്ഞു."

അതുകേട്ടു രാജാവ് അത്യധികം സന്തോഷിച്ചു എന്നു പറയേണ്ടതില്ലല്ലോ.

"തന്റെ രാജ്യത്തെ എന്നെന്നും സ്നേഹിക്കുകയും സംരക്ഷിക്കുകയും ചെയ്യേണ്ട ഒരു പൂവാടിയായും അതിലെ ചെടികളെ സമൂഹമായും പൂക്കളെ കുടുംബമായും ദലങ്ങളെ വ്യക്തികളായും കാണേണ്ടവനാണ് രാജാവ്. അതിൽ നീ വിജയിച്ചിരിക്കുന്നു. അതിനാൽ നിന്നെ അടുത്ത കിരീടാവകാശിയായി നാം പ്രഖ്യാപിക്കുന്നു." അരചൻ അറിയിച്ചു.

"വേണ്ട തിരുമനസ്സേ! അങ്ങേക്കു വിരോധമില്ലെങ്കിൽ അടിയനു ചെറിയൊരു ജോലി തന്നാൽ മതിയായിരുന്നു." യുവാവ് അപേക്ഷിച്ചു.

"പറയൂ, നിന്റെ ഇംഗിതം നടക്കട്ടെ."

"അങ്ങ് രാജകീയ ആരാമത്തിന്റെ ഉദ്യാനപാലകനായി ഇവനെ നിയമിച്ചാലും. അല്പനേരത്തേക്ക് അധികാരമോഹികൾ ആരാമത്തിൽ അഭിരമിച്ചപ്പോൾ അതിനുണ്ടായ അഘാതം അല്പമല്ല. അതിനാൽ അങ്ങ് ആ പണിയിൽ അടിയനെ ആക്കണം."

എല്ലാ അധികാരവും ദുഷിപ്പിക്കുന്നു. അതിരുകളില്ലാത്ത അധികാരം അറുതിയില്ലാതെ ദുഷിപ്പിക്കുന്നു. ഒരു തൂവൽ പൊഴിഞ്ഞു വീഴുമ്പോൾ കുരുവി കരയുന്നു. പോയതിനെ ഓർത്തല്ല, ബാക്കിയായതിനെ നിനച്ച്. അവയുടെ കൂടുന്ന ഭാരവും കുറയുന്ന ശേഷിയും ഓർത്ത്. ഓരോ വിനാശത്തിലും ഈശ്വരൻ വിതുമ്പുന്നു. കാരണം അവന്റേതായിരുന്നല്ലോ ആ പൊന്നോമനയെ സൃഷ്ടിച്ചു സംരക്ഷിക്കാനെടുത്ത തീരുമാനം.

■

നിനെപ്പതെല്ലാം

കേട്ടിട്ടില്ലേ, അറബിയും ഒട്ടകവും എന്ന കഥ. അതിശൈത്യകാലത്ത് മരുഭൂമിയിലെ തന്റെ തമ്പിൽ കഴിയുന്ന അറബിയോട് അദ്ദേഹത്തിന്റെ ഒട്ടകം ആദ്യം തന്റെ മുഖം ഒന്ന് അകത്തുവെക്കാനായി സമ്മതം ചോദിക്കുന്നു. പിന്നെ മുതലാളിയുടെ മഹാമനസ്കത മുതലെടുത്ത് ഒട്ടകം പൂർണ്ണമായും തമ്പിനകത്തും അറബി അപ്പോഴേക്കും പുറത്തെ മണൽ പരപ്പിലും ആയിക്കഴിഞ്ഞിരുന്നു. വലിയ ദാർശനിക മാനങ്ങളുള്ള കഥ.

ഒരു വനാന്തരത്തിൽ കുടിൽ കെട്ടി ഒരു ബ്രാഹ്മണൻ തന്റെ ഭാര്യയോടും കുഞ്ഞുമക്കളോടുമൊപ്പം പാർത്തിരുന്നു. കാടാണെങ്കിലും ആ വഴി വന്നും പോയും കൊണ്ടിരുന്ന പലരുമുണ്ടായിരുന്നു. ഒരു ദിവസം സന്ധ്യാനേരം കുടിലിന്റെ വാതിൽ കൊട്ടിയടച്ച് ബ്രാഹ്മണനും കുടുംബവും ഉറങ്ങാൻ തയ്യാറെടുക്കുമ്പോൾ പുറത്തൊരു കാൽപെരുമാറ്റം കേട്ടു പണ്ഡിറ്റ്ജി കതകു തുറന്നു.

"ക്ഷമിക്കണം. നാടുവാഴിയായ ക്ഷത്രിയനാണ് ഞാൻ. നായാട്ടിനായി കാട്ടിൽവന്ന് വഴിതെറ്റി അലഞ്ഞെത്തിയതാണ്. ജനപദത്തെ ഒരുപോലെ സംരക്ഷിക്കേണ്ടവനാണ് ക്ഷത്രിയനെന്ന് അറിയാഞ്ഞിട്ടല്ല. പക്ഷേ ഈ കാളരാത്രിയിൽ എനിക്കാണ് സംരക്ഷണം ആവശ്യമുള്ളത്." ആഗതൻ പറഞ്ഞു.

"അകത്തു തീർച്ചയായും ഒരാൾക്കു കൂടി സ്ഥലം കാണും. നമ്മെ തേടിയെത്തുന്ന ഏതു ഭവാനെയും ഭഗവാനെപ്പോലെ കാണുന്നതാണ് ബ്രാഹ്മണധർമ്മം. അതിഥി ദേവോ ഭവ." അതുപറഞ്ഞ് ആ കന്യാകുബ്ജൻ ക്ഷത്രിയനെ അകത്തേക്കു കൂട്ടിക്കൊണ്ടുപോയി.

സമയം അധികം കഴിഞ്ഞില്ല. കതക് ആരോ പിടിച്ചു കുലുക്കുന്നുണ്ട്. അതു മനസ്സിലാക്കി ബ്രാഹ്മണൻ കതകു തുറന്നു. അപ്പോൾ മുന്നിൽ നിൽക്കുന്നു മറ്റൊരാൾ.

"ഈ കാടു വഴി വ്യാപാരത്തിനായി അന്യദേശങ്ങളിലേക്കും തിരിച്ചും സഞ്ചരിക്കുന്ന ഒരു വൈശ്യനാണു ഞാൻ. എന്റെ കയ്യിലുള്ള സ്വർണ്ണവും രത്നവും തേടി കാട്ടുകള്ളന്മാർ ഏതു നിമിഷവും ഇവിടെ എത്തിയെന്നിരിക്കും. പക്ഷേ ഞാൻ ക്ഷമയോടെ വാതിലിൽ മുട്ടിക്കൊണ്ടിരുന്നിട്ടും താങ്കൾ കതകു തുറക്കാൻ അമാന്തിക്കുന്നല്ലോ." സന്ദർശകൻ നീരസം പ്രകടിപ്പിച്ചു.

“ക്ഷമിക്കണം. താങ്കൾ അകത്തുവന്നു വിശ്രമിക്കണം. അഭയം ആരായുന്നവർക്കെല്ലാം അന്വേഷണം നടത്താതെ അത്താണിയാകുന്നവനാണ് ബ്രാഹ്മണൻ. ആ കുലധർമ്മം പുലർത്താൻ അങ്ങെന്നെ അനുഗ്രഹിക്കണം.” അതുപറഞ്ഞ് പണ്ഡിറ്റ് ക്രുദ്ധനായ ബനിയയെ അകത്തേക്കു കൂട്ടിക്കൊണ്ടുപോയി.

അല്പനേരം കഴിഞ്ഞതേയുള്ളൂ. ഇപ്പോൾ ആരോ കതകു തല്ലിപ്പൊളിക്കാൻ ശ്രമിക്കുന്നുണ്ടെന്നു തോന്നി ബ്രാഹ്മണൻ വീണ്ടും പുറത്തിറങ്ങി. ഇനി ആരു വന്നാലും കുടിലിൽ സൂചികുത്താൻപോലും സ്ഥലമില്ലെന്ന് ഉറപ്പായിട്ടു തന്നെയാണ് നമ്പൂതിരി വെളിയിൽ വന്നത്.

“എന്നെ കണ്ടാൽ അറിയില്ലേ ഞാൻ കാടിന്റെ അധിപനായ ആദിമ ജാതിക്കാരനാണെന്ന്. നിങ്ങൾ ഞങ്ങളെ കൊള്ളക്കാരായ ക്രിമിനൽ ട്രൈബാണെന്നു പറഞ്ഞ് നാട്ടിൽനിന്ന് അടിച്ചോടിക്കും. പക്ഷേ അതു ഈ കാട്ടിൽ നടക്കില്ല.” സന്ദർശകൻ അട്ടഹസിച്ചു.

“അങ്ങനെ പറയരുത്. ഈ കുടിൽ അങ്ങേക്കു കൂടി അവകാശപ്പെട്ടതാണ്. പക്ഷേ ഇതിനകത്തു ഇനി പൂഴി വീഴാൻ കൂടി പഴുതില്ല. അതിനാൽ ഞാനും കുടുംബവും പുറത്തിറങ്ങുകയാണ്. സ്വയം ത്യജിച്ചും അപരനെ ആദരിക്കണമെന്നാണല്ലോ ബ്രാഹ്മണമതം.” അതുപറഞ്ഞ് പൂജാരി കുടുംബസമേതം അപ്പുറത്തെ ഒരു പാറക്കൂട്ടത്തിനകത്തേക്കു കയറി.

അവർ ആരും കാണാതെ അങ്ങനെ ഇരിക്കുമ്പോൾ അകലെനിന്ന് കേൾക്കാൻ തുടങ്ങിയ കുതിരക്കുളമ്പടികൾ അടുത്തെത്തി അനേകം സായുധർ ആ കുടിലിനെ വളഞ്ഞു. എന്നിട്ട് ആ പാതിരാവിൽ അകത്തു കിടന്നുറങ്ങിയിരുന്ന ക്ഷത്രിയനെ വലിച്ചു പുറത്തിട്ടു. “ഇവനാണ് നമ്മുടെ പ്രദേശത്തിനെതിരെ യുദ്ധം ചെയ്യാൻ തുനിഞ്ഞ നാടുവാഴി. ഇവന്റെ തല കൊയ്യൂ.” അവർ തമ്മിൽ തമ്മിൽ പറഞ്ഞു.

അതു കഴിഞ്ഞപ്പോൾ വൈശ്യന്റെ ഊഴമായി. “ഈ ശുംഭന്റെ കുംഭ കുത്തിക്കീറുക. നമ്മുടെ രാജ്യത്തുനിന്നും കള്ളം പറഞ്ഞും ചതിച്ചും ഇവൻ കൈക്കലാക്കിയ സ്വർണ്ണം വയറിനകത്ത് ഒളിപ്പിച്ചു കാണും.” സായുധരിൽ പ്രമുഖൻ പ്രഖ്യാപിച്ചു.

തങ്ങളുടെ നാട്ടിൽ കൊള്ളനടത്തി കാട്ടിൽ അഭയം തേടുന്ന ആദിമ ജാതിക്കാരനെ അവർ കണ്ണുപിഴുത് കാലിൽ കയർ കെട്ടി കുത്തനെ കെട്ടിത്തൂക്കി.

“മൂലയിലിരിക്കുന്ന വിഗ്രഹം കണ്ടില്ലേ? ഇതൊരു ബ്രാഹ്മണന്റെ

കുടിലാണെന്നു വ്യക്തം. ശത്രുക്കൾക്കു അഭയം നൽകിയ ആ സൽ ക്കർമ്മിയെ മുക്കാലിയിൽ കെട്ടി അടിക്കേണ്ടതല്ലേ?"

സേനാംഗങ്ങളിൽ ആരോ പറഞ്ഞതു കേട്ടു പാറപ്പൊത്തിലിരുന്ന പൂജാരിയും പരിവാരവും പേടിച്ചു വിറച്ചു.

അപ്പോൾ സേനാപ്രമുഖൻ പറയുകയാണ്:

"മൂലയിലിരിക്കുന്ന ഭഗവാനാണ് നമ്മെ ഇങ്ങോട്ടു നയിച്ചത്. ശത്രു ക്കളെ നമുക്കായി സ്വരൂപിച്ചു നിർത്തിയതു ആ ചിത്പവൻ ബ്രാഹ്മണനും. അതിനാൽ കാടു മുഴുവൻ തിരഞ്ഞ് അയാളെ കണ്ടുപിടിക്കുക. എന്നിട്ടു വേണം നാൽപതു പശുക്കളെ തിരുമേനിക്കു ദാനം ചെയ്യാൻ."

സർവ്വാധികാരം

ഒരു തസ്കരൻ കാട്ടിൽ കയറി ഒരു ചെറുകുരങ്ങിനെ പിടിച്ചുവളർത്തി തന്റെ മോഷണവിദ്യയിൽ നല്ല പരിശീലനം നൽകി. പിന്നീട് ആ വാനരനു മായിട്ടായിരുന്നു അവന്റെ രാത്രി മോഷണങ്ങളെല്ലാം. കുരങ്ങന് ഇരുട്ടിൽ കാഴ്ച കൂടും. അവൻ എവിടെയും അള്ളിപ്പിടിച്ചു കയറും. ഏതു ചെറു ദ്വാരത്തിലൂടെയും അകത്തു പ്രവേശിക്കും.

ഒരു രാത്രിയിൽ തസ്കേകരനും മർക്കടനും ഇരുട്ടിൽ തപ്പിനടന്ന് പറ്റിയ ഒരു വീടു കണ്ടെത്തി. കുരങ്ങൻ ശയനമുറിയിലെ കട്ടിലിനടിയി ലുള്ള ഓവിലൂടെ അകത്തു കയറി മേശമേൽ അഴിച്ചു വെച്ചിരുന്ന സ്വർണ്ണ മാല കൈക്കലാക്കി പുറത്തുചാടി. യഥാർത്ഥത്തിൽ അത് അന്നാട്ടിലെ മന്ത്രിയുടെ ഭവനമായിരുന്നു. മാലയിലെ പതക്കം അദ്ദേഹത്തിന്റെ ഔദ്യോഗിക ചിഹ്നം കൊത്തിയതും.

വീട്ടിലെത്തിയ മോഷ്ടാവിന്റെ കയ്യിലെ മാല അവന്റെ വിവേകമതി യായ ഭാര്യ കണ്ടു. ഉടനെ അവൾ താക്കീതു ചെയ്തു. "അങ്ങു സൂക്ഷി ക്കണം. ഇതു മന്ത്രിയുടെ മാലയാണെന്ന് ആർക്കും വ്യക്തമാണ്. അതിനാൽ ബസാറിൽ വിൽക്കാൻ ശ്രമിച്ചാൽ അങ്ങ് പിടിക്കപ്പെടുമെന്ന തിൽ സംശയമില്ല."

സംഗതിയുടെ ഗൗരവം ബോധ്യമായ കള്ളൻ അതിനൊരു പോംവഴി കണ്ടെത്തി. ഇതിനകം മാല നഷ്ടപ്പെട്ട വിവരം മന്ത്രി മനസ്സിലാക്കുകയും ബന്ധപ്പെട്ടവർ അന്വേഷണം തുടങ്ങുകയും ചെയ്തിരിക്കുന്നു. എങ്കിലും മോഷ്ടാവിനെക്കുറിച്ച് ഒരു തുമ്പോ അവൻ കയറിയിറങ്ങിയ വഴിയോ അവർക്ക് അജ്ഞാതമായിരിക്കും. അതു ബോധ്യമായ തിരുടൻ കുരങ്ങനു മറ്റൊരു സൂത്രം പഠിപ്പിച്ചുകൊടുത്തു.

അതുപ്രകാരം അന്നു രാത്രിയിൽതന്നെ തസ്ക്കരനും വാനരനും വീണ്ടും മന്ത്രിമന്ദിരത്തിലെത്തി. ആരും ശ്രദ്ധിക്കാത്ത പഴയ വഴിയേ തന്നെ കുരങ്ങൻ മന്ത്രിയുടെ കിടപ്പറയിലെ മേശപ്പുറത്തു കയറി. എന്നിട്ട് അവിടെയുണ്ടായിരുന്ന കണ്ണാടി തറയിലെറിഞ്ഞു പൊട്ടിച്ചു.

ആ ഒച്ചയും ബഹളവും കേട്ട് ഉറക്കമുണർന്ന മന്ത്രി മേശമേൽ ഒരു കുരങ്ങനിരിക്കുന്നതു കണ്ടു. ആ നിരീക്ഷണമായിരുന്നു കുരങ്ങന്റെ ആവശ്യവും. മന്ത്രി ആ വികൃതിയെപ്പിടിക്കാൻ ചാടിയെണീക്കുന്നതിനിടെ അവൻ മേശമേലിരുന്ന പണസഞ്ചിയും കൈക്കലാക്കി മേൽക്കൂര യിലേക്കു ചാടിക്കയറി പുറത്തെത്തി. പണസഞ്ചിയിൽ കാര്യമായ പണ മൊന്നും ഇല്ലായിരുന്നു എന്ന ആശ്വാസം മാത്രമല്ല, കള്ളനെ തിരിച്ചറി ഞ്ഞല്ലോ എന്ന സന്തോഷം കൂടിയുണ്ടായിരുന്നു അന്നേരം മന്ത്രിക്ക്.

ഒരു കുരങ്ങനാണ് മോഷ്ടാവെന്ന് മന്ത്രിയെ വിശ്വസിപ്പിക്കുക എന്ന തസ്കരന്റെ സൂത്രം അങ്ങനെ ഫലിച്ചു. ഇനിയിപ്പോൾ വീടുകളിലെ പരിശോധന നിർത്തി അധികാരികൾ കാടുകയറിക്കൊള്ളും.

കുരങ്ങനുമായി സുരക്ഷിതമായി വീട്ടിലെത്തിയ കള്ളൻ ഭാര്യയെ വിളിച്ച് നടന്നതൊക്കെ അറിയിച്ചു. എന്നിട്ട് തന്റെ ഭാവിതന്ത്രവും വിശദീകരിച്ചു.

“നീ നോക്കിക്കോ. കളഞ്ഞുകിട്ടിയതെന്ന ഭാവേന ഇതു ഞാൻ സചിവനു തിരിച്ചുകൊടുക്കുകയാണ്. അതോടെ ഈ മാലയ്ക്കു തുല്യമായ സ്വർണ്ണമെങ്കിലും മന്ത്രിയിൽ നിന്നും പാരിതോഷികമായി എനിക്കു ലഭിക്കും. പട്ടും വളയും വേറേയും.” അവൻ വീമ്പിളക്കി. അതു കേട്ടു ബുദ്ധിമതിയായ അവൾ ഭർത്താവിനെ വീണ്ടും ഗുണദോഷിച്ചു.

“അങ്ങ് അധികാരികളുമായാണ് ഇടപെടുന്നത്. അധികാരികൾ സൂര്യനെപ്പോലെയാണ്. അടുത്തുചെന്നാൽ ഭസ്മമാക്കും. ദൂരെപ്പോയാൽ വിറങ്ങലിച്ചു ചാകും. അതുകൊണ്ട് നിശ്ചിത അകലം പാലിക്കുന്നതാണ് ബുദ്ധി. അതിനാൽ അപകടത്തിൽപെടാതെ സൂക്ഷിക്കണം.”

അതിനൊന്നും അത്ര പരിഗണന കൊടുക്കാതെ അടുത്തൊരു ദിവസം തിരുടൻ മന്ത്രിമന്ദിരത്തിലെത്തി. കയ്യിൽ പാതിമുറിച്ചെടുത്ത് ബാക്കിയായ മാലയുമുണ്ടായിരുന്നു.

“പ്രഭോ, ഇന്നലെ അടിയൻ എന്നെത്തേയും പോലെ തേൻ ശേഖരിക്കാൻ കാട്ടിൽ പോയതായിരുന്നു. അവിടെ ഒരു മരത്തിൽ കയറിയപ്പോൾ തേനീച്ചക്കൂടിനടുത്തായി തേൻ കുടിച്ചു മത്തുപിടിച്ച ഒരു കുരങ്ങനിരിക്കുന്നു. അവന്റെ കയ്യിൽ മുറിഞ്ഞുപോയ ഈ മാലക്കഷണം ഇരിക്കുന്നതുകണ്ട് ഒരേറു കൊടുത്തപ്പോൾ അവൻ ഇതുപേക്ഷിച്ച് ഓടി മറഞ്ഞു. ഇതുമായി നാട്ടിലെത്തിയപ്പോഴാണ് ഇവിടുത്തെ മാല മോഷണംപോയ വിളംബരം കേട്ടറിഞ്ഞത്. അങ്ങനെ വന്നതാണ്.” കള്ളൻ ഭവ്യത അഭിനയിച്ച് അറിയിച്ചു.

അതുകേട്ട് മന്ത്രി മാലക്കഷണം കയ്യിലെടുത്ത് പരിശോധിച്ചു. എന്നിട്ട് അതവനുതന്നെ തിരിച്ചുകൊടുത്തു.

“ഇതു നിനക്കു തന്നെയിരിക്കട്ടെ. ഒരു മന്ത്രിയും അന്യന്റെ കയ്യിലെ ശേഷിപ്പുകൾ സ്വീകരിക്കുകയില്ല.”

മന്ത്രിയുടെ പ്രസ്താവന കേട്ടു മോഷ്ടാവ് സന്തോഷിക്കാൻ തുടങ്ങുമ്പോൾ അദ്ദേഹം കൂട്ടിച്ചേർത്തു:

“അതിനാൽ എനിക്കാവശ്യം ആ കള്ളക്കുരങ്ങനെയാണ്. അവന്റെ അപരാധത്തിനുള്ള ശിക്ഷ വധശിക്ഷയാണ്. അതവനു ലഭിക്കണം. അവനെ കിട്ടിയില്ലെങ്കിൽ ആ ശിക്ഷ നിനക്കു ലഭിക്കും. കുറ്റവാളിയെ

വെറുതെ വിട്ടതിന്. അതിനാൽ വാനരനെ കണ്ടുപിടിച്ച് ഉടനെയെത്തിക്കുക."

മന്ത്രിയുടെ ഓർക്കാപ്പുറത്തെ കല്പനകേട്ടു കള്ളൻ ഞെട്ടിപ്പോയി. തന്റെ സഹപ്രവർത്തകനെ കുരുതി കൊടുത്താൽ കഞ്ഞികുടി മുട്ടും. അതാലോചിച്ച് അതീവ ദുഃഖിതനായാണ് അവൻ വീട്ടിലെത്തിയത്.

മന്ത്രിമന്ദിരത്തിൽ നടന്നതൊക്കെ വിശദീകരിച്ചതിനു ശേഷം കള്ളൻ ഭാര്യയോട് പറഞ്ഞു: "നീ ആ കുരങ്ങനെ എടുത്തു താ. അവന്റെ തല പോയാലും എന്റെ തല കഴുത്തിൽതന്നെ കാണുമല്ലോ."

"നിങ്ങൾ മാലപൊട്ടിച്ചു മന്ത്രിമന്ദിരത്തിലേക്കു പോകുന്നതു കണ്ടപ്പോൾതന്നെ അവനു കാര്യം മനസ്സിലായിരിക്കണം. ഏതായാലും അവനുടനെ ചാടിപ്പോയി. ഇപ്പോൾ കൊടുങ്കാട്ടിലെത്തിക്കാണണം." അവൾ പറഞ്ഞു.

അതുകേട്ടു കള്ളന്റെ പഞ്ചേന്ദ്രിയങ്ങളും മരവിച്ചുപോയി. അതുകണ്ടു ഭാര്യ അവനെ ആശ്വസിപ്പിച്ചു. "അധികാരികളെക്കുറിച്ച് ഞാൻ പറഞ്ഞിരുന്നതല്ലേ. അവർ കഴുതകളാണ്. മുന്നിൽ നടന്നാൽ കുത്തിവീഴ്ത്തും. പിന്നിൽ നടന്നാൽ കാലുകൊണ്ട് തൊഴിക്കും. ഒപ്പം നടന്നാൽ കൊക്കയിലേക്ക് തള്ളിയിടും."

അടുത്തദിവസം അവൾ കാട്ടിൽ പോയി ഒരു കുരങ്ങനെ എങ്ങനെയെങ്കിലും കെണിവെച്ച് പിടിച്ച് അതിന്റെ നെഞ്ചിൽ അമ്പുകയറ്റിക്കൊന്ന് ഭർത്താവിനെയേൽപിച്ചു മന്ത്രിയുടെ അടുത്തേക്കയച്ചു. അവൻ വാനരശവവുമായി അവിടെയെത്തി അറിയിച്ചു:

"പ്രഭോ, ഇതാണ് ആ വികൃതിക്കുരങ്ങൻ. ഇവൻ ഇന്നും അതേ തേനീച്ചക്കൂടിനടുത്തുതന്നെ മത്തുപിടിച്ചിരിക്കുകയായിരുന്നു. എറിഞ്ഞാൽ ചാടിപ്പോകുമെന്നു കരുതി അമ്പെയ്തു. അതിലവൻ ചത്തുപോയി."

അതു മന്ത്രിക്കു സ്വീകാര്യമായിരുന്നില്ല. "ഇവനെ എനിക്കു ജീവനോടെ വേണം. എന്നിട്ടു വിചാരണ ചെയ്യണം. കാരണം ഇവൻ തന്നെയാണോ വീട്ടിൽ കയറിയതും മാല മോഷ്ടിച്ചതും കണ്ണാടി എറിഞ്ഞുടച്ചതും മേൽക്കൂരമേൽ ചാടിക്കയറിയതും എന്നുറപ്പാക്കേണ്ടതുണ്ട്." മന്ത്രിയുടെ ആജ്ഞകേട്ട് സപ്തനാഡികളും തളർന്ന് തസ്കരൻ താഴെ വീണു.

അധികാരം അനീതിയാണ്. അമിതാധികാരം അക്രമവും അത്യാധികാരം അത്യാചാരവും ആകുന്നു.

■

നേട്ടവും നഷ്ടവും

ദാഹിച്ചു വലഞ്ഞ് ഒരു മലവഴി വരുന്ന ഒരുവൻ മലയിടുക്കിൽ പെട്ടെന്ന് ഒരു ഗുഹ കണ്ട് അതിനകത്തേക്കു കയറിപ്പോയി. അതിനുള്ളിൽ തിന്നാനോ കുടിക്കാനോ വല്ലതും കണ്ടേക്കും എന്നു മാത്രമായിരുന്നു അപ്പോൾ അവന്റെ വിചാരം.

അധികമൊന്നും നടക്കുന്നതിനു മുമ്പുതന്നെ ആ യുവാവ് അതി വിശാലവും ദീപ്തവുമായ ഒരു തളത്തിലെത്തി അതിനു ചുറ്റുമുള്ള മനോഹര മണ്ഡപങ്ങൾക്കൊന്നിനടുത്തേക്കു നടന്നു. അപ്പോഴാണ് മനസ്സിലായത്, അവിടെ പത്തിരുപതുപേർ ഇരുന്ന് ചൂതുകളിക്കുകയാണെന്ന്.

അല്പനേരം അവരുടെ കളി നോക്കിനിന്നപ്പോൾ പാർത്ഥനു ഒരു കാര്യം മനസ്സിലായി. അവർ ശതകോടികളുടേയും സഹസ്രകോടികളു ടേയും കളിയിലാണ് ഏർപ്പെട്ടിരിക്കുന്നത്. പക്ഷേ ജയിക്കുന്നവർ അത്ര സമർത്ഥരൊന്നുമല്ല. അത്രവലിയ തന്ത്രങ്ങളും അടവുകളുമൊന്നും പയറ്റി യല്ല അവർ സമ്പാദിക്കുന്നതും. കുശാഗ്രബുദ്ധിയുള്ള പലരും തോൽ ക്കാൻ ശ്രമിക്കുന്നതുപോലെ. മാത്രവുമല്ല അങ്ങനെ പരാജയപ്പെടുന്ന തിൽ അവർ ആശ്വസിക്കുന്നുണ്ടോ എന്നുപോലും പാർത്ഥൻ സംശയിച്ചു.

താനും ഒരു കൈ നോക്കിയാലോ എന്നു ചിന്തിക്കുന്നതിനിടെ അവരിൽ പ്രായം കൂടിയ നരയൻ അവനെ സ്വാഗതം ചെയ്തു: "സുഹൃത്തേ, നിങ്ങൾക്കും ചേരാം. നിമിഷനേരം കൊണ്ട് ആയിരം കോടി ഉണ്ടാക്കുകയും ആവാം."

"പക്ഷേ നിങ്ങൾ നിരന്തരം തോറ്റുകൊണ്ടിരിക്കുന്നതാണല്ലോ കാണു ന്നത്. ലക്ഷവും കോടിയും പോയിട്ട് നിങ്ങളുടെ കയ്യിൽ ഇപ്പോൾ ആയിരം പോലും കാണണമെന്നില്ല." പാർത്ഥൻ നരയനെ ചോദ്യം ചെയ്തു. അവൻ അതുവരേയും ആ കിഴവനെത്തന്നെ ശ്രദ്ധിക്കുകയായിരുന്നു.

"ശരിയാണ്. എന്റെ കയ്യിൽ ഇപ്പോൾ നൂറേയുള്ളൂ. എത്ര ശ്രമിച്ചിട്ടും അതിൽനിന്നും കുറക്കാൻ മനസ്സ് സമ്മതിക്കുന്നില്ല, ദശാബ്ദങ്ങൾ കളിച്ചിട്ടും." അയാൾ പശ്ചാത്തപിച്ചുകൊണ്ടു പറഞ്ഞു.

അങ്ങനെയാണെങ്കിൽ തനിക്ക് ഒരു കോടിയെങ്കിലുമുണ്ടാക്കാൻ എത്ര വർഷം വേണ്ടിവരും എന്നു ചിന്തിക്കുകയായിരുന്നു ആ യുവാവ്. അതു മനസ്സിലാക്കിയിട്ടെന്നവണ്ണം കട്ടിമീശവെച്ച ഒരു ചെറുപ്പക്കാരൻ പറഞ്ഞു:

"ഞാൻ ഇക്കഴിഞ്ഞ ആഴ്ചയേ ഇവിടെ എത്തിയുള്ളൂ. ഇതിനകം തന്നെ നൂറുകോടി കവിഞ്ഞു." എന്നിട്ടയാൾ രഹസ്യമായി കൂട്ടിച്ചേർത്തു.

"ഇവിടെയുള്ള പഴയ കളിക്കാരൊക്കെ മണ്ടന്മാരാണ്. അവർ തോറ്റു കൊടുക്കാൻ മെനക്കെടുകയാണെന്നു തോന്നും. അതിനാൽ നിങ്ങളും കൂടിക്കോ. ഒരു പുത്തനും ഇറക്കാതെയുള്ള കളിയല്ലേ. നഷ്ടപ്പെടാനൊന്നു മില്ലല്ലോ."

കട്ടിമീശയുടെ പ്രോത്സാഹനം കാര്യമായെടുത്തുകൊണ്ട് പാർത്ഥൻ ഒരു കൈ നോക്കാൻ അവർക്കിടയിൽ തിരക്കിയിരുന്നു. ആഴ്ചകൾ അധികമൊന്നും കഴിഞ്ഞില്ല, അതിനിടയിൽതന്നെ അവൻ സഹസ്രകോടി സ്വായത്തമാക്കി. അപ്പോഴും വിശാലമായ ആ ഗുഹാതളത്തിലേക്ക് അനേകർ വന്നുകൊണ്ടിരുന്നു. അവരെല്ലാം എണ്ണമറ്റ മണ്ഡപങ്ങളിൽ കയറി കളിക്കുന്നു. ഒരിക്കലും തോൽക്കാതെ അളവറ്റ സ്വത്ത് സമ്പാദിക്കുകയും ചെയ്യുന്നു.

പക്ഷേ അതിവിചിത്രമായ കാര്യം അതായിരുന്നില്ല. ഗുഹാതളം വിടാൻ പരിശ്രമിക്കുന്ന എല്ലാവരുടേയും കയ്യിൽ ഒട്ടും സമ്പാദ്യമില്ലായിരുന്നു. എല്ലാം തോറ്റു തുലച്ചിട്ടാണ് അവർ അവിടം വിട്ടുപോകുന്നതിനെക്കുറിച്ച് ചിന്തിച്ചിരുന്നതുതന്നെ. കീശയിൽ ഒരു ചക്രംപോലും ശേഷിക്കാതാവുന്നവർ വിജയഭേരി മുഴക്കി കയ്യും വീശി ഗുഹയിൽ നിന്നും ഒരു സ്വർണ്ണവാതിൽ വഴി പുറത്തിറങ്ങും.

ഒരിക്കൽ വടികുത്തി നടക്കുന്ന ഒരു വൃദ്ധൻ പറഞ്ഞു: "ഞാൻ ദാഹിച്ചു വിശന്നു ഗുഹയിലെത്തുമ്പോൾ നിങ്ങളെപ്പോലെത്തന്നെ ചെറുപ്പമായിരുന്നു. നീണ്ട വർഷങ്ങൾകൊണ്ട് കോടാനുകോടികൾ ഉണ്ടാക്കി. മിക്ക മണ്ഡപങ്ങളിലും ജയിച്ചു കളിച്ചു. എത്രയോ പരിചയ സമ്പന്നന്മാരേയും പ്രായം കൂടിയവരേയും തോൽപിച്ചു. സത്യത്തിൽ അവരൊക്കെ എനിക്കു തോറ്റു തരികയായിരുന്നു. അതങ്ങനെ തുടർന്നപ്പോൾ എനിക്കും തോന്നാൻ തുടങ്ങി, ഇതു തോറ്റു കൊടുക്കാനുള്ള കളിയാണെന്ന്. അങ്ങനെ വളരെ പരിശ്രമിച്ചും കാലം കുറേയെടുത്തും ഞാൻ തോറ്റു തോറ്റ് ഇപ്പോൾ ഇവിടെയെത്തി." അതു പറഞ്ഞ് വൃദ്ധൻ തന്റെ കൈയിൽ ബാക്കി വന്ന ഒരു പണം എടുത്തു കാണിച്ചു. എന്നിട്ടയാൾ ദയനീയമായി കൂട്ടിച്ചേർത്തു: "നിങ്ങൾ എനിക്കെതിരെ കളിക്കുമോ? എന്നിട്ട് എന്നെ ദയവായി തോല്പിച്ച് ഇതുകൂടി കൈക്കലാക്കുമോ?"

അതുകേട്ട് ആഗതൻ ഞെട്ടിപ്പോയി. ഇവിടെ നഷ്ടമാണ് നേട്ടമെങ്കിൽ തനിക്കും അതിനു സമയമായി എന്നവനു തോന്നാൻ തുടങ്ങി. പുതുതായി എത്തുന്ന ചെറുപ്പക്കാരുമായി കളിച്ചാലേ തോൽക്കാൻ കഴിയൂ.

സലാം എലിക്കോട്ടിൽ | 133

അതിസമർത്ഥരായ പരിചയസമ്പന്നർ നോവീസുകളായ എതിരാളികളെ ജയിപ്പിച്ചുകൊണ്ടേയിരിക്കും.

ഒരു ദിവസം പടുകിഴവൻ വടിയും കുത്തി ഇടനാഴിയിലൂടെ നടക്കുന്നതു കണ്ട് പാർത്ഥൻ കൂടെക്കൂടി. "ബാക്കി വന്ന ആ ഒറ്റച്ചക്രം വലിച്ചെറിഞ്ഞുകൂടെ?" അവൻ ചോദിച്ചു. അതു വൃദ്ധനെ അത്ഭുതപ്പെടുത്തി: "ഇവിടെ നേടുന്നതും നഷ്ടപ്പെടുന്നതും വാതുവെപ്പിലൂടെ മാത്രം. വലിച്ചെറിഞ്ഞാൽ പോകുന്നതോ കട്ടെടുത്താൽ കിട്ടുന്നതോ അല്ല ഈ ഗുഹയിലെ സമ്പാദ്യം."

അതുകേട്ടതോടെ താൻ ഇനി ആരേയും പരാജയപ്പെടുത്തുകയില്ലെന്ന് അവൻ തീരുമാനിച്ചു. മാത്രവുമല്ല, തന്നെ തോല്പിക്കാൻ പറ്റിയ നവാഗതരെ തേടി അലയാനും തുടങ്ങി. "അത്തരം ഒരു യുവാവിനെ കിട്ടിയാൽ എനിക്കെതിരെ ഒരൊറ്റക്കളിക്കായി വിട്ടുതരിക. അവനെ എങ്ങനെയെങ്കിലും ജയിപ്പിച്ചിട്ടു വേണം ഈ ഒറ്റപ്പണവും നഷ്ടപ്പെടുത്തി എനിക്ക് ഗുഹ വിട്ടുപോകാൻ." വൃദ്ധൻ അഭ്യർത്ഥിച്ചു.

ആ വാക്കുകൾ സന്ദർശകനെ ആശ്ചര്യപ്പെടുത്തി. അതു മനസ്സിലാക്കി കിഴവൻ വിശദീകരിച്ചു. നിങ്ങളുടെ കയ്യിൽ ഒരൊറ്റപ്പണം ബാക്കിയുണ്ടെങ്കിൽ പോലും ഗുഹാമുഖം തുറക്കില്ല. നിസ്വന്മാർക്കേ മോക്ഷമുള്ളൂ എന്നു പറയുന്നതുപോലെയാണത്. നമ്മളെല്ലാം അടിവാരത്തു നിന്നും മലകയറാൻ തുടങ്ങിയവരാണ്. സ്വന്തം നാട്ടിലേക്കുള്ള പ്രയാണത്തിൽ, നാം വിശപ്പും ദാഹവും ചെറുക്കാനാവാതെ ഗുഹയിൽ കടന്ന് അതിൽ കുടുങ്ങി. വിവേകികളായ എത്രയോപേർ ഈ മായാവലയം തൃണവൽഗണിച്ച് മലകയറി നാട്ടിലെത്തി ഉത്തുംഗശൃംഗത്തിൽ വിലയം പ്രാപിച്ചു."

"എങ്കിൽ ഞാൻ അങ്ങയെ തോല്പിക്കാം. അങ്ങനെ ആ ചക്രം എന്റേതാകുമ്പോൾ അങ്ങേക്കായി പാറ തുറക്കുമല്ലോ. പക്ഷേ ഒരു കാര്യം. പോകുന്നതിനു മുമ്പ് ആ ഊന്നുവടികൂടി എനിക്കു തരണം. പ്രായമാകുമ്പോൾ കുത്തി നടക്കാനാണ്."

അതുകേട്ടു വൃദ്ധന്റെ നേത്രങ്ങളിൽ അഗ്നിജ്വാലയുയർന്നു: "അപ്പോൾ നിനക്കെന്നെ മനസ്സിലായിട്ടില്ലെന്നു തോന്നുന്നു. നിന്നെ ആദ്യമായി കളിയിലേക്കു ക്ഷണിച്ച അന്നത്തെ നരയനാണു ഞാൻ. ഞാൻ എന്റെ സാമ്രാജ്യത്തിലേക്കു അന്തേവാസികളെ ക്ഷണിച്ചുകൊണ്ടേയിരിക്കുന്നു. സഹസ്രകോടീശ്വരനായ നീ ഇവിടെ വസിക്കാൻ സർവഥാ യോഗ്യനാണ്."

അതു പറഞ്ഞ് വൃദ്ധൻ ആഗതന്റെ നേരെ മുന്നിലുള്ള അഗാധ ഗർത്തം കാണിച്ചുകൊടുത്തു. "ഈ വഴി കോടിക്കണക്കിനു പേർ വസിക്കുന്നിട ത്തേക്കുള്ളതാണ്. കോടീശ്വരന്മാർക്കു കഴിയാനുള്ള ഇടം. അടുത്തത് നിന്റെ ഊഴമാണ്."

അത്രയും അറിയിച്ച് സാത്താൻ പാർത്ഥന്റെ നേർക്കു വടിയോങ്ങി. അപ്പോഴും പാറ പിളർന്ന് അനേകർ ദുനിയാവിലേക്കു പ്രവേശിച്ചു കൊണ്ടേയിരുന്നു. ആ പ്രഭാപൂരിത മണ്ഡപങ്ങളിൽ സഹസ്രസകോടികളുടെ കളിക്കിരുന്നുകൊണ്ടുമിരുന്നു. ഇവിടെനിന്നു നേടിയതുകൊണ്ടു വേണമല്ലോ അവർക്കവിടെ നരകം സ്വന്തമാക്കാൻ.

■

അന്ധന്മാർ

ഒരു മഹർഷിക്ക് ശിഷ്യന്മാർ അഞ്ചായിരുന്നു. ഏറെക്കുറെ മണ്ടന്മാർ. അവർ അഞ്ചുവർഷം ഗുരുവിനു കഞ്ഞിവെച്ചും കാലു കഴുകിക്കൊടുത്തും പലതും പഠിച്ചു. അവസാനം ശിക്ഷണം പൂർത്തിയാക്കി തിരിച്ചുപോകാൻ നേരം അവർ ഗുരുവിനോട് ഒരു അന്തിമോപദേശം തേടി. അതുകേട്ട് അദ്ദേഹം മൊഴിഞ്ഞു:

"എല്ലാ ചൈതന്യത്തിന്റേയും പിന്നിൽ ഊർജ്ജമെന്നതുപോലെ, എല്ലാ സത്യത്തിന്റേയും പിന്നിൽ ഈശ്വരനെന്നതുപോലെ, എല്ലാ ബന്ധങ്ങളുടേയും പിന്നിലുള്ളത് സ്നേഹമാകുന്നു. അതിനാൽ സദാ അക്കാര്യം ഓർക്കുക. നിങ്ങൾക്കു നല്ലതു വരട്ടെ." ഗുരു ശിഷ്യന്മാരെ അനുഗ്രഹിച്ച് യാത്രയാക്കി.

പ്രത്യേകം പറയേണ്ടതില്ലാത്തതുപോലെ വലിയൊരു കാടും കടന്നു വേണമായിരുന്നു അവർക്ക് താന്താങ്ങളുടെ നാടുകളിൽ തിരിച്ചെത്താൻ. കാനനപ്പാതയിലൂടെയാകുമ്പോൾ ആരും വരില്ലല്ലോ നമ്മുടെകൂടെ. അങ്ങനെ കുറേയേറെ നടന്നപ്പോൾ മുന്നിലതാ വഴിതടഞ്ഞ് ഒരു പെൺ പുലി കിടക്കുന്നു. അതിന്റെ ഒട്ടിയ വയറും കുഴിഞ്ഞ കണ്ണുകളും കണ്ടപ്പോൾ മുന്നിൽ നടക്കുന്ന ഒന്നാമനു കാര്യം പിടികിട്ടി.

"എല്ലാം ചൈതന്യത്തിന്റേയും പിന്നിൽ ഊർജ്ജമാണെന്നറിയാമല്ലോ. അനേക ദിവസങ്ങളായിട്ട് പട്ടിണി കിടക്കുന്ന ഈ പെൺപുലിക്ക് മുല യൂട്ടാൻ പോലുമുള്ള ശേഷി കാണുന്നില്ല, അതിനുടനെ തീറ്റ വേണം." ഒന്നാമൻ കരഞ്ഞു. മറ്റുള്ളവരും അതേ അഭിപ്രായക്കാരായിരുന്നു. ജീവ ജാലങ്ങൾ തമ്മിലുള്ള ബന്ധത്തിന്റെ അടിസ്ഥാനം സ്നേഹമായിരിക്കണ മല്ലോ. അതിനാൽ അയാൾ പുലിയുടെ കൂടെപ്പോയി.

ആ മഹാകർമ്മത്തെ വാനോളം വാഴ്ത്തി രണ്ടാമനും കൂട്ടരും തങ്ങളുടെ പ്രയാണം തുടർന്നു. അപ്പോഴുണ്ട് വഴിവക്കിലെ അരയാൽ ചുവട്ടിലിരുന്നു കുറേപേർ ചടുലമായ ചർച്ചയിലേർപ്പെട്ടിരിക്കുന്നു. മണ്ട ന്മാരെ കണ്ടപ്പോൾ ആ പരുക്കന്മാർ അവരെ മാടി വിളിച്ചു.

"ഞങ്ങളാണ് ഈ കാട്ടിലെ കൊള്ളക്കാർ. ഇന്നു രാത്രി രാജകൊട്ടാരം കൊള്ളയടിക്കാൻ തീരുമാനിച്ചിരിക്കുന്നു. അതിനാൽ കൊട്ടാരത്തിന്റെ ഉയർന്ന ചുറ്റുമതിലിൽ കയറി കയറേണിയുമായി അപ്പുറത്തേക്ക് ചാടാൻ തയ്യാറുള്ളവനെ വേണം." കൊള്ളത്തലവനെന്നു തോന്നിക്കുന്നയാൾ പറഞ്ഞു,

"അക്കാര്യം നിങ്ങളിൽ ഒരാൾക്കു ചെയ്തുകൂടെ?" രണ്ടാമൻ തിരിച്ചു ചോദിച്ചു.

'അതെങ്ങനെ? ജീവൻ പോകുമെന്നുറപ്പുള്ള പണിയാണ്." അവർ തുറന്നു പറഞ്ഞു.

"ത്യാഗത്തെപ്പോലെ മഹത്തരമായ ജീവിതോദ്ദേശം വേറെയില്ല. അത്തരമൊരവസരം പാഴാക്കുന്നവൻ മൂഢനാണ്. സായൂജ്യം വൃഥാ നിഷേധിക്കുന്നവനും." അതുപറഞ്ഞ് രണ്ടാമൻ കൊള്ളസംഘത്തിൽ ചേർന്നു.

അടുത്ത ദിവസം ഉറങ്ങിയുണർന്നു നടത്തം തുടർന്നപ്പോൾ ശേഷിച്ച മൂവർക്കെതിരെ ഒരു പട്ടാളസംഘം വരുന്നു. "ഇന്നലെ രാത്രി കൊട്ടാരം കൊള്ള ചെയ്ത ഒരു സംഘം ഈ വനത്തിലേക്കു കടന്നതായി വിവരം കിട്ടിയിട്ടുണ്ട്. അവരെക്കുറിച്ച് നിങ്ങൾക്ക് വല്ല അറിവും ഉണ്ടോ?" സായുധ രിൽ മുഖ്യനെന്നു തോന്നിച്ചയാൾ ചോദിച്ചു.

ശിഷ്യരിൽ മുന്നിലുള്ള മൂന്നാമൻ ആ ചോദ്യവും പ്രതീക്ഷിച്ചിരിക്കു ന്നതു പോലെ തോന്നി. അവർക്കറിയേണ്ട സത്യം തേടിപ്പിടിച്ചു കൊടു ക്കുക തന്നെയാണ് ഈശ്വരസാക്ഷാത്കാരത്തിനുള്ള ഉത്തമോപാധി, മൂന്നാമൻ തീരുമാനിച്ചു. എന്നിട്ടയാൾ പുലിമടയിലും പാമ്പിൻ മാളത്തിലും നത്തിന്റെ പൊത്തിലും തസ്കരരെ തപ്പാനായി സൈനികർക്കു മുന്നിൽ നടന്നു.

അങ്ങനെ നാലാമനും അഞ്ചാമനും മാത്രം ബാക്കിയായി. അപ്പോ ഴേക്കും അവർ കാനനം വിട്ട് ഒരു വഴിയോരഗ്രാമത്തിൽ എത്തിയിരുന്നു. പക്ഷേ വീടുകൾക്കു പുറത്താരെയും കാണാതെയിരുന്നപ്പോൾ നാലാമൻ ചില കുടിലുകളിൽ കയറി അന്വേഷിച്ച് തിരിച്ച് വന്നു.

"ഗ്രാമത്തെ വസൂരി ഗ്രസിച്ചിരിക്കുന്നു. ചൊള്ളയും ചപ്പട്ടയും വരാത്ത കുടുംബാംഗങ്ങൾ എല്ലാം അവരുടെ കിടപ്പിലായ ഉറ്റവരേയും ഉടയ വരേയും നിഷ്കരുണം ഉപേക്ഷിച്ച് പലായനം ചെയ്തിരിക്കുന്നു. മരണ ത്തേക്കാൾ പട്ടിണി കിടന്നുള്ള മരണമാണ് അവരെ തുറിച്ചു നോക്കു ന്നത്." നാലാമൻ സങ്കടപ്പെട്ടു.

"എങ്കിൽ നമുക്കുടനെ സ്ഥലം വിടാം." അഞ്ചാമൻ തിടുക്കം കൂട്ടി.

"അതു നല്ല കഥ. മരണവക്ത്രത്തിൽനിന്ന് മർത്ത്യൻ എത്ര കാതം ഒളിച്ചോടും? മാനവസേവ മരണഹേതുവാകുമെങ്കിൽ മോക്ഷത്തിനുള്ള മാർഗം വേറെയെന്തു തേടണം?" അതുചോദിച്ചു നാലാമൻ ആരോ കിടന്നു ഞരങ്ങുന്ന ഒരു കുടിലിലേക്കു കയറിപ്പോയി.

വർഷങ്ങൾ പലതു കഴിഞ്ഞ് ഒരുനാൾ അഞ്ചാമത്തെ ശിഷ്യൻ ഗുരു വിനെ കാണാനെത്തി. അതുകണ്ടു ഗുരു പറഞ്ഞു: "എന്റെ നാലു ശിഷ്യന്മാരും എന്റെ ഉപദേശമനുസരിച്ച് പ്രവർത്തിച്ചു. ജന്മദൗത്യങ്ങളിൽ

പരമമായവ കരുണ, ത്യാഗം, സഹായം, സേവ തുടങ്ങിയവയാണെന്നവർ തെളിയിച്ചു. നീയോ?"

"അവർ മരണംകൊണ്ടു തെളിയിക്കാൻ ശ്രമിച്ചതു ജീവിതംകൊണ്ട് തെളിയിച്ചു. അങ്ങു പറഞ്ഞതുപോലെ എല്ലാ ബന്ധങ്ങളും സ്നേഹത്തിൽ അധിഷ്ഠിതമാണ്. അതിനാൽ ആ നാലു അന്ധന്മാരും ഇന്നു ജീവിച്ചിരിക്കുന്നു."

ശിഷ്യൻ പറഞ്ഞതുകേട്ട് ഗുരു ഞെട്ടിപ്പോയി.

"അവർ അന്ധന്മാരായെന്നോ? അതോ സ്നേഹവും സത്യവും കരുണയും ത്യാഗവും സേവയും അന്ധമായ വികാരങ്ങളാണെന്നോ? അവർ മരണത്തെ അതിജീവിച്ചെന്നാണോ നിങ്ങൾ പറയുന്നത്?" ആകുലചിത്തനായി ഗുരു ചോദിച്ചു.

"അതേ, മഹാത്മൻ. ഒന്നാമൻ പുലിയുടെ കൂടെപ്പോകുമ്പോൾ വഴി തെറ്റി പാറമേൽനിന്നും അഗാധതയിലെ മുൾച്ചെടികൾക്കുമേൽ വീണിരുന്നു. അതിനാൽ ജീവൻ രക്ഷിക്കാനായെങ്കിലും അവന്റെ കണ്ണുകൾ പൊട്ടിപ്പോയി. രണ്ടാമനെ കൊട്ടാരവളപ്പിൽ നിന്നും ജീവനോടെത്തന്നെ സുരക്ഷാഭടന്മാർക്കു ലഭിച്ചിരുന്നു. ശിക്ഷയായി അവന്റെ കണ്ണുകൾ ചൂഴ്ന്നെടുത്തു മോചിപ്പിച്ചു."

"അപ്പോൾ മറ്റു രണ്ടുപേരുടെ കാര്യമോ?" ഗുരു ഇടയ്ക്കുകയറി ചോദിച്ചു.

"മൂന്നാമന്റെ കാര്യമാണ് കഷ്ടം. അവനു മോഷ്ടാക്കളെ കാണിക്കാൻ കഴിയാതായപ്പോൾ സൈനികർ അവന്റെ കണ്ണുകൾ തല്ലിപ്പൊട്ടിച്ച് അരുവിയിൽ തള്ളി. ഒഴുകിവന്ന അവനെ പുഴയിൽ നിന്നും രക്ഷിച്ചത് ഞാനാണ്. നാലാമനു പ്രതീക്ഷിച്ചതുപോലെ കുരിപ്പ് (വസൂരി) വന്നു. അതോടെ അവനെ ഞാൻ കൊണ്ടുവന്നു ചികിത്സിച്ചു. കുരിപ്പു വന്നവൻ കുഴിമാടത്തിലേക്കു പോകും, അല്ലെങ്കിൽ കുരുടനാകും എന്നാണല്ലോ ചൊല്ല്. അതാണ് എന്റെ പിന്നിൽ നിൽക്കുന്ന ഈ നാലു അന്ധന്മാരുടേയും കഥ," അഞ്ചാം ശിഷ്യൻ പറഞ്ഞു.

"അവർക്കിനി ആവശ്യം ആത്മപ്രകാശമാണ്. അതിനാൽ നീയായിരിക്കട്ടെ അവരുടെ ഗുരു." ആചാര്യൻ അറിയിച്ചു.

■

പാപവും പുണ്യവും

കളിപ്പാട്ടം അന്വേഷിച്ചുനടക്കുന്ന ഒരു ബാലന്റെ മുന്നിൽ ഒരു വ്യാളി വന്നുപെട്ടു. തങ്ങളിൽ ആര് ആരെയാണ് ഭയപ്പെടേണ്ടതെന്നറിയാതെ ഇരുവരും കുഴങ്ങി നിൽക്കുമ്പോൾ വ്യാളിയുടെ കയ്യിൽ ഒരു അസ്ത്രം കണ്ട് ബാലൻ പ്രലോഭിതനായി.

"ഇതെനിക്കു തരുമോ? അമ്പെയ്തു കളിക്കാനാണ്," പയ്യൻ ചോദിച്ചു.

"തരാമല്ലോ. പക്ഷേ ഇതു ഒരു വിശേഷപ്പെട്ട അസ്ത്രമാണ്. വില്ലു വേണ്ടാത്ത അമ്പ്. മനസ്സിൽ എന്താഗ്രഹിച്ചായാലും ഈ ശരമൊന്ന് ചൂണ്ടിയാൽ അക്കാര്യം സാധിച്ചിരിക്കും. ചൂണ്ടുന്നത് ഒരു സിംഹത്തിന്റെ നേർക്കാണെങ്കിൽ അതുടനെ ചത്തുവീഴും. ഒരു കുതിരയ്ക്കു നേരെയാണെങ്കിൽ അതു സ്വന്തമാകും," വ്യാളി വിശദീകരിച്ചു,

"ഹായ്, എങ്കിൽ ഇതെനിക്കുതന്നെ വേണം. കുറേ പിള്ളേരെ ഒരു പാഠം പഠിപ്പിക്കാനുണ്ട്." കുഞ്ഞൻ തുള്ളിച്ചാടി.

അതുകേട്ടു ഡ്രാഗണ് സങ്കടമായി. "പക്ഷേ ഒരു കാര്യമുണ്ട്. തെറ്റായ കാര്യങ്ങൾക്കായി ശരം ഉപയോഗിക്കുകയാണെങ്കിൽ അതു ചെറുതായിക്കൊണ്ടേയിരിക്കും. അവസാനം അപ്രത്യക്ഷമായി എന്നുമിരിക്കും. പകരം നല്ല കാര്യങ്ങൾക്കു വേണ്ടി ഉപയോഗിക്കുമ്പോൾ അമ്പിന്റെ ശക്തിയും തേജസ്സും ഊർജ്ജവും വർധിച്ചുകൊണ്ടേയിരിക്കും."

ഡ്രാഗൺ അത്രയും പറഞ്ഞപ്പോഴാണ് തന്റെ ഉത്തരവാദിത്വത്തെക്കുറിച്ച് ബാലൻ ബോധവാനായത്. ഈ അമ്പ് വെറുമൊരു ആയുധമല്ല, ധാർമ്മികതയുടെ അളവുകോലും സംരക്ഷകനുമാണെന്ന് അവനുറപ്പായി. ആ ചിന്തയോടെ വ്യാളി കൊടുത്ത അസ്ത്രവുമായി ബാലൻ മുന്നോട്ടു നടന്നു.

അവൻ അധികം ദൂരമൊന്നും പോയില്ല, അതിനകം അവന്റെ രണ്ടു മൂന്നു ചങ്ങാതിമാർ അഭിമുഖമായി വന്നു. കൂട്ടുകാരന്റെ കയ്യിലിരിക്കുന്ന ആയുധത്തെക്കുറിച്ചു കേട്ടപ്പോൾ ചട്ടമ്പിയായ അവരിലൊരുത്തൻ പറഞ്ഞു. "അതിങ്ങു താ, ആ പൂമരത്തിലിരിക്കുന്ന കിളിക്കു നേരെ ഞാനതൊന്നു ചൂണ്ടട്ടെ."

അതിനിടയിൽ ചട്ടമ്പി ഒട്ടും മടിക്കാതെ ബാലന്റെ കയ്യിൽ നിന്നും ശരം പിടിച്ചു വാങ്ങിയിരുന്നു. പറവ മുറിവേറ്റു താഴോട്ടു പതിക്കട്ടെ എന്നായിരുന്നു ആ കൂട്ടുകാരന്റെ മനോഗതം. പക്ഷേ മുറിവേറ്റെങ്കിലും പക്ഷി താഴെ വീണില്ല. കാരണം അതു രക്ഷപ്പെടണേ എന്നായിരുന്നു ഇതിനിടയിലും ബാലന്റെ ഇംഗിതം.

അസ്ത്രത്തിന്റെ അർത്ഥശൂന്യത കണ്ട കുട്ടികൾ അതുപേക്ഷിച്ച് അവരുടെ വഴിക്കുപോയി. പക്ഷേ അസ്ത്രമാഹാത്മ്യം നേരിട്ടു കണ്ട ബാലനു ആവേശമായി. അതിന്റെ നിറവിൽ അവൻ രാജ്യം ചുറ്റാൻ തുടങ്ങി. ഒരു പ്രദേശത്തെത്തിയപ്പോൾ അവിടെ ജനങ്ങൾ വരൾച്ചകൊണ്ട് പൊറുതി മുട്ടുന്നതായി കണ്ടു. ഉടനെ ബാലൻ അമ്പ് കാർമേഘങ്ങൾക്കു നേരേ ചൂണ്ടി. അതോടെ തദ്ദേശവാസികളുടെ മണ്ണും മനവും നിറയുന്നതുവരെ മഴ തിമർത്തു പെയ്തു.

മറ്റൊരു പ്രദേശത്തെ ജനങ്ങൾ ഒരു രാക്ഷസനാൽ അത്യന്തം ദുഃഖിതരായിരുന്നു. ആഴ്ചയിൽ രണ്ടും മൂന്നും പ്രാവശ്യം ആ ഭീകരൻ നാട്ടിൽ വന്നു മനുഷ്യരേയോ മൃഗങ്ങളേയോ പിടിച്ചുകൊണ്ടുപോകും. അവരെ പച്ചയ്ക്കു തിന്നു പല്ലും മുടിയും നഖവും കുന്നിലും കുണ്ടിലും കൂട്ടിയിടും.

"നാളെ രാക്ഷസൻ വരുന്ന ദിവസമാണല്ലോ. അതിനായി കാത്തിരിക്കേണ്ടതില്ല. പകരം ഞാൻ സ്വയം കാട്ടിലേക്കു പോയി അവന് ഇരയാകാം," ബാലൻ ഒരു കൂസലുമില്ലാതെ പ്രഖ്യാപിച്ചു.

പലരും ആ പരദേശിയെ പലതും പറഞ്ഞ് പിന്തിരിപ്പിക്കാൻ പാടുപെട്ടെങ്കിലും പയ്യൻ പറഞ്ഞിടത്തുനിന്നു പിറകോട്ടില്ലായിരുന്നു. പിന്നീടെന്തു സംഭവിച്ചു എന്നു പ്രത്യേകം പറയേണ്ടതില്ലല്ലോ. രാക്ഷസൻ മുന്നിൽ വന്നു നിന്നതും ബാലൻ ശരം അവനു നേരെ നീട്ടി. അതിന്റെ പ്രഭാവത്തിൽ പ്രാണനറ്റു ആ പ്രാകൃതൻ പൃഥ്വിയിൽ ആർത്തലച്ചു വീണു.

ഇക്കാലമത്രയും വ്യാളി തന്നെ പിന്തുടരുന്നതായോ തന്റെ സമീപത്തെവിടെയോ അദൃശ്യനായും മൗനിയായും നിലയുറപ്പിച്ചതായോ ബാലന് അനുഭവപ്പെട്ടിരുന്നു. മരണം സംഭവിക്കുന്നത് ക്രൂരനായ ഒരു രാക്ഷസനായാലും അതു ഒരു ജീവനെടുക്കലാണ്. അതിനാൽ ആ കർമ്മത്തിന്റെ ധാർമ്മികതയെക്കുറിച്ച് തീർപ്പു കല്പിക്കുക ദുഷ്കരവും. ധർമ്മയുദ്ധത്തിന് തത്ത്വസംഹിതകളും ആത്മരക്ഷണ വധത്തിന് നിയമങ്ങളും അനുമതി നൽകുന്നുണ്ട് എന്നതും ശരി തന്നെ. പക്ഷേ അങ്ങനെയായിരിക്കുമോ പരമാത്മാവും ജീവാത്മാവിന്റെ ഹനനത്തെ കാണുക?

ഈ പ്രഹേളികക്കെല്ലാം പരിഹാരമെന്നോണം തന്റെ കയ്യിലുള്ള അസ്ത്രത്തെത്തന്നെ അടിസ്ഥാനമാക്കാം എന്നു നിനച്ചെങ്കിലും അതിന്റെ വളർച്ചയിലും തളർച്ചയിലും ഒരു മാറ്റവും കാണാതെ ബാലൻ അതീവ വിഷണ്ണനായി തീർന്നിരുന്നു. തന്റെ വീരേതിഹാസങ്ങൾ ജനോപകാരപ്രദമെന്നും അത്യന്തം ധൈര്യവത്തെന്നും മറ്റും ഇടതടവില്ലാതെ ജനങ്ങളാൽ ഘോഷിക്കപ്പെട്ടു കൊണ്ടിരുന്നതു മാത്രമായിരുന്നു അവനുള്ള ഏക ആശ്വാസം.

ഈ പെരുമയും പ്രസിദ്ധിയും ഞൊടിയിടയിൽതന്നെ അധികാരകേന്ദ്രങ്ങളിലും ഉപജാപക സംഘങ്ങളിലും ഒരുപോലെ എത്തിയിരുന്നു. ബാലനേയും അവന്റെ ആയുധത്തേയും എങ്ങനെ തങ്ങളുടെ വരുതിയിൽ നിർത്താമെന്നതായിരുന്നു അവരുടെയെല്ലാം ചിന്ത. ഒരിക്കൽ സർവ്വാധികാര്യക്കാരനായ ഒരു വേലുത്തമ്പി അവനേയുംകൂട്ടി തന്റെ സൈന്യത്തോടൊപ്പം ശത്രുക്കൾക്കെതിരെ തിരിഞ്ഞു. പിന്നീടു നടന്ന യുദ്ധത്തിൽ എതിരാളികൾ നിലംപരിശായി എന്നു പറയേണ്ടതില്ലല്ലോ.

എന്തിനധികം, കടൽകൊള്ളക്കാരും കാട്ടുകള്ളന്മാരും അദ്ഭുതാസ്ത്രത്തെക്കുറിച്ച് കേട്ടറിഞ്ഞ് അതിനെ തങ്ങളുടെ താത്പര്യങ്ങൾക്കു വിധേയമാക്കികൊണ്ടിരുന്നു. അതോടെ അമ്പിന്റെ നീളം ബാലന്റെ ഉള്ളം കയ്യിൽ ഒതുങ്ങുമെന്ന അവസ്ഥയിലേക്കു ചുരുങ്ങി.

അക്രമംതന്നെ ഹിംസയായിരിക്കെ അതുവഴി ധർമസംസ്ഥാപനം സാധ്യമല്ലെന്നു അവനു ബോധ്യമായി. അതോടെ ശരം കത്തിച്ചു ചാമ്പലാക്കി സ്വയം ആത്മാഹുതി ചെയ്താലോ എന്നു ചിന്തിക്കുകയായിരുന്നു അവൻ. അപ്പോഴാണ് ഡ്രാഗൺ ബാലന്റെ മുന്നിൽ വീണ്ടും പ്രത്യക്ഷപ്പെടുന്നത്.

"ശരത്തിന്റെ സർവനാശത്തെക്കുറിച്ച് ചിന്തിക്കപോലും അരുത്. കാരണം അതു സത്യത്തിന്റേയും ധർമ്മത്തിന്റേയും വിനാശത്തിലേ കലാശിക്കൂ." ആ ജന്തു പറഞ്ഞു.

"അതെങ്ങനെ?"

"നീതിയും അനീതിയും ഒരേ പ്രതിഭാസത്തിന്റെ ഇരുവശങ്ങളാകയാൽ അവയുടെ ഏറ്റക്കുറച്ചിലുകൾ നിയന്ത്രിക്കാനേ നമുക്കു കഴിയൂ. അതിനാൽ നമുക്ക് ഈ അസ്ത്രം മണ്ണിൽ കുഴിച്ചിടാം. കാലാന്തരത്തിൽ ഇതിന്റെ തൈകൾ ഭൂമിയിലെങ്ങും മുളപൊട്ടും. ഭാവിയിൽ പ്രത്യക്ഷപ്പെടുന്ന ജനതതികൾ അവയെ കണ്ടെത്തി ഉപയോഗപ്പെടുത്തും. നന്മ ചെയ്യാനായി അവയെ പ്രയോഗിക്കുന്നവരും അവരെ ഹനിക്കാനായി അവയെ പ്രയോജനപ്പെടുത്തുന്നവരും അവരിൽ കാണും. യുഗങ്ങൾ അങ്ങനെ സംഘർഷം, സമാധാനം, സഹിഷ്ണുത, സമരം, സ്നേഹം, കാലുഷ്യം എന്നിവയിലൂടെ നിരന്തരം മാറിമാറിക്കടന്നു പൊയ്ക്കൊണ്ടേയിരിക്കും. അതാണ് സ്വന്തം നിയോഗമെന്നറിയാതെ വൃഥാ സ്വർഗനരകാദികളെ സങ്കല്പിച്ചും പൂർവജന്മഫലങ്ങളെക്കുറിച്ച് ചിന്തിച്ചും ഈ പ്രഹേളികയ്ക്കു മാനവൻ വ്യാജ ഉത്തരം കണ്ടെത്തിക്കൊണ്ടിരിക്കും." ∎

മാപ്പ്

ഒരു സെൻഗുരുവിന് ഷാംഗ്, യാംഗ് എന്നിങ്ങനെ രണ്ടു ശിഷ്യന്മാരുണ്ടായിരുന്നു. ഷാംഗ് സീനിയറും ഗുരുവിനെ പ്രീതിപ്പെടുത്താൻ പല കർമ്മങ്ങളിലും വ്യാപൃതനാകുന്ന വ്യക്തിയും ആയിരുന്നു. എങ്കിലും അയാൾ ഒരു അരമണ്ടനാകയാൽ ഗുരുവിനു ഇളയവനായ യാംഗിനോടായിരുന്നു കൂടുതൽ താത്പര്യം. ബുദ്ധിശാലിയും അർപ്പിതമനസ്കനുമായിരുന്നു യാംഗ് എന്നതുതന്നെ കാരണം.

അതെല്ലാം കണ്ടും സഹിച്ചും മടുത്തപ്പോൾ പ്രതികാരദാഹിയായ ഷാംഗ് ഒരു ദിവസം യാംഗ് കുളിക്കാനായി കുളക്കടവിലെത്തിയിരിക്കെ അവിടേക്ക് അയാളെ പിന്തുടർന്നു ചെന്നു. യാംഗ് വസ്ത്രങ്ങളഴിച്ചുവെച്ച് വെള്ളത്തിലിറങ്ങിയ ഉടനെ മറഞ്ഞു നിന്നിരുന്ന ഷാംഗ് വസ്ത്രാപഹരണം നടത്തി അവ കൂട്ടിയിട്ടു കത്തിച്ചു ചാരമാക്കി. അങ്ങകലെ നിന്നും യാംഗിന്റെ അമ്മ തന്റെ പുന്നാരമോന് സ്വയം തുന്നിത്തയ്യാറാക്കി അയച്ചുകൊടുത്ത പുത്തൻ തുണികളായിരുന്നല്ലോ അവ, അന്നത്തെ അവന്റെ ജന്മദിനത്തിലുടുക്കാൻ.

അതുകഴിഞ്ഞ് വിവരമറിഞ്ഞ യാംഗ് ഗുരുവിനോടു പരാതി പറഞ്ഞു. എല്ലാം മനസ്സിലാക്കിയ ഗുരു ഷാംഗിനെ വിളിച്ചു ഗുണദോഷിച്ചു. "നീ ചെയ്തതു ശരിയായില്ല. കാരണം യാംഗ് നിന്നോടു ഒരു തെറ്റും ചെയ്തിട്ടില്ലല്ലോ. അതിനാൽ പോയി അവനോടു മാപ്പു പറയുക."

അതുകേട്ടപ്പോൾ ഷാംഗിന്റെ വൈരം ഇരട്ടിക്കുകയാണ് ചെയ്തത്. ആഡിംഗ് ഇൻസൾട്ട് ടു ഇൻജ്വറി എന്നാണല്ലോ. "ഞാനെന്തിനവനോടു മാപ്പു പറയണം. ഞാൻ അവനോടു ഒരു തെറ്റും ചെയ്തിട്ടില്ല," ഷാംഗ് ശഠിച്ചു.

"ശരി, അങ്ങനെയാണെങ്കിൽ നീ പോയി ആ ചാരക്കൂമ്പാരത്തോടു മാപ്പു പറയുക. അതു നീ കത്തിച്ചു ചാമ്പലാക്കിയ വസ്ത്രങ്ങളായിരുന്നുവല്ലോ. പക്ഷേ മനമറിഞ്ഞുവേണം മാപ്പു പറയാൻ," ഗുരു ഷാംഗിനെ അടുത്തിരുത്തി ഉപദേശിച്ചു.

മനസ്സില്ലാ മനസ്സോടെയാണെങ്കിലും ഷാംഗ് ചാരത്തിന്റെ ഓരത്തേക്കു പോയി. അവിടെ വല്ലാതൊന്നും ബാക്കിയുണ്ടായിരുന്നില്ല. ഗുരുവിന്റെ വാക്കുകൾ സ്മരിച്ചും മനോഹരമായിരുന്ന ആ കോടിത്തുണികളെയോർത്തും വിദൂരഗ്രാമത്തിലെ യാംഗിന്റെ വൃദ്ധയും വിധവയുമായ മാതാവിന്റെ ഒരു വർഷത്തെ കഠിനാധ്വാനത്തിന്റെ പരിണതിയെപ്പറ്റി ചിന്തിച്ചും ഷാംഗ് അവിടെ കുറേനേരം ചെലവഴിച്ചിരിക്കണം. കണ്ണീർ വാർത്തിരിക്കണം. പൊട്ടിപൊട്ടിക്കരഞ്ഞിരിക്കണം.

വൈകിയാണ് ഷാംഗ് ഗുരുസന്നിധിയിൽ മടങ്ങിയെത്തിയത്. "എനിക്ക് ഉടനെ യാംഗിന്റെ ഗ്രാമത്തിൽ പോയി അവന്റെ അമ്മയോട് മാപ്പു പറയണം. ഞാൻ അവരോട് അക്ഷന്തവ്യമായ തെറ്റു ചെയ്തു." ഷാംഗ് വാവിട്ടു നിലവിളിച്ചു.

"അതുവേണ്ട." ഗുരു ഷാംഗിനെ തടഞ്ഞു "താൻ തുന്നിക്കൊടുത്ത യച്ച ആടകളും ധരിച്ച് തന്റെ ഏകമകൻ അവന്റെ ജന്മദിനം ആഘോഷിക്കുന്ന ചിത്രം മനസ്സിൽ താലോലിച്ചു പുഞ്ചിരിച്ചു നിൽക്കുന്നുണ്ടാവും അവർ. ആ പുഞ്ചിരി മായ്ക്കേണ്ട."

സലാം എലിക്കോട്ടിൽ

മലപ്പുറം ജില്ലയിലെ മങ്കടയിൽ ജനനം. കലിക്കറ്റ്, കേരള, അലീഗഢ്, ഉസ്മാനിയ, മദിരാശി സർവകലാശാലകളിൽ പഠനം. ഇംഗ്ലീഷ് സാഹിത്യം, പത്രപ്രവർത്തനം, നിയമം, മാനേജ്മെന്റ് വിഷയങ്ങളിൽ ബിരുദം, ബിരുദാനന്തര ബിരുദം. ഡൽഹിയിലും വിവിധസംസ്ഥാനങ്ങളിലുമായി ആഭ്യന്തരം, വാർത്താവിനിമയം, വിദ്യാഭ്യാസം, നാവിക സേന, ടെലികോം, തൊഴിൽ തുടങ്ങിയ കേന്ദ്രസർക്കാർ വകുപ്പുകളിൽ മുപ്പത്തിയഞ്ചുവർഷത്തെ സേവനം. ഡയറക്ടറായി വിരമിച്ചു. മലയാളത്തിലും ഇംഗ്ലീഷിലുമായി മുപ്പതിലധികം പുസ്തകങ്ങളും ആയിരത്തിലധികം ലേഖനങ്ങളും. ഇപ്പോൾ എഴുത്തും വായനയും പ്രഭാഷണവുമായി കഴിയുന്നു.

www.ingramcontent.com/pod-product-compliance
Lightning Source LLC
LaVergne TN
LVHW041847070526
838199LV00045BA/1482
* 9 7 8 9 3 8 7 3 5 7 8 6 0 *